మహారాణి లక్ష్మీ బాయి సామాన్య బ్రాహ్మణ వంశంలో పుట్టి రాణిగా మారడం అదృష్టమని చెప్పవచ్చు, కానీ భారత స్వాతంత్ర్య పోరాటంలో అపూర్వమైన ఓర్పు, ధైర్యసాహసాలు, శౌర్యసాహసాలను ప్రదర్శించి శత్రుసైన్యాన్ని ఉలిక్కిపడేలా చేసింది. ఇది ఆమె వ్యక్తిగత అభిప్రాయం, వివేకం మరియు వీరోచిత మేధావి ఉన్నాయి. భారత స్వాతంత్ర్య పోరాటంలో మన స్వంత సోదరులు కొందరు ద్రోహానికి పాల్పడ్డారు, లేకుంటే రాణి ఝాన్సీ యొక్క ధైర్యసాహసాల కారణంగా బ్రిటిష్ వారు అదే సమయంలో భారతదేశం నుండి పారిపోయేవారు. ఈ పుస్తకం ఝాన్సీ యొక్క రాణి లక్ష్మీ బాయి యొక్క తేదీల వారీ పత్రాన్ని అందిస్తుంది

ఝాన్సీ రాణి
లక్ష్మీ బాయి

డా. భవస్ సింగ్ రాణా

డైమండ్ బుక్స్

WWW.diamondbook.in

© ప్రచురణకర్త

ప్రచురణకర్త : డైమండ్ పాకెట్ బుక్స్ (P) Ltd. X-30

ఓఖ్లా ఇండస్ట్రియల్ ఏరియా ఫేజ్-II

న్యూఢిల్లీ-110020

ఫోన్ : 011-40712200

ఈ-మెయిల్ : sales@dpb.in

వెబ్సైట్ : www.diamondbook.in

వెబ్సైట్ : రెప్రో (భారతదేశం)

ఝాన్సీ కి రాణి లక్ష్మీ బాయి

రచన: డా. భావన్ సింగ్ రాణా

విషయ సూచిక

మీరట్, వ్యాప్తి, ఝూన్సీ కోట ముట్టడి, రాణి మరియు అంతకంటే ఎక్కువ సంఘటన, ఝూన్సీ చేసాడు కార్యనిర్వహణాధికారి, కొన్ని విరుద్ధమైన వాస్తవాలు, సదాశివరావు నారాయణతో యుద్ధం, నాథే ఖాన్‌తో ఎన్‌కౌంటర్, నాథే ఖాన్ యొక్క నీచత్వం.

రెండు పదాలు

వీరాంగన మహారాణి లక్ష్మీబాయి భారతదేశ చరిత్రలో గర్వించదగిన వ్యక్తి; స్ఫూర్తిదాయకమైన అధ్యాయం. నేటికీ ఆయన పేరు అన్యాయానికి, దౌర్జన్యానికి వ్యతిరేకంగా పోరాడే వారి హృదయాల్లో కొత్త ఉత్సాహాన్ని నింపుతుంది. అతని జీవితం ఎత్తుపల్లాల వింత కలయిక. మోరోపంత్ తాంబే యొక్క ఏడేళ్ల అమాయక కుమార్తె, సాధారణ హోదాలో ఉన్న వ్యక్తి, పరిస్థితుల కారణంగా పరిణతి చెందిన ఝాన్సీ రాజా గంగాధర్ రావుకు మహారాణి లక్ష్మీబాయి అయింది. ఆమె జీవితంలో పంతొమ్మిదవ సంవత్సరంలో వితంతువు అయింది. వారి పోరాట జీవితం ఇక్కడి నుంచే మొదలైంది. ఝాన్సీని ఇంగ్లీషు రాష్ట్రంలో విలీనం చేసే సమయంలో ఆమె ఉరుము - "నేను నా ఝాన్సీని ఇవ్వను."

ఆ సమయంలో అతని మాటలు కేవలం సందర్భోచిత ఆగ్రహావేశాలా లేక ఏదైనా కచ్చితమైన తీర్మానానికి సూచికగా ఉండేవి, ఈ విషయంలో ఖచ్చితంగా ఏమీ చెప్పలేం, కానీ నాలుగో సంవత్సరంలోనే తన ఝాన్సీని కాపాడుకోవడానికి కత్తి పట్టాల్సి వచ్చింది. ఇక్కడి నుంచి హీరోయిన్‌గా వెలుగొందుతోంది. మొదట ఝాన్సీ, ఆ తర్వాత కల్పి, చివరకు గ్వాలియర్‌లో బ్రిటీష్‌పై జరిగిన యుద్ధం అతని జీవితపు ఇతిహాసం కాంటోగా మారింది.

సాధారణంగా ఇరవై రెండు సంవత్సరాల వయస్సులో; అది కూడా దాదాపు 125 సంవత్సరాల క్రితం, భారతదేశపు పురుషాధిక్య సమాజంలో శక్తివంతమైన, సర్వశక్తిమంతమైన బ్రిటిష్ వారికి వ్యతిరేకంగా ఆయన చేసిన పోరాటం ఖచ్చితంగా ఒక విప్లవాత్మక చర్య. గొప్ప నాయిక, సమర్థుడైన సైనిక నాయకురాలిగా ఉండే అన్ని లక్షణాలు ఆమెలో ఉన్నాయి. దీనిని ఆమె శత్రువైన బ్రిటీష్ వారు కూడా నిస్సందేహంగా అంగీకరించారు, అయితే పోరాటంలో ఆమె మిత్రులు ఆమెకు ఇవ్వాల్సిన గౌరవాన్ని ఇవ్వకపోవడాన్ని వ్యంగ్యంగా పిలుస్తారు. ఝాన్సీ పోరాటం విఫలమైన తరువాత, ఆమె కల్పికి చేరుకుంది, అక్కడ నుండి పీష్వా సాహిబ్ రావ్, వీర్ తాత్యా తోపే మరియు బండా నవాబ్ పోరాటంలో ఆమె మిత్రులుగా మారారు. మహారాణి లక్ష్మీ బాయి తన సహోద్యోగులందరి కంటే సమర్థ యోధురాలు. అతని సహచరులకు కూడా దీని గురించి

తెలియని వారుండరు, అయినప్పటికీ పీష్వా రావ్ సాహెబ్ పురుషాధిక్య సమాజం పట్ల తన వైఖరి నుండి విముక్తి పొందలేకపోయాడు; అల్లా అని పిలువబడే స్త్రీ అయినందున మహారాణికి యుద్ధాన్ని నిర్వహించే బాధ్యత అప్పగించబడలేదు. స్త్రీ బలహీనురాలు కాదని రాణి తన ప్రశంసనీయమైన చర్యలతో నిరూపించింది; కానీ పురుషులు ఆధిపత్య సమాజం ఆమెను బలహీనంగా ఉండేలా బలవంతం చేస్తుంది; అదే అల్లా సమయం వచ్చినప్పుడు హీరోయిన్ మహారాణి లక్ష్మీబాయి కూడా కావచ్చు. అతనిలోని ఈ గొప్ప లక్షణాల కారణంగా, కొంతమంది రచయితలు అతన్ని ఫ్రాన్స్‌కు చెందిన గొప్ప దేశభక్తి హీరోయిన్ 'జోన్ ఆఫ్ ఆర్క్'తో కూడా పోల్చారు. ఈ చిన్న సైజు పుస్తకంలో, మహారాణి లక్ష్మీబాయి జీవిత చరిత్రలోని గరిష్ట విషయాలను సంక్షిప్త రూపంలో ప్రదర్శించే ప్రయత్నం జరిగింది. దీని వల్ల హిందీ పాఠకులు ఖచ్చితంగా ప్రయోజనం పొందుతారని ఆశిస్తున్నాను, ఈ పుస్తకం రాయడం యొక్క ఉద్దేశ్యం ఇదే. ఈ పుస్తకాన్ని వ్రాసేటప్పుడు, శ్రీ దత్తాత్రేయ బల్వంత్ పరాస్నీస్, శ్రీ కృష్ణ రమాకాంత్ గోఖలే మరియు శ్రీ శాంతి నారాయణ్ రాణి జీవితానికి సంబంధించిన పుస్తకాలతో పాటు, శ్రీ వినాయక్ దామోదర్ సావర్కర్ రచన 'ది వార్ ఆఫ్ ఇండిపెండెన్స్ ఆఫ్ 1857' మరియు చరిత్రపై పుస్తకాలు. మహారాష్ట్ర, బుందేల్‌ఖండ్ మరియు బండా సహాయం తీసుకోబడింది ఈ పుస్తకాలన్నింటి రచయితలకు నా వినయపూర్వకమైన కృతజ్ఞతలు తెలియజేస్తున్నాను.

- డాక్టర్ భవన్‌సింగ్ రాణా

1 వ అధ్యాయ

జీవితం తొలి దశలో

శతాబ్దాల బానిసత్వం ఫలితంగా, భారతీయ సమాజంలో స్త్రీలు బలహీనులుగా పిలువబడుతున్నారు. అతని స్థలం లోపలి గోడకు లేదా ఇంటి సరిహద్దు గోడకు పరిమితం చేయబడింది. ఈ నిరాశ మరింత నిశ్చయమైనప్పుడు, ఇంట్లో ఆడపిల్ల పుట్టడం అశుభం అని భావించి, క్రూరమైన వ్యక్తులు ఆమె పుట్టిన వెంటనే ఆమెను చంపారు, లౌకికత్వం గురించి పూర్తిగా తెలియని అమ్మాయిలను వివాహం చేసుకున్నారు. ఈ అమాయకపు ఆడపిల్లల భర్త చనిపోతే బలవంతంగా సతీసమేతంగా బతకవలసి వస్తుంది లేదా జీవితాంతం వితంతువుగా శాపగ్రస్త జీవితాన్ని గడుపుతుంది. మధ్యయుగ చరిత్రలో చాలా మంది ధైర్య పురుషుల వీరోచిత చర్యలతో నిండిన చోట, మహిళల వీరోచిత కార్యకలాపాలు దాదాపుగా లేకపోవడం, ప్రతిచోటా స్త్రీలను మానసికంగా బానిసలుగా మార్చే ధోరణి ఉంది. తన భర్త ఉనికిని తన అస్తిత్వంగా భావించింది. మేవార్ లేదా రాజ్‌పుతానా ఇతర రాష్ట్రాల చరిత్రలో, జౌహర్ ఉపవాసాలు స్వేచ్ఛా స్వరంతో ప్రశంసించబడ్డాయి. ఆ కాలంలో భారతీయ స్త్రీ శత్రువుల ముందు ఆయుధాలు ఎగురవేయడాన్ని ఊహించలేనంత బలహీనంగా మారిందని అనిపిస్తుంది. శత్రువును ఎదుర్కోవడం కంటే అగ్నిలో చనిపోవడం గర్వంగా భావించిందిభారతీయ స్త్రీల ఈ బానిస మనస్తత్వాన్ని మహారాణి లక్ష్మీబాయి నేలమట్టం చేయడం ఆనందకరమైన ఆశ్చర్యం అని పిలుస్తారు. భారతీయ చక్రవర్తులందరూ తమ ప్రకాశం కోల్పోయిన సమయంలో లేదా బ్రిటిష్ సామ్రాజ్యం యొక్క సూర్యుని ప్రకాశం ముందు వారందరూ నిస్తేజంగా మారిన సమయంలో అతను ఈ అద్భుతమైన పని చేసాడు. శతాబ్దాలుగా భారతీయ ప్రజల మనస్సులో తన లోతైన మూలాలను నెలకొల్పిన మహిళలు శక్తిహీనులనే తప్పుడు నమ్మకాన్ని మహారాణి లక్ష్మీ బాయి నిరూపించారు. భారతీయ మహిళ బలహీనురాలు కాదని, మానసికంగా బలహీనురాలిగా తయారైందని నిరూపించారు. సమయం వచ్చినప్పుడు, ఆమె బలంగా ఉండటమే కాదు, అల్టిమేట్ హీరోయిన్ కూడా కావచ్చు. వాళ్ళు

సుధీర్ఘంగా బానిసత్వపు నిద్రలో మగ్గుతున్న భారతీయ మహిళను మేల్కొలిపి చరిత్రలో సరికొత్త ఉజ్వల అధ్యాయాన్ని సృష్టించింది. నిస్సందేహంగా, మహారాణి లక్ష్మీబాయి మహిళా జాతికే గర్వకారణం కాదు, ఆమె చిరస్మరణీయమైన చారిత్రక వ్యక్తి.

వంశావళి

కృష్ణా నది సతారా (మహారాష్ట్ర) దగ్గర ప్రవహిస్తుంది. ఈ కృష్ణా నది ఒడ్డున వాయి అనే గ్రామం ఉంది. మరాఠా సామ్రాజ్య స్థాపకుడు ఛత్రపతి శివాజీ మహారాజ్ వారసులు అనర్హులని నిరూపించారు మరియు సామ్రాజ్యాన్ని పీష్వాలు స్వాధీనం చేసుకున్నారు. పీష్వాల హయాంలో ఈ వాయి గ్రామానికి చెందిన కృష్ణారావు తాంబే అనే బ్రాహ్మణుడు ఉన్నత రాష్ట్ర పదవిలో నియమితుడయ్యాడు. అతనికి బల్వంత్ అనే కుమారుడు ఉన్నాడు, అతను చాలా ధైర్యవంతుడు మరియు పరాక్రమవంతుడు. ఫలితంగా, అతని ధైర్యసాహసాలకు ముగ్ధుడై, పీష్వా అతనికి సైన్యంలో గౌరవప్రదమైన స్థానం కల్పించాడు. ఈ విధంగా తండ్రీ కొడుకులిద్దరూ పీష్వాలచే ఆశీర్వదించబడ్డారు మరియు ఇద్దరూ ఉన్నత స్థానాలను పొందారు. వీరిద్దరూ తమ తమ పదవుల్లో పూర్తి సమర్థతతో పనిచేశారని, లేకుంటే ఈ దయ సంప్రదాయ రూపంలో కొనసాగడం సాధ్యం కాదని స్పష్టం చేసింది. బల్వంత్‌కు మోరోపంత్ మరియు సదాశివ్ అనే ఇద్దరు కుమారులుఉన్నారు, ఈ కుటుంబంపై రెండు తరాల వరకు పీష్వా ఆశీస్సులు వస్తున్నాయని పైన చెప్పబడింది. మూడవ తరంలో కూడా ఆ సంప్రదాయం చెక్కుచెదరలేదు. పీష్వా బాజీ రావు II సోదరుడు చిమాజీ అపా సాహెబ్ మరియు మోరోపంత్‌కు సన్నిహిత స్నేహం ఉంది. 1818లో, పీష్వా బాజీరావు బ్రిటీష్ వారి నుండి సంవత్సరానికి ఎనిమిది లక్షల పెన్షన్ తీసుకున్న తర్వాత పదవికి రాజీనామా చేసినప్పుడు, బ్రిటీష్ వారు పీష్వా పదవిని అంగీకరించమని చిమాజీ అపా సాహెబ్‌ను ప్రతిపాదించారు, కానీ అతను దానిని తిరస్కరించాడు, ఎందుకంటే బ్రిటిష్ వారు అధికారం లేకుండా పేష్వాగా భావించారు. . ఆ తర్వాత బనారస్ వెళ్లి అక్కడ నివసించడం ప్రారంభించాడు. అతను బనారస్‌కు వచ్చినప్పుడు, మోరోపంత్ తాంబే కూడా బనారస్‌కు వచ్చాడు. అతను చిమాజీ అపా సాహెబ్‌కి సెక్రటరీగా పనిచేశాడు, దానికి నెలకు యాభై రూపాయల జీతం వచ్చేది

మహారాణి లక్ష్మీబాయి తల్లిదండ్రులు

అదే మోరోపంత్ తాంటే వీర వనిత మహారాణి లక్ష్మీబాయికి తండ్రి అయ్యే భాగ్యం పొందిన వ్యక్తి. అతని భార్య పేరు భాగీరథీబాయి, ఆమె చాలా అందమైనది, భర్త దృష్టిగలది, సుశీల మరియు యుక్తిగల స్త్రీ. భార్యాభర్తల మధ్య గాఢమైన ప్రేమ ఉండేది. శ్రీ దత్తాత్రేయ బల్వంత్ తన ఈ ప్రేమ గురించి తన పుస్తకం 'ఝాన్సీ కి రాణి లక్ష్మీబాయి'లో రాశారు- "భార్యాభర్తల మధ్య ఎప్పుడూ గొప్ప ప్రేమ ఉండేది. ప్రపంచంలో ప్రేమ కంటే పవిత్రమైనది మరొకటి లేదు. ఆ ప్రేమ నిజమైన మరియు స్వచ్ఛమైన హృదయంతో చేస్తే. ప్రేమలో ఉన్న ఇద్దరు వ్యక్తులు ఒకరికొకరు భిన్నమైన పనిని చేయాలనుకుంటే, అది సులభంగా చేయవచ్చు. రెండు హృదయాలు చేతులు కలిపితే పర్వతాలను బద్దలు కొట్టగలవని కొందరు కవి సరిగ్గానే చెప్పారు. అలాంటప్పుడు భార్యాభర్తల మధ్య నిజమైన ప్రేమ ఉంటే.. లోకప్రయాణం ఎలా చక్కగా సాగుతుందో ప్రత్యేకంగా చెప్పాల్సిన పనిలేదు. మోరోపంత్ మరియు అతని భార్య మధ్య నిజమైన ప్రేమ అలాంటిది.

జననం మరియు బాల్యం

మోరోపంత్ భార్య భాగీరథీబాయి కార్తీక కృష్ణ చతుర్దశి సంవత్ 1891 అంటే నవంబర్ 16, 1835 నాడు ఆడపిల్లకు జన్మనిచ్చింది. ఈ అమ్మాయి తర్వాత మహారాణి లక్ష్మీబాయిగా చరిత్రలో ప్రసిద్ధి చెందింది. ఆడపిల్ల పుట్టడంతో మోరోపంత్ మరియు అతని భార్య భాగీరథీబాయి ఆనందానికి అవధులు లేకుండా పోయాయి. అతనికి ఆడపిల్ల పుట్టినందుకు బంధువులు, సన్నిహితులు అందరూ అభినందనలు తెలిపారు. అప్పుడే పుట్టిన బిడ్డ ఆయురారోగ్యాలతో ఉండాలని ఆశీర్వదించి ఆ ఆడబిడ్డ 'పరం' పరాక్రమశాలిని, యశస్విని కావాలని ఆకాంక్షించారు. ఆకస్మికంగా ఇచ్చిన ఈ ఆశీర్వాదం కాలక్రమంలో నిజమని నిరూపించబడింది. ఈ అమ్మాయి పుట్టినప్పుడు, జ్యోతిష్యులు ఈ అమ్మాయికి రాజ్యలక్ష్మి మరియు అద్వితీయమైన శౌర్యశాలినితో ఆశీర్వదించబడుతుందని అంచనా వేసినట్లు

చెప్పబడింది. ఈ అమ్మాయి తన స్వేచ్ఛ-ప్రేమ మరియు రాజ్య రక్షణ కోసం చరిత్రలో ఒక బంగారు అధ్యాయాన్ని సృష్టిస్తుందని ఆ సమయంలో నవజాత అమాయక బాలిక యొక్క ప్రశాంతత, సౌమ్య మరియు అమాయకమైన ముఖాన్ని చూసి ఎవరూ చెప్పలేరు. తల్లిదండ్రులు ఈ అమ్మాయికి మనుబాయి అని పేరు పెట్టారుఅతన్ని ప్రేమగా పెంచడం మొదలుపెట్టాడు .

బాజీరావుతో మోరోపంత్ ఆశ్రయం

ఆడపిల్ల మనుబాయి చంద్రుని దశల వలె నెమ్మదిగా పెరగడం ప్రారంభించింది. - ఇంతలో, మోరోపంత్‌కు తీవ్రమైన దెబ్బ తగిలింది. చిమాజీ ఆప సాహెబ్, అతని అత్యంత దయగల పోషకుడు, మరణించాడు. నిజమైన స్నేహితుడి మరణం తర్వాత మోరోపంత్ ఆశ్రయం కోల్పోయాడు. అతనికి జీవనాధారం లేకుండా పోయింది. అతని ముందు ఒక తీవ్రమైన సమస్య ఏర్పడింది. అతనికి ఏం చేయాలో అర్థం కాలేదు. ఈ సంక్షోభ సమయంలో, మాజీ పేష్వా బాజీరావు తనకు ఆశ్రయం ఇవ్వడం ద్వారా తన కుటుంబ-సాంప్రదాయ దాతృత్వాన్ని చూపించాడు, ఈ సమయంలో మహారాష్ట్రను విడిచిపెట్టి ఉత్తర భారతదేశంలో ప్రవాసిగా జీవిస్తున్నాడు. మోరోపంత్ బాజీరావు యొక్క ఈ ఔదార్యానికి పొంగిపోయిన అతను అతని ఆశ్రయంలో జీవించడం ప్రారంభించాడు. కుటుంబ బాధ్యతలు నిర్వర్తించడంలో ఎలాంటి ఇబ్బందులు ఎదురుకాలేదు

తల్లి పేరు

బాలిక మనుబాయి తన తల్లిదండ్రుల వద్ద బనారస్ వదిలి బాజీరావు ఆశ్రయంలోకి వచ్చింది. ఇక్కడే ఆమె బాల్యం గడిచిపోయింది, ఆమె కేవలం మూడు లేదా నాలుగు సంవత్సరాల వయస్సులో, ఆమె దురదృష్టం యొక్క క్రూరమైన విచారానికి గురైనప్పుడు; అతని తల్లి భాగీరథీబాయి మరణించింది. తండ్రీకూతుళ్లిద్దరికీ ఇది భయంకరమైన దెబ్బ. ఆ అమ్మాయి మనుబాయికి చావు అంటే అంతగా అర్థం కాకపోయినా, అమ్మ లేకపోవడం ఆమె అమాయకపు మనసును గాయపరచక తప్పదు. అతను తన భావోద్వేగాలను నియంత్రించాడు మరియు పూర్తి అంకితభావంతో తన విధిని నిర్వహించడం ప్రారంభించాడు.

కూతురు మనుబాయికి తన తల్లి లేడనే బాధ కలగకుండా, ఆమెను స్వయంగా చూసుకోవడం ప్రారంభించాడు. ఇప్పుడు అతను ఆమె తండ్రి మరియు ఆమె అతని తల్లి కూడా. ఈ విధంగా, చిన్న అమ్మాయి మనుబాయి తన తండ్రి గొడుగు కింద పెరగడం మరియు పెరగడం ప్రారంభించింది.

మోరోపంత్ ఎక్కడికి వెళ్లినా ఆమెను తన వెంట తీసుకెళ్లేవాడు. వారి కదలిక ఎక్కువగా పురుషులచే చేయబడుతుంది

తో జరిగి ఉండేది మరియు మనుబాయి కూడా అతనితోనే ఉండేది. అమ్మాయి మనుబాయి చిన్నప్పటి నుండి చాలా అల్లరి మరియు అందమైనది. ఆమె తరచూ తన తండ్రితో కలిసి బాజీరావు వద్దకు వెళ్లేది. పీష్వా బాజీరావుకు అతనిపై అపారమైన ప్రేమ ఉండేది. అతను మనుబాయిని ఛబిలి అని పిలిచేవాడు.

తాతతో

పీష్వా బాజీరావు II సంతానం లేనివాడు. కాబట్టి జూన్ 7, 1827న, అతను రెండున్నర సంవత్సరాల బాలుడిని దత్తత తీసుకున్నాడు. ఈ పిల్లవాడు తరువాత నానా సాహెబ్ పేష్వా, మొదటి భారత స్వాతంత్ర్య పోరాటానికి గొప్ప గురువు అయ్యాడు. మహారాష్ట్రలోని మాథెరన్ పర్వతాల లోయలో ఒక గ్రామం ఉంది - వేణుగ్రామ్. ఈ వేణుగ్రామంలో మాధవరావు నారాయణ్ భట్ అనే ఉన్నత బ్రాహ్మణుడు ఉండేవాడు. నానా సాహెబ్ క్రీ.శ.1824 చివరిలో అతని భార్య గంగాబాయికి జన్మించాడు. నానా సాహెబ్‌తో పాటు, బాజీరావు మరో కొడుకు రావు సాహెబ్‌ని కూడా దత్తత తీసుకున్నాడు.

అమ్మాయి మనుబాయికి నానా సాహెబ్ మరియు రావు సాహెబ్‌ల మంచి స్నేహితుల సర్కిల్ ఉంది. ముగ్గురు పిల్లలూ రకరకాల ఆటలు ఆడేవారు. అప్పటి సంప్రదాయం ప్రకారం ఇంట్లో మానుబాయికి చదువు చెప్పేందుకు తగిన ఏర్పాట్లు కూడా చేశారు. బాలిక మనుబాయి చంచలమైనది మాత్రమే కాదు, ఏకైక సంతానం మరియు తల్లిలేనిది. అందుచేత, నానా సాహెబ్ ఏమి చేయడం చూసినా, ఆమె స్వయంగా తన తండ్రి నుండి అదే డిమాండ్ చేసేది. తండ్రి మోరోపంత్ కూతురి కోరికను చంపాలని అనుకోలేదు. నానా సాహెబ్ గుర్రంపై స్వారీకి వెళ్లినప్పుడు, మను బాయి కూడా అతనితో పాటు గుర్రంపై వెళ్లేవారు.

అన్నింటికంటే, నానా సాహెబ్ మాజీ పీష్వా కుమారుడు కాగా, మనుబాయి పీష్వా ఆశ్రిత కుమార్తె. ఈ విషయాన్ని చిన్నారి మనుబాయి ఎలా అర్థం చేసుకుంది? మొండిగా ఉండటమే అతని పని. ఒకప్పుడు నానా సాహెబ్ ఏనుగు మీద నడకకు వెళ్తున్నాడని చెబుతారు. ఏనుగుపై కూర్చున్న ఆయనను చూసి మనుబాయి కూడా ఏనుగుపై కూర్చోవాలని పట్టుబట్టింది. ఆమె మొండితనాన్ని చూసిన పీష్వా బాజీరావు మనుబాయిని కూడా ఏనుగుపై కూర్చోబెట్టమని నానా సాహెబ్‌కు సూచించాడు, కాని నానా సాహెబ్ ఇంకా చిన్నవాడు. అతను మనుబాయికి ముడి వేయవలసి వచ్చింది, కాబట్టి అతను తన తండ్రి సిగ్నల్ పట్టించుకోకుండా నడుస్తూనే ఉన్నాడు. ఇక్కడ మనుబాయి తన మొండితనాన్ని విడిచిపెట్టలేదని మొండిగా ఉంది, ఏనుగుపై కూర్చోమని తన తండ్రిని పదేపదే పట్టుబట్టింది వెళ్తున్నాడు విసుగు చెంది, మోరోపంత్ అన్నాడు, ' హే, ఆమె ఎందుకు నిష్ఫలంగా మొండిగా ఉంది, కనీసం మీ విధిని చూడండి; ఏనుగుపై కూర్చోవాలని మీ విధిలో రాసి ఉందా? తండ్రి మాటలు విన్న ఆ బాలిక మనుబాయి.. 'అవును.. అవును.. ఒక్కటి వదిలేసి పది ఏనుగుల మీద కూర్చోవాలని నా విధిలో రాసి ఉంది' అని ఘాటుగా బదులిచ్చింది

నానా సాహెబ్‌తో పాటు మనుబాయి యుద్ధం, శారీరక విద్య మొదలైనవన్నీ పూర్తయ్యాయి. బ్రాహ్మణుడి కుమార్తె అయినప్పటికీ, ఆమె యుద్ధ కళపై ప్రత్యేక ఆసక్తిని కనబరిచింది. ఈ విషయం గురించి వీర్ వినాయక్ దామోదర్ సావర్కర్ తన 'ఇండిపెండెన్స్ సమ్మర్ ఆఫ్ 1857' పుస్తకంలో రాశారు నానా సాహెబ్ మరియు ఛబిలీ ఆయుధాగారంలో అసిలాటను చుట్టే అభ్యాసాన్ని చూసే అదృష్టవంతులలో ఎవరు ఎనలేని ఆనందాన్ని నింపలేరు?ఒకప్పుడు నానా గుర్రం మీద లక్ష్మి కోసం ఎదురుచూస్తుంటే, లక్ష్మి కూడా చెల్లాచెదురైపోయింది. ఆమె నడుము వద్ద కత్తి, కుంతలు అలంకరించడం, ఆమె గుర్రంపై అక్కడికి వచ్చేది, ఆ సమయంలో, నానాకు పద్దెనిమిది సంవత్సరాలు మరియు లక్ష్మికి ఏడేళ్లు, ఆమె సమావేశం నుండి వేగంగా ఆ గుర్రాన్ని నియంత్రించే శ్రమ కారణంగా.

చిన్నతనంలో మనుబాయికి మగవారి సమాజంలో చలించే అవకాశాలు ఎక్కువ అని చెప్పడంలో అర్థం. అతను కూడా దాదాపు పురుషుల మాదిరిగానే విద్యను పొందాడు. తత్ఫలితంగా, అతను పురుష లక్షణాల యొక్క సరైన పెరుగుదలను అనుభవించాడు. బ్రిటిష్ వారికి వ్యతిరేకంగా పోరాడిన మహారాణి లక్ష్మీబాయిని సృష్టించడానికి బహుశా ఇదే కారణం కావచ్చు.

వివాహం

ఈ రోజు ఈ విషయం హాస్యాస్పదంగా అనిపించినా, వాస్తవం ఏమిటంటే మనుబాయికి ఏడేళ్ల వయసులోనే వివాహం జరిగింది. ఈ వివాహం యొక్క కాలక్రమం దానిలో తక్కువ ఆసక్తికరంగా లేదు. ప్రస్తుతం నగరాల్లో ఆడపిల్లల వివాహాలు సాధారణంగా పద్దెనిమిదేళ్లు నిండిన తర్వాతే జరుగుతున్నప్పటికీ, చట్టరీత్యా కూడా అవసరమైనప్పటికీ, ఇప్పటికీ బాల్య వివాహాల సంఖ్య రోజురోజుకూ పెరుగుతూనే ఉంది

అందుకు ఆమె కచ్చితంగా లక్ష్మి అని నిరూపించుకుంది. వివాహానంతరం మోరోపంత్ మరియు అతని బంధువులకు గంగాధర్ రావు అనేక అవార్డులు అందించారు. మోరోపంత్‌కు ఝాన్సీ కోర్టులో నెలకు మూడు వందల రూపాయలకు ఉన్నత పదవి ఇచ్చారు. నూట యాభై ఏళ్ల క్రితం మూడు వందల రూపాయలు పెద్ద మొత్తం. అతను ఝాన్సీ రాజ్-దర్బార్ యొక్క అత్యున్నత కౌన్సిలర్ అయ్యాడు. అతని బంధువులు కూడా ఝాన్సీ రాష్ట్రంలో ముఖ్యమైన పదవుల్లో నియమించబడ్డారు. మనుబాయి పెళ్లికి దాదాపు మూడు-నాలుగు సంవత్సరాల ముందు, ఆమె తల్లి చనిపోయింది. తన కూతురు తన తల్లి నీడలో పడకూడదనే ఆలోచనతో మోరోపంత్ తన రెండో పెళ్లి కూడా చేసుకోలేదు. అతని కూతురు లక్ష్మీబాయిగా మారడంతో, అతను పూర్తిగా ఒంటరిగా మిగిలిపోయాడు. ఇప్పుడు అతను మునుపటిలా పేదవాడు కాదు. అందుకే ఇప్పుడు పెళ్లి ఆలోచన కూడా మొదలుపెట్టాడు.

త్వరలో అతను చిమన్‌బాయిని వివాహం చేసుకున్నాడు. అవును తన రెండో భార్య మనుబాయి లాంటి బిడ్డ కాదని, నిండు యువతిలా ఉండేలా జాగ్రత్తలు తీసుకున్నాడు. అతని భార్య గుల్సరాయ్‌లోని గొప్ప బ్రాహ్మణుడైన వాసుదేవ్ శివరాజ్ ఖాన్వాల్కర్ కుమార్తె. కుమార్తె వివాహం తర్వాత, మోరోపంత్ తన కొత్త స్థానం మరియు కొత్త ఇంటిని ఆనందించడం ప్రారంభించాడు. సంప్రదాయం. మనుబాయి ఇప్పటికీ అమాయకమైన అమ్మాయి, సామాజిక ఆచారం ప్రకారం, ఆమె వివాహం గురించి ఆమె తండ్రి ఆందోళన చెందడం ప్రారంభించాడు. ఒకటి సంప్రదాయవాద భారతీయ సమాజం, అది కూడా 19వ శతాబ్దపు మొదటి అర్ధభాగంలో, మరాఠా బ్రాహ్మణుడు మూర్ఖంగా మారాడు. కాలచక్ర కారణంగా, అతను మాజీ పీష్వా బాజీరావు ఆశ్రయంలో బ్రహ్మావర్త్‌లో నివసిస్తున్నాడు. ఇక్కడ అతను తన వంశం

ప్రకారం అర్హులైన వరుడిని చూడలేకపోయాడు. ఫలితంగా, అతను ఆందోళన చెందడం సహజం.

ఇంతలో, ఒకసారి ఝాన్సీ రాష్ట్ర రాజపురోహిత్ పండిట్ తాత్యా దీక్షిత్ పీష్వా బాజీరావును కలవడానికి వచ్చాడు. పండిట్ తాత్యా దీక్షిత్ గొప్ప జ్యోతిష్కుడు. అతని రాకతో మోరోపంత్ చాలా సంతోషించాడు. అతను పండిత్ దీక్షిత్‌ని కలుసుకుని, తన సమస్యను అతని ముందు ఉంచి, "మహారాజా! ఆమె నా ఒక్కగానొక్క కూతురు. ఆమె తల్లి చనిపోయింది. ఇప్పుడు నేను ఆమెకు తండ్రిని మరియు నేను ఆమెకు తల్లిని కూడా. మీ దృష్టిలో ఉంటే ఆమె అర్హులు. వరుడు, జాగ్రత్తగా ఉండు, అతని చేతులకు పసుపు రంగు వేసి చింత లేకుండా ఉండాలనుకుంటున్నాను

పండిట్ తాత్యా దీక్షిత్ మనుబాయి జాతకాన్ని చూశాడు. గ్రహాల స్థితిగతుల గురించి జాగ్రత్తగా ఆలోచించి, "అన్నయ్యా! ఈ అమ్మాయి జాతకంలో పాలకుల గమ్యం ఉంది ఆమె సాధారణ గృహంలో వివాహం చేసుకోదు. మీరు అస్సలు చింతించకండి. సమయం యొక్క ఆటను చూస్తూ ఉండండి, దీని కోసం ఒక రాజు స్వయంగా మీ వద్దకు వస్తాడు. దీని కోసం మీరు లేదా నేను ఏమీ చేయలేను. అవును, ఇప్పటికీ మీరు తండ్రి, ప్రయత్నించడం మీ విధి. నేను కూడా ప్రయత్నిస్తాను. మా ప్రయత్నాలకు పెద్దగా అర్థం లేదు. ప్రభువు చిత్తాన్ని ఎవరూ తెలుసుకోలేరు."

జ్యోతిష్యుడి జోస్యం విన్న మోరోపంత్ చాలా సంతోషించాడు. అప్పుడు జ్యోతిష్యుడు తిరిగి వెళ్ళిపోయాడు. ఝాన్సీ రాజు గంగాధరరావు పెద్దవాడయ్యాడు, కానీ అతనికి కొడుకు లేడు. కొడుకు పుట్టడం కోసం మళ్లీ పెళ్లి చేసుకోవాలనుకున్నాడు. సభ్యుల ముందు తన కోరికను తెలియజేశాడు. పండిట్ తాత్యా దీక్షిత్ మనుబాయి గురించి వివరంగా చెప్పినప్పుడు, గంగాధరరావు ఆమెను వివాహం చేసుకోవాలని తహతహలాడాడు. రాజ్ జ్యోతిష్కుడు మనుబాయి అందం, జన్మ పట్టిక మొదలైన వాటి గురించి చెప్పినప్పుడు, రాజు తన పరిపక్వ స్థితిని కూడా మరచిపోయాడు. అతను అనుకున్నాడు, బహుశా తన వంశం ఈ రత్నానికి మరింత దూరంగా ఉండవచ్చు

అది పెరగనివ్వండి అందుకే మనుబాయి, గంగాధరరావుల పెళ్లి నిశ్చయమైంది. సంబంధం స్థిరపడిన కొన్ని రోజుల తర్వాత, 1842 ADలో, ఏడేళ్ల మనుబాయికి ఝాన్సీకి చెందిన పెద్ద రాజా గంగాధర్ రావుతో వివాహం జరిగింది. ఏడేళ్ల అమాయకపు అమ్మాయికి పెళ్లి అంటే

ఎలా అర్థం అవుతుంది? కళ్యాణోత్సవం అట్టహాసంగా జరుగుతున్నప్పటికీ అతనికి అది కేవలం బొమ్మల ఆట మాత్రమే. పెళ్లికూతురుగా మారిన చిన్నారి మనుబాయి మనస్తత్వాన్ని ఈ ఉదంతాన్ని బట్టి బాగా అంచనా వేయవచ్చు - కళ్యాణోత్సవం జరుగుతున్న సమయంలో అగ్ని ప్రదక్షిణ చేయాలని, ఆ సమయంలో పూజారి వధువు కండువాలో ముడి వేసింది, మనుబాయి పూజారితో, "ప్రాధాన్యత జీ మహారాజ్! గట్టిగా ముడి వేయండి" అని చెప్పింది.

ఈ వాక్యం విని, అక్కడున్న వారందరూ బిగ్గరగా నవ్వారు, ఎందుకంటే సహజంగా చెప్పిన ఈ మాటలు నవ్వు తెప్పించాయి, అయితే భవిష్యత్తులో ఈ మాటలు ఏ రూపంలో ఫలిస్తాయో ఎవరికి తెలుసు. ఈ పదాల భవిష్యత్తు అర్థాన్ని ఎవరైనా అర్థం చేసుకోగలిగితే, అతను అర్థం చేసుకోగలిగితే ఏమి జరిగేది. పదకొండు సంవత్సరాల తరువాత మాత్రమే ఈ పదాలలో ఉన్న అర్థం దాని క్రూరమైన రూపంలో తెరపైకి వచ్చింది; మనుబాయి (ఇప్పుడు లక్ష్మీబాయిగా మారింది) యవ్వనంలోకి అడుగు పెట్టగానే గంగాధర్ రావు కన్నుమూశారు. ఈ సరిపోలని వివాహానికి ఇది చాలా సాధారణ క్రూరమైన ఫలితం. ఇది చాలా సాధారణమైనది ఎందుకంటే ఇది సరిపోలని వివాహాలలో మరియు వారి తల్లిదండ్రుల మూర్ఖత్వం కారణంగా చాలా మంది బాలికలు వారి జీవితాంతం క్రూరమైన వైధవ్యాన్ని భరించవలసి వచ్చింది అనే కోణంలో క్రూరమైనది.

లక్ష్మీబాయికి మనుబాయి

మనుబాయికి పెళ్లయింది. ఇప్పుడు ఆమె మనుబాయి నుండి ఝాన్సీకి రాణి లక్ష్మీబాయిగా, గంగాధర్ రావు యొక్క మహారాణి లక్ష్మీబాయిగా మారింది. తండ్రి మోరోపంత్ తాంబే తన విధిని పూర్తి చేసిన తర్వాత చాలా సంతోషంగా ఉన్నాడు. బాజీరావు జీతం తీసుకునే సాధారణ సేవకుడు ఎక్కడ, ఝాన్సీ రాజకుటుంబంతో సంబంధం ఎక్కడ ఉంది. వారి కలలో కూడా ఈ సంబంధంపై ఆశ ఉండకపోవచ్చు. లక్ష్మీబాయికి ఈ వివాహం వల్ల ఏమైనా ప్రయోజనం కలిగిందా లేదా అనేది వివాదాస్పదమైన ప్రశ్న, కానీ ఆమె తండ్రి పక్షం ప్రకారం

అధ్యాయం 2

ఝాన్సీ మరియు రాజా గంగాధర్ రావు

బుందేల్‌ఖండ్ చరిత్ర మధ్య భారతదేశంలో చాలా ముఖ్యమైనది. బ్రిటిష్ కాలంలో, ఝాన్సీతో సహా అనేక స్వదేశీ రాష్ట్రాలు బుందేల్‌ఖండ్‌లో ఉన్నాయి. ఈ ప్రాంతానికి బుందేల్‌ఖండ్ అని ఎందుకు పేరు పెట్టారు, దాని గురించి నిస్సందేహంగా ఏమీ చెప్పలేము, కానీ ఇప్పటికీ ఒక కథ చాలా ప్రసిద్ధి చెందింది, ఈ విధంగా చెప్పబడింది- పురాతన కాలంలో కాశీలో క్షత్రియుల రాజ్యం ఉండేది. ఒకప్పుడు పంచముడు అనే క్షత్రియ రాజు ఉండేవాడు. అతని సోదరులు అతనిపై కుట్ర పన్ని దేశరహితుడిని చేశారు. విచారంతో పంచం వింధ్యాచలానికి వెళ్ళాడు. అతని బాధలో ఉన్న మనస్సు అక్కడ అపారమైన శాంతిని పొందింది. అతను వింధ్యాచల్వాసిని మా దుర్గా ఆలయానికి వెళ్లి, కోల్పోయిన రాజ్యాన్ని తిరిగి పొందాలని తపస్సు చేయడం ప్రారంభించాడు

చాలా కాలం తపస్సు చేసినా కూడా దుర్గ మాతను చూడక పోవడంతో కంగారు పడ్డాడు. అందుకే ఆత్మహత్య చేసుకునేందుకు దుర్గా విగ్రహం ముందు తలను కోసుకున్నాడు. అతని త్యాగానికి మా దుర్గ సంతోషించింది. అతన్ని బ్రతికించి ఒక వరం అడగమని అడిగాడు. పంచం దీని కోసమే ఎదురుచూస్తూ ఉన్నాడు. ఒక వరం అడిగాడు "అమ్మా! నేను కోల్పోయిన నా రాజ్యాన్ని తిరిగి పొందగలను. తథాస్తు అంటూ భగవతి మాయమైంది.. పంచం కొన్ని రోజుల తర్వాత కోల్పోయిన రాజ్యాన్ని తిరిగి పొందాడు.అతడు తన తలను నరికి భగవంతునికి సమర్పించినప్పుడు ఆ సమయంలో తన రక్తపు కొన్ని బిందువులను భగవతీ విగ్రహంపై ఉంచినట్లు చెబుతారు. .కాబట్టి భగవతి అతన్ని 'బిందుల్' అని సంబోధించింది.ఈ బిందుల్ అనే పదం నుండి, పంచమ వంశస్థులను తరువాత బుందేలా అని పిలిచారు మరియు ఈ ప్రాంతానికి బుందేల్‌ఖండ్ అని పేరు వచ్చింది. ఝాన్సీ రాచరిక రాష్ట్రం యొక్క సంక్షిప్త చరిత్ర రాజా గంగాధరరావు ఝాన్సీ రాజు. అతని రాష్ట్ర రాజధాని ఝాన్సీ

ఆ పేరు ఝాన్సీ పేరుతో ప్రసిద్ధి చెందింది.

గంగాధర్ రావు స్వయంగా మరాఠా బ్రాహ్మణుడు, అప్పుడు అతను మధ్య భారతదేశానికి ఎలా చేరుకున్నాడు? అతను ఈ రాజ్యాన్ని ఎలా పొందాడు? ఇలాంటి ప్రశ్నల పరిష్కారం కోసం ఝాన్సీ రాష్ట్ర సంక్షిప్త చరిత్రను పరిచయం చేయడం అప్రస్తుతం. ఈ పరిచయం ప్రస్తుత పుస్తకంలోని పాత్ర-హీరోయిన్ యొక్క బ్రిటీష్ వారిపై పోరాటాన్ని కూడా సమర్థిస్తుంది. ఝాన్సీ ప్రాచీన చరిత్ర గురించి పండితులకు ఏమీ తెలియదు. క్రీ.శ. 1500 తర్వాత దాని వివరణలో కొంత భాగం మొదటిసారిగా చేయబడింది. పూర్వం ఓర్చా నరేష్ వీర్‌సింగ్ దేవ్ లేదా వీర్‌సింగ్ రాజ్యం ఉండేది.

అతని హయాంలో ఝాన్సీ కేవలం ఒక గ్రామం. అతను ఝాన్సీలో ఒక కోటను నిర్మించాడు, దాని గత వైభవాన్ని చూసేందుకు ఇప్పటికీ శిథిలావస్థలో ఉంది. 1602లో, అక్బర్ కుమారుడు షాజాదా సలీం (తరువాత మొఘల్ చక్రవర్తి జహంగీర్‌గా ప్రసిద్ధి చెందాడు) ఆదేశానుసారం రాజా వీర్‌సింగ్ డియో, అక్బర్ యొక్క ప్రసిద్ధ కౌన్సిలర్ అబుల్ ఫజల్‌ను చంపాడు. దౌత్యంలో తెలివైన అక్బర్ బుందేల్‌ఖండ్‌పై దాడి చేసి యుద్ధం చేసి షాజాదా సలీమ్‌ను యుద్ధ సేనాధిపతిగా పంపాడు.

మొఘలుల భారీ సైన్యాన్ని ఎదుర్కోలేక పోవడంతో వీర్‌సింగ్ దేవ్ శత్రువును నేరుగా ఎదుర్కోకూడదని భావించాడు. అతను పర్వతాల ఆశ్రయానికి వెళ్ళాడు. ఫలితంగా, మొఘలులు బుందేల్‌ఖండ్‌పై తమ అధికారాన్ని పొందారు. కాలం మారింది. అక్బర్ మరణానంతరం సలీం జహంగీర్ అనే పేరుతో చక్రవర్తి అయ్యాడు. అతను వీర్ సింగ్ దేవ్‌ను క్షమించడమే కాకుండా, 1605 ADలో అతని రాజ్యాన్ని తిరిగి ఇచ్చాడు. క్రీ.శ.1627లో షాజహాన్ భారతదేశానికి చక్రవర్తి అయ్యాడు. అతనితో వీరసింగ్ దేవ్ సంబంధాలు స్నేహపూర్వకంగా ఉండలేకపోయాడు, కాబట్టి అతను విర్సింగ్ దేవ్ నుండి బుందేల్‌ఖండ్ రాష్ట్రాన్ని లాక్కొని 1642 ADలో మొఘల్ సామ్రాజ్యంలో విలీనం చేశాడు. దీని తరువాత, మొఘలులు సుమారు అరవై ఐదు సంవత్సరాలు ఇక్కడ పాలించారు. 1707లో అప్పటి మొఘల్ చక్రవర్తి ఝాన్సీ జాగీర్‌ను ఛత్రసాల్‌కు ఇచ్చాడు. ఛత్రసాల్ సమర్థుడైన పాలకుడని

నిరూపించుకున్నాడు! అతని ప్రజలు అతని పనికి సంతోషించారు మరియు అతనిని ప్రశంసించడం ప్రారంభించారు. కొద్దిసేపటిలో, అతను మొత్తం బుందేల్‌ఖండ్‌ను స్వాధీనం చేసుకున్నాడు. అలహాబాద్‌కు చెందిన నవాబ్ ముహమ్మద్ ఖాన్ బంగాస్ మరియు మాల్వాకు చెందిన సుబేదార్ అతని ప్రజాదరణను సహించలేకపోయారు. అప్పుడప్పుడూ ఛత్రసాల్‌తో శత్రుత్వం పెంచుకోవడం మొదలుపెట్టారు, కానీ వారు ఎప్పుడూ ఛత్రసాల్ ముందు ఎదుర్కోవలసి వచ్చింది

మరాఠాలు యుద్ధంలో ఛత్రసాల్‌కు సహాయం చేశారు

చెప్పబడిన శత్రువులిద్దరూ ఛత్రసాల్‌ను ఎలాగైనా లొంగదీసుకోవాలనుకున్నారు. అప్పుడు మాలలోని సుబేదార్ అతనికి ఒక సందేశం పంపాడు, అందులో అతను (ఛత్రసల్) అతనికి పన్ను చెల్లించడానికి అంగీకరించాలి, లేకుంటే అతను తీవ్ర పరిణామాలను ఎదుర్కోవలసి ఉంటుంది. ఈ సందేశం సందేశం కాదని, బహిరంగ బెదిరింపు అని స్పష్టమైంది. ఆత్మగౌరవం ఉన్న వీర్ ఛత్రసాల్ దీన్ని ఎలా అంగీకరించగలడు?

ఈ సందేశానికి సమాధానంగా, అతను మాల్వా సుబేదార్‌కు వ్రాసాడు- "నా ఈ దేశం దేవ్‌ఘర్ రాజ్యం కాదు, నన్ను ఓడించిన తర్వాత మీరు దోచుకునే దక్షిణాది రాజు కాదు. నా రాజ్యం చందాబాద్ నగరం కూడా కాదు, దీని పెద్ద రాజభవనాలు మీరు స్వాధీనం చేసుకున్నారు. నేను మీ బెదిరింపులకు భయపడే వ్యాపారవేత్తను కూడా కాదు. నా దేశం కూడా దేవుడి గుడి కాదు, అక్కడ మీరు బూట్లతో లోపలికి వెళ్లినా, అక్కడి పూజారులు అవమానాన్ని మౌనంగా సహిస్తారు. నేను చంపత్రాయ్ మహారాజ్ కొడుకుని

నీకు ఎప్పుడు కావాలంటే అప్పుడు నీతో పోరాడటానికి నేను సిద్ధంగా ఉన్నాను. మీరు నాతో పోరాడితే, నా నుండి పన్ను డిమాండ్ చేయకుండా, దానికి విరుద్ధంగా, మీరు నాకు చౌత్ ఇవ్వవలసి ఉంటుంది. కవి భూషణ్ ఈ లేఖను తన వీరోచిత కవితలో ఈ క్రింది విధంగా వివరించాడు

దేవ్‌ఘర్ దేశం కాదు, దక్షిణ రాజు కాదు,

చందాబాద్ కాదు, ఇక్కడ మీకు దట్టమైన రాజభవనాలు

కనిపిస్తాయి. వర్తకులంటే గౌరవం లేదు, దేవుడికి

చోటు లేదు, ఎక్కడ అతిథిని తీసుకెళ్తావు,

కోడలు లేస్తుంది. నేను యుద్ధం మధ్యలో సుత్

చంపాత్‌కి నా చేతులు పంపుతున్నాను, ఇది నేను

చేయాలనుకుంటున్నాను. పర్వణ మహారాజ్ ఛత్రసాల్

జు రచించిన ఉరాన్ మోసాలు ఇక్కడకు రావు.

ఈ సమాధానం తెలుసుకున్న మాల్వా సుబేదార్‌కు కోపం వచ్చింది. అతను దానిని బహిరంగ అవమానంగా తీసుకున్నాడు. ఛత్రసాల్‌కు గుణపాఠం చెప్పాలని నిర్ణయించుకున్నాడు. అతను మాత్రమే వారికి హాని చేయలేడు. అందుకే అలహాబాద్ వెళ్లాడు . నవాబు నుండి సహాయం కోరాడు మరియు మొఘల్ చక్రవర్తికి సహాయం చేయడానికి కూడా అంగీకరించాడు. తన సొంత మరియు వారి భారీ సైన్యాన్ని తీసుకొని, అతను ఛత్రసాల్‌పై దాడి చేయడానికి బయలుదేరాడు. శత్రువుల భారీ సైన్యాన్ని ఎదుర్కోవడం చాలా కష్టమైన పని అని ఛత్రసాల్ అర్థం చేసుకున్నాడు, కాబట్టి మహారాష్ట్ర రాజు ఛత్రపతి షాహూ I యొక్క పీష్వా బాజీరావ్ Iకి లేఖ రాసి అతని సహాయం కోరాడు అతను తన లేఖలో ఇలా వ్రాశాడు- “నేను మీ సనాతన ధర్మాన్ని రక్షించడానికి మాత్రమే ఈ యుద్ధాన్ని తీసుకున్నాను, గౌబ్రాహ్మణులు. మరోవైపు చక్రవర్తి యొక్క పూర్తి శక్తి మరియు ఇక్కడ నేను ఒంటరిగా ఉన్నాను, నేను కేవలం మతం మద్దతుతో నిలబడి ఉన్నాను, అలాంటి సమయంలో మీరు నన్ను రక్షించకపోతే, సనాతన ధర్మాన్ని రక్షించడం మీకు కష్టం

ఛత్రసాల్ ఈ లేఖను వంద ద్విపదల్లో రాశాడని చెబుతారు, ఇందులో ఈ క్రింది ద్విపదలు ముఖ్యంగా గమనించదగినవి-

గజేంద్ర కస్టమర్ ఈ రోజు చాలా వేగంగా ఉన్నాడు.

బుందేళ్ల కులాన్ని ఆట పట్టించండి, సిగ్గుపడండి.

అంటే గ్రహం నుంచి గజేంద్రుడికి ఏ పరిస్థితి ఎదురైందో, ఈరోజు నాకూ అదే పరిస్థితి వచ్చింది. ఈరోజు బుందేల ఛత్రసల్ తన జీవితంలో ఒక పెద్ద పందెం కోల్పోతాడు, కాబట్టి ఓ బాజీరావ్!

నన్ను అవమానించకుండా కాపాడు. అటువంటి విషాద సమయంలో ఛత్రసాల్‌కు సహాయం చేయడం పవిత్రమైన కర్తవ్యంగా పేష్వా బాజీరావు భావించాడు. అతను ఛత్రసాల్‌కు సమాధానమిచ్చాడు మరియు - మతాన్ని రక్షించడానికి మేము మీకు సహాయం చేస్తాము. మీరే ధైర్యవంతులు, కాబట్టి మీరే ఢిల్లీ సామ్రాజ్యాన్ని నాశనం చేయగలరు. బాజీరావు తన సమాధానంలో ఈ క్రింది ద్విపదను కూడా రాశాడని చెప్పబడింది-

అతను ఛట్టపటా అవుతాడు, మీరు ఛత్రసాల్ అవుతారు.

వారు ఢిల్లీకి కవచం, మీరు ఢిల్లీని నాశనం చేసేవారు.

అంటే, వారు మీ శత్రువులు ఛట్టపటా (పైకప్పు వేసినవారు) అయితే, మీరు ఛత్రసాల్ (పైకప్పును నాశనం చేసేవారు). అతను ఢిల్లీకి రక్షణ కవచం అయితే, మీరు ఢిల్లీ ఉనికిని నాశనం చేయబోతున్నారు. ఛత్రపతి షాహూ ఆజ్ఞతో పేష్వా బాజీరావు తన భారీ సైన్యంతో బుందేల్ ఖండ్ వైపు బయలుదేరి సుమారు 21-22 రోజులలో బుందేల్ ఖండ్ చేరుకుంది. ఛత్రసాల్ మరియు మరాఠా సైన్యం మొఘలుల 60,000 సైన్యంతో భీకర యుద్ధం చేసింది, అందులో శత్రువులు గెలవలేదు. ప్రత్యర్థితో ఎక్కువగా పోరాడడం అంటే తమను తాము నాశనం చేసుకోవడం అని శత్రువులు అర్థం చేసుకున్నారు, కాబట్టి వారు ఒప్పందం కుదుర్చుకోవడం తమ ఆసక్తిగా భావించారు.

ఈ విధంగా, మరాఠాల సహాయంతో, ఛత్రసాల్ శత్రువులను అవమానించగలిగాడు. శత్రువులు అతనితో ఒప్పందం చేసుకున్నారు. ఈ సంధి తరువాత, మహారాజ్ ఛత్రసాల్ పన్నాలో పీష్వా బాజీరావును కలిశాడు. ఆ సమయంలో బుందేల్‌ఖండ్ రాజధాని పన్నా. ఛత్రసాల్ అక్కడ బాజీరావు ప్రథమ్‌ను సత్కరించారు మరియు ఈ సహాయానికి కృతజ్ఞతలు తెలిపారు. దీని తరువాత పీష్వా తిరిగి మహారాష్ట్రకు తిరిగి వచ్చాడు. ఇక్కడ నుండి మరాఠాలు మరియు బుందేల్‌ఖండ్ మధ్య కొత్త సంబంధాలు ప్రారంభమవుతాయి. పేష్వా బాజీరావు ఛత్రసాల్‌కు సంపూర్ణమైన అర్థంలో సహాయం చేసినప్పటికీ, ఛత్రసాల్ ఈ దయతో పొంగిపోయాడు

పీష్వా బాజీరావు బుందేల్‌ఖండ్‌లో రాజ్యాన్ని పొందాడు

ఈ యుద్ధం జరిగే సమయానికి ఛత్రసాల్ దాదాపు పాతబడిపోయింది. ఈ సద్భావన కారణంగా బాజీరావు ప్రథమ్‌ని తన కొడుకుగా భావించడం మొదలుపెట్టాడు. అందువలన, అతను మరణించే సమయంలో, అతను తన రాజ్యాలను మూడు భాగాలుగా విభజించాడు. అందులో రెండు భాగాలు అతని ఇద్దరు కొడుకులకు మరియు మూడవ భాగాన్ని బాజీరావు ప్రథమ్‌కు ఇచ్చారు. ఇక్కడ నుండి మధ్య భారతదేశంలో మరాఠా బ్రాహ్మణుల రాజవంశానికి పునాది వేయబడింది. పీష్వా బాజీరావు అందుకున్న ఈ రాష్ట్ర వార్షిక ఆదాయం కోటి రూపాయలు. మహారాష్ట్ర మరాఠాల అధికార కేంద్రంగా ఉన్నందున ఈ బుందేల్‌ఖండ్ రాష్ట్రాన్ని బాజీరావు తన ప్రత్యక్ష నియంత్రణలో ఉంచుకోలేదు, కానీ దానిని క్రింది మూడు భాగాలుగా విభజించాడు

సాగర్ యొక్క జాగీర్, గుల్సరాయ్ మరియు జలౌన్

సాగర్, గుల్సరాయ్, జలౌన్ మొదలైన ప్రాంతాలు, ఆ సమయంలో వార్షిక ఆదాయం నలభై లక్షల రూపాయలు, గోవింద్ పంత్ బుందేల్‌కు ఇవ్వబడింది, అతను మరాఠా బ్రాహ్మణుడైనప్పటికీ, బుందేల్‌ఖండ్ గవర్నర్ (సుబేదార్)గా నియమించబడ్డాడు

అది ఎక్కడికి పోయింది. మూడవ పానిపట్ యుద్ధంలో, గోవింద్ పంత్ బుందేల్ నజీబ్ ఖాన్ రూహెలేతో పోరాడుతూ వీరగతి సాధించాడు. తరువాత అతని కుమారులు కల్పిలో తమ రాజ్యాన్ని స్థాపించారు మరియు వారి వారసులు చాలా కాలం క్రితం వరకు ఈ ప్రాంతాన్ని పాలించారు. దీని తరువాత, ఈ రాష్ట్రం బ్రిటిష్ రాజ్యంలో విలీనం అయిన తరువాత, గోవింద్ పంత్ బుందేల్ వారసులకు మూడు లక్షల జాగీరు ఇవ్వబడింది. అతని వారసులు

కల్పి మరియు బండ జాగీర్

పీష్వా బాజీరావు నాకు ఒక ముస్లిం నర్తకి ఉంపుడుగత్తె ఉంది, ఆమె పేరు మస్తానీ. మస్తానీతో ప్రేమాయణం సాగించడంతో వివాదానికి గురికావాల్సి వచ్చింది. బాజీరావు ఆమెను తన రాణిగా భావించాడు. మరాఠా సర్దార్ మస్తానీకి పూర్తి గౌరవం ఇచ్చినప్పటికీ, ఇప్పటికీ వారి

దృష్టిలో ఆమె కేవలం బాజీరావుకు ఉంపుడుగత్తె మాత్రమే. ఈ మొత్తం ప్రేమకథ మరాఠా చరిత్రలో ఒక ప్రత్యేక అధ్యాయం. పీష్వా బాజీరావుకు మస్తానీ నుండి ఒక కుమారుడు కూడా జన్మించాడు, అతని పేరు షంషేర్ బహదూర్. అతను పీష్వా యొక్క ఇతర కుమారుల వలె చదువుకున్నాడు. పీష్వా సమావేశంలో, అతను పీష్వా యొక్క ఇతర కుమారుల మాదిరిగానే గౌరవం పొందాడు. కల్పి మరియు బండ ప్రాంతాలు వచ్చిన ఛత్రసాల్ నుండి ఈ రాష్ట్రంలోని కొంత భాగాన్ని పీష్వా షంషేర్ బహదూర్‌కు ఇచ్చాడు. అప్పటి ఈ ప్రాంతం వార్షిక ఆదాయం నలభై లక్షల రూపాయలు. క్రీ.శ.1816 వరకు షంషేర్ బహదూర్ వంశస్థులకు మాత్రమే ఈ ప్రాంతంపై అధికారం ఉండేది. దీని తరువాత, 1817 AD లో, బ్రిటిష్ వారు ఈ ప్రాంతాన్ని తమ రాష్ట్రంలో విలీనం చేసి, రాష్ట్ర యజమానికి నాలుగు లక్షల రూపాయల వార్షిక పింఛనుగా నిర్ణయించారు. షంషేర్ బహదూర్ వారసులు ఇప్పటికీ మధ్యప్రదేశ్‌లోని ఇండోర్ వంటి ప్రాంతాల్లో నివసిస్తున్నారు.

జాగీర్ ఝాన్సీ

పైన పేర్కొన్న 80 లక్షల విస్తీర్ణం తర్వాత, ఇరవై లక్షల ఆదాయం కలిగిన ఝాన్సీ ప్రాంతం మిగిలిపోయింది. ఝాన్సీకి మొదటి మరాఠా గవర్నర్‌గా పేష్వాలు ఎవరు నియమించబడ్డారనేది స్పష్టంగా లేదు. బహుశా గంగాధర్ పంత్ ఈ పదవికి మొదట నియమించబడ్డాడు. ఒకప్పుడు ఆయన ప్రతినిధి మల్హార్ కృష్ణ రాజ్య అతను పన్నులు వసూలు చేయడానికి వెళ్ళినప్పుడు, ఓర్చాకు చెందిన బుందేలాలు అతని ఇద్దరు కుమారులతో కలిసి అతన్ని ద్రోహంగా చంపారు. దీంతో కోపోద్రిక్తుడైన పీష్వా ఓర్చాపై దాడి చేశాడు. అక్కడి రాజును బంధించి, రాజభవనాన్ని జప్తు చేసి, రాజధానిలో గాడిదలను దున్నేశారు.

దీని తర్వాత గోవిందరావు పంత్ ఝాన్సీకి సుబేదార్‌గా నియమించబడ్డాడు 1742లో నరోశంకర్ మోతీవాలే ఈ పదవికి నియమించబడ్డారు. దాదాపు పద్నాలుగు సంవత్సరాలు ఈ పదవిలో కొనసాగారు. తరువాత అతను రాష్ట్ర ఆదాయంలో కొంత భాగాన్ని పీష్వాకు పంపడం కూడా మానేశాడు, కాబట్టి అతన్ని 1757లో తిరిగి పిలిచారు. తనకు ఉన్నత పదవి ఇచ్చారని పీష్వాను ఎలా మెప్పించాడో అతనికి తెలియదు. అతను ఎల్లప్పుడూ విలువైన

ముత్యాల హారాన్ని ధరించేవాడు, అందుకే అతనికి మోతీవాలా అనే బిరుదు ఇవ్వబడింది. అతని పదవీకాలంలో, 1756లో, గుసాయి ఝాన్సీలో తిరుగుబాటు చేసి దానిని తమ ఆధీనంలోకి తీసుకున్నారు. ఈ గుసైన్ ఇంతకుముందు ఝాన్సీకి ప్రభువు అని గుర్తుంచుకోవాలి. బహుశా ఈ తిరుగుబాటు కారణంగా నరోశంకర్ మోతీవాలే వెనక్కి పిలిపించబడ్డాడు.

ఝాన్సీలో గుసాయిల తిరుగుబాటును అణచివేయడానికి పేష్వా ఒక ధైర్యవంతుడు రఘునాథ్ హరి నెవల్కర్‌ను సుబేదార్‌గా ఝాన్సీకి పంపాడు. రఘునాథ్ హరి నెవల్కర్ ఈ తిరుగుబాటును అణిచివేశాడు. అతని విజయానికి సంతోషించిన పేష్వా అతనికి ఝాన్సీ యొక్క సుబేదారితో పాటు వంశపారంపర్య రూపంలో సంవత్సరానికి పదివేల జాగీరును ఇచ్చాడు. ఈ గుసాయిలకు బుందేల్‌ఖండ్‌లో అనంత్, అమత్, ఆఖ్యాత్ మరియు నాగ అనే నాలుగు మఠాలు ఉన్నాయి. ఈ మఠాలు యుద్ధంలో వారికి సహాయం చేసేవి. రఘునాథ్ హరి ఈ వ్యవస్థను అంతం చేసి ఝాన్సీ రాష్ట్రంలో విలీనం చేశారు.

గంగాధరరావు పూర్వీకులు

ఈ రఘునాథ్ హరి నెవల్కర్ మొదట ఝాన్సీకి గవర్నర్‌గా చేసిన రాజా గంగాధర్ రావు అతని పూర్వీకులు గతంలో మహారాష్ట్రలోని రత్నగిరి జిల్లాలోని పావాస్ అనే గ్రామంలో నివసించారు. పీష్వాల పాలన ప్రారంభమైనప్పుడు వారిలో కొందరు ఖాందేష్‌కు వెళ్లారు, తర్వాత పీష్వా మరియు హోల్కర్ సైన్యాల్లో ముఖ్యమైన పదవులు నిర్వహించారు. బుందేల్‌ఖండ్‌లో మరాఠాల ఉనికిని పటిష్టం చేయడంలో రఘునాథ్ హరి నెవల్కర్‌కు అతని ఇద్దరు తమ్ముళ్లు లక్ష్మణరావు మరియు శివరావు భౌ కూడా సహాయం చేశారు. వృద్ధుడైన తరువాత, రఘునాథ్ హరి నెవల్కర్ ఝాన్సీ యొక్క సుబేదారిని శివరాజ్ భౌకి అప్పగించాడు మరియు అతను వారణాసికి వెళ్ళాడు. అతను 1796 లో అక్కడ మరణించాడు

శివరావ్ భౌ మరియు బ్రిటీష్ ఒప్పందం

శివరావు భావు ఝాన్సీ గవర్నర్‌గా ఉన్న సమయంలో రెండవ పీష్వా అయిన బాజీరావ్ అసమర్థ పాలకుడిగా నిరూపించబడ్డాడు. ఆయన పాలనలో ఉన్న రాష్ట్రాల్లో రుగ్మతలు వ్యాపించాయి. మరాఠా అధిపతులు స్వతంత్రులు కావడానికి తిరుగుబాటు ప్రారంభించారు. ఇది సరైన క్షణంగా భావించి, బ్రిటీష్ వారు అతని రాజ్యంలో జోక్యం చేసుకున్నారు, దీని ఫలితంగా పీష్వా తరువాత తన పదవిని విడిచిపెట్టవలసి వచ్చింది. ఇది ఇప్పటికే ప్రస్తావించబడింది. అది చూసి శివరావు భావుకి భయం కలగడం సహజం. అందువల్ల, అతను పీష్వాలతో సంబంధాలను కూడా తెంచుకున్నాడు మరియు బుందేల్‌ఖండ్ పాలకులందరినీ తన వైపుకు తెచ్చుకున్నాడు, దాని కారణంగా అతని శక్తి గణనీయంగా పెరిగింది. దీనితో పాటు, నైపుణ్యం కలిగిన రాజకీయ నాయకుడిలా సమయాన్ని గుర్తించి, అతను ఫిబ్రవరి 6, 1804 న బ్రిటిష్ పాలనతో ఒప్పందం చేసుకున్నాడు. ఈ ఒడంబడికలో స్పష్టంగా వ్రాయబడింది - "శివరావు భావు మరియు ఆంగ్ల ప్రభుత్వం పరస్పర స్నేహితులు. ఎలాంటి విపత్కర పరిస్థితుల్లోనైనా ఒకరికొకరు సహాయం చేసుకోవాలి.

ఈ ఒప్పందం తర్వాత, బుందేల్‌ఖండ్‌లోని ఇతర రాకుమారులు కూడా బ్రిటిష్ ప్రభుత్వంతో స్నేహపూర్వక ఒప్పందాలు చేసుకున్నారు, ఇది ఈ ప్రాంతంలో బ్రిటిష్ రాజ్యాన్ని బలోపేతం చేయడంలో బాగా సహాయపడింది.

తల్లిదండ్రుల-పిల్లల శత్రుత్వం

శివరావు భావుకు ముగ్గురు కుమారులు - కృష్ణారావు, రఘునాథరావు మరియు గంగాధరరావు. పెద్ద కుమారుడు కృష్ణారావు శివరావు భావు జీవితకాలంలోనే మరణించాడు, దాని కారణంగా అతను చాలా బాధపడ్డాడు మరియు రాష్ట్రాన్ని విడిచిపెట్టాడు, కాబట్టి అతను ప్రతిదీ విడిచిపెట్టి బ్రహ్మావర్తానికి వెళ్ళాడు. అప్పుడు కృష్ణారావు మైనర్ కొడుకు రామచంద్ర ఝాన్సీకి పాలకునిగా చేయబడ్డాడు మరియు అతని తల్లి సఖూబాయి అతని పేరు మీద పరిపాలనను ప్రారంభించింది. ఈ పనిలో ఆయనకు మాజీ మంత్రి ఝాన్సీ గోపాల్ రావు సహకరించేవారు

క్రమక్రమంగా రామచంద్రరావు పెద్దవాడయ్యాడు కాబట్టి రాష్ట్ర పరిపాలనపై పట్టు సాధించాలనుకున్నాడు. సఖూబాయి చాలా కాలం పాలనా భోగాలను అనుభవించింది, కాబట్టి ఆమెకు ఈ కొడుకు పాత్ర నచ్చలేదు. 'కొడుకు చెడ్డ కొడుకుగా మారినా, తల్లి కుమత కాదు' అని అంటారు కానీ, సఖూబాయి విషయంలో మాత్రం ఈ మాట పూర్తిగా అవాస్తవమని తేలింది. కొడుకు చేసే ప్రతి పనికి అడ్డంకులు సృష్టించడం ప్రారంభించింది. ఆయన చర్యలను రామచంద్రరావు వ్యతిరేకించారు. ఇకనైనా తన కొడుక్కి పాలనను అప్పగించాల్సి వస్తుందని సఖూబాయికి అర్థమై, రామచంద్రరావును దారిలోంచి శాశ్వతంగా తప్పించాలనే క్రూరమైన నిర్ణయం తీసుకుంది. కొడుకును చంపే ప్రయత్నం మొదలుపెట్టాడు. సఖూబాయి యొక్క ఈ క్రూరమైన పథకం గురించి రామచంద్రరావు యొక్క అత్యంత విశ్వసనీయ సేవకులలో ఒకరైన లాలూ కోడల్కర్‌కు తెలిసింది. అతను తన యజమానికి విషయం మొత్తం చెప్పాడు. ఫలితంగా రామచంద్రరావు రక్షించబడ్డాడు, అయితే సఖూబాయికి ప్రతీకారంగా లాలూ కోడల్కర్ ప్రాణాలు కోల్పోవలసి వచ్చింది. అన్నీ తెలిసిన రామచంద్రరావు తన తల్లి పరువుకు భయపడి మౌనంగా ఉండవలసి వచ్చింది కానీ సఖూబాయి చేసిన ఈ దుశ్చర్య ఎక్కువ కాలం దాగి ఉండలేకపోయింది. కొద్దిరోజుల్లోనే మంత్రులు, సబ్జెక్టులందరికీ ఈ విషయం తెలియడంతో రాష్ట్రవ్యాప్తంగా సఖూబాయిపై దుమారం రేగింది. ప్రజలు అతనిపై తిరుగుబాటు చేశారు, కాబట్టి అతను ఖైదీగా ఉన్నాడు. తర్వాత జైలులోనే చనిపోయాడు. ఈ సమయంలో, బ్రిటీష్ వారు పీష్వా బాజీరావ్ IIను పదవీచ్యుతుని చేశారు మరియు జూన్ 13, 1817న, బ్రిటీష్ వారు పీష్వా నుండి బుందేల్‌ఖండ్ యొక్క అన్ని హక్కులను స్వాధీనం చేసుకున్నారు.

రామచంద్రరావుకు చెరువులో ఈత కొట్టడం అంటే చాలా ఇష్టం.

ఝాన్సీ లక్ష్మీబాయి తాళ్‌లో గంటల తరబడి ఈత కొట్టేవాడు. సఖూబాయి రాత్రిపూట ఆ చెరువులో తలక్రిందులుగా ఉన్న ఈటెలను రహస్యంగా చొప్పించింది, తద్వారా రామచంద్రరావు అందులో దూకి వెంటనే చనిపోతాడు.

సఖూబాయి యొక్క ఈ క్రూరమైన పథకం గురించి రామచంద్రరావు యొక్క అత్యంత విశ్వసనీయ సేవకులలో ఒకరైన లాలూ కోడల్కర్‌కు తెలిసింది. అతను తన యజమానికి విషయం మొత్తం చెప్పాడు. ఫలితంగా రామచంద్రరావు రక్షించబడ్డాడు, అయితే సఖూబాయికి ప్రతీకారంగా లాలూ కోడల్కర్ ప్రాణాలు కోల్పోవలసి వచ్చింది. అన్నీ తెలిసిన

రామచంద్రరావు తన తల్లి పరువుకు భయపడి మౌనంగా ఉండవలసి వచ్చింది కానీ సఖూబాయి చేసిన ఈ దుశ్చర్య ఎక్కువ కాలం దాగి ఉండలేకపోయింది. కొద్దిరోజుల్లోనే మంత్రులు, సబ్జెక్టులందరికీ ఈ విషయం తెలియడంతో రాష్ట్రవ్యాప్తంగా సఖూబాయిపై దుమారం రేగింది.

ప్రజలు అతనిపై తిరుగుబాటు చేశారు, కాబట్టి అతను ఖైదీగా ఉన్నాడు. తర్వాత జైలులోనే చనిపోయాడు. ఈ సమయంలో, బ్రిటిష్ వారు పీష్వా బాజీరావ్ IIని పదవీచ్యుతుని చేశారు మరియు జూన్ 13, 1817న, బ్రిటీష్ వారు పీష్వా నుండి బుందేల్‌ఖండ్ యొక్క అన్ని హక్కులను స్వాధీనం చేసుకున్నారు ఝాన్సీని రామచంద్రరావు పరిపాలించారు, ఆయన తన మంత్రి గోపాల్ రావు సహాయంతో రాష్ట్ర వ్యవహారాలను నడిపారు. వారి కొత్త హక్కులను స్థాపించడానికి, బ్రిటిష్ వారు రామచంద్రరావుతో కొత్త ఒప్పందం చేసుకున్నారు. ఈ ఒడంబడిక ప్రకారం, శివరావ్ భౌ యొక్క గత సేవలకు గుర్తింపుగా, బ్రిటీష్ వారు వంశపారంపర్యంగా అతని (శివరావు భావు) మనవడు రామచంద్రకు ఝాన్సీ రాష్ట్రాన్ని ఇచ్చారు. ఈ ముఖ్యమైన చారిత్రిక ఒప్పందం నవంబర్ 17, 1817న సిప్రిలో ముగిసింది, దీనికి రామచంద్రరావు తరపున మంత్రి గోపాల్ రావు మరియు బ్రిటిష్ వారి తరపున జాన్‌బాహు చాప్ సంతకం చేశారు. ఆ తర్వాత రామచంద్రరావుకు బ్రిటిష్ వారితో స్నేహ సంబంధాలు ఏర్పడ్డాయి. 1825 సంవత్సరంలో, నానాపంత్ అనే మరాఠా యోధుడు బ్రిటీష్ వారిపై తిరుగుబాటు చేసి వారి అనేక ప్రాంతాలను స్వాధీనం చేసుకున్నాడు. రామచంద్రరావు సహాయంతో బ్రిటిష్ వారు నానాపంత్‌ను ఓడించారు. రామచంద్రరావు చేసిన ఈ సహాయానికి కృతజ్ఞతలు తెలుపుతూ అప్పటి గవర్నర్ జనరల్ లార్డ్ విలియం బాంటింగ్ ఇలా వ్రాశారు - "ఝాన్సీ సైన్యం మాకు సహాయం చేయడానికి సమయానికి రాకపోతే, మేము కల్పిలో గెలవడం అసాధ్యం."

అందువల్ల, 1832లో, విలియం బాంటింగ్ రామచంద్రరావు గౌరవార్థం ఝాన్సీలో దర్బార్ నిర్వహించాడు, అందులో రామచంద్రరావుకు 'మహారాజాధిరాజ్' మరియు 'ఫిద్వీ బాద్షా జాన్ జానే ఇంగ్లాండ్' అనే గౌరవప్రదమైన బిరుదులు ఇవ్వబడ్డాయి. దురదృష్టవశాత్తు, రామచంద్రరావు రాజ్‌సుఖ్‌ను ఎక్కువ కాలం ఆస్వాదించలేకపోయాడు; అతను 1835 లో మరణించాడు

గంగాధరరావు స్వర్గారోహణం

రామచంద్రరావుకు సొంత పిల్లలు లేరు. కృష్ణారావు అనే యువకుడిని దత్తత తీసుకున్నాడు. కృష్ణారావు దత్తత గ్రంధాలకు అనుకూలంగా భావించలేదు. అందువల్ల, రామచంద్రరావు తర్వాత, అతని పెద్ద మేనమామ రఘునాథరావు రాష్ట్ర వారసుడిగా పరిగణించబడ్డారు, అప్పటి రాజకీయ ఏజెంట్ ఝాన్సీ బాగ్వీ చేత సింహాసనంపై కూర్చున్నారు. రఘునాథరావు పనికిమాలిన, నిరంకుశ మరియు మాదకద్రవ్యాల బానిస రాజుగా మారిపోయాడు, అతని కాలంలో ప్రజలు చాలా బాధపడ్డారు మరియు రాష్ట్ర ఆదాయం కూడా తగ్గింది. ఫలితంగా, 1837లో, బ్రిటిష్ వారు అతనిని తొలగించి, తాత్కాలికంగా ఝాన్సీ పాలనను స్వాధీనం చేసుకున్నారు.

చేతుల్లోకి తీసుకున్నాడు. రఘునాథరావు కూడా రెండో సంవత్సరంలోనే చనిపోయాడు. రఘునాథరావు మరణానంతరం ఝాన్సీకి సరైన కొడుకు లేకపోవడంతో ఆమె సింహాసనం ఎవరిని ఎక్కించాలనే ప్రశ్న మళ్లీ తలెత్తింది. వారసుడి ఎంపిక కోసం నలుగురు పేర్లు వెలువడ్డాయి – రఘునాథరావు తమ్ముడు గంగాధర్ రావు, రామచంద్రరావు దత్తపుత్రుడు కృష్ణారావు, రఘునాథరావు సతీమణి బండి గజ్రా కుమారుడు అలీ బహదూర్ మరియు రఘునాథరావు రాణి. గ్వాలియర్ రాష్ట్ర నివాసి స్పియర్స్ నేతృత్వంలోని ఈ పేర్లన్నింటినీ పరిగణనలోకి తీసుకోవడానికి ఒక కమిషన్ ఏర్పాటు చేయబడింది. అందరి పేర్లను, వారి వాదనలను పరిశీలించిన కమిషన్ గంగాధర్ రావు అన్ని విధాలుగా అర్హుడని తేల్చింది. అందువల్ల, అతని పేరు యొక్క సిఫార్సు బ్రిటిష్ ప్రభుత్వానికి అందింది. ఈ విధంగా గంగాధరరావు ఝాన్సీ పాలకుడయ్యాడు, కానీ అతనికి ఇంకా పూర్తి హక్కులు రాలేదు, ఎందుకంటే రఘునాథరావు యొక్క దుర్వినియోగం కారణంగా, ఝాన్సీ సంస్థానం అనేక లక్షల రూపాయల అప్పుల్లో కూరుకుపోయింది, కాబట్టి అప్పు తరువాత మాత్రమే బ్రిటిష్ ప్రభుత్వం తిరిగి చెల్లించబడింది.పూర్తి హక్కులు ఇవ్వడంపై పరిమితి ఉంది.

పూర్తి సార్వభౌమాధికారం సాధించడం

రాజా గంగాధరరావు సమర్థుడైన పాలకుడు. అతని ప్రయత్నాల వల్ల ఝాన్సీ ఆర్థిక పరిస్థితి క్రమంగా మెరుగుపడటం ప్రారంభించింది. ఇక్కడ లక్ష్మీబాయితో పెళ్లయిన కొన్నేళ్లకే రాష్ట్రానికి

చేసిన అప్పులన్నీ కూడా తీర్చేశారు. ఈ విధంగా లక్ష్మీబాయి తన భర్తకు లక్ష్మి అని నిరూపించుకుంది. అప్పులన్నీ తీరిపోయాక రాష్ట్ర హక్కులన్నీ పొందే సమయం ఆసన్నమైంది. బుందేల్‌ఖండ్ రాజకీయ ఏజెంట్ కల్నల్ స్లీమాన్ ఈ సమాచారాన్ని బ్రిటిష్ ప్రభుత్వానికి పంపారు. వారికి పూర్తి అధికారం ఇవ్వడానికి ప్రభుత్వం అంగీకరించింది, అయితే బుందేల్‌ఖండ్‌లో బ్రిటిష్ వారి ప్రయోజనాలను కాపాడటానికి, వారు ఝాన్సీలో బ్రిటిష్ సైన్యాన్ని ఉంచవలసి ఉంటుందని, దాని ఖర్చులను వారే భరించాలని షరతు విధించింది. బలవంతంగా గంగాధరరావు ఈ షరతుకు అంగీకరించాల్సి వచ్చింది. ఇందుకోసం రూ.2,27,458 చెల్లించాడు. విడిగా ఉంచారు దీనితో పాటు, అతను తన కింద రెండు ప్లాటూన్లు మరియు రెండు ఫిరంగి ముక్కలను ఉంచాడు.

వీటన్నిటికీ అంగీకరించిన గంగాధరరావు తన రాజ్య ప్రాప్తి పండుగను జరుపుకున్నాడు. ఈ సందర్భంగా ఝాన్సీ రాష్ట్ర ఖజానాలో మిగిలిపోయిన ముప్పై లక్షల రూపాయలను కూడా రాజకీయ ఏజెంట్ ఆయనకు అందజేసి విలువైన ఖిలాత్‌ను బహూకరించారు. రాష్ట్రంలోని ప్రతిష్ఠాత్మక పౌరులు, ప్రభువులు, జాగీర్దార్లు మొదలైనవారు కూడా మహారాజ్ గంగాధరరావుకు విలువైన కానుకలను సమర్పించారు.

రాజా గంగాధరరావు పరిపాలన

ఝాన్సీలో క్రమాన్ని నెలకొల్పడానికి గంగాధర్ రావు చాలా ముఖ్యమైన పనులు చేశాడు. అన్నింటిలో మొదటిది, అతను పాలనలో సలహాలు ఇవ్వడానికి కొంతమంది సమర్థులు మరియు అనుభవజ్ఞులైన మంత్రులను నియమించాడు. అతను రాఘవ్ రామచంద్ర సంత్ అనే చాలా తెలివైన మరియు సమర్థుడైన వ్యక్తిని తన ప్రధాన మంత్రిగా చేసాడు. ఆయన సలహా మేరకు నరసింహారావును రాజదర్బార్‌లో న్యాయ సలహాదారుగా నియమించారు. నానా మోపోత్కర్‌ను న్యాయమూర్తి పదవికి నియమించారు.

రఘునాథరావు హయాంలో రాష్ట్రం తీవ్ర నష్టాలను చవిచూడాల్సి రావడంతో గంగాధరరావు దీనికోసం ఎన్నో ముఖ్యమైన పనులు చేశారు. బుందేలాలు బీభత్సం సృష్టించే ప్రదేశాలు, రాష్ట్ర సైన్యం యొక్క పోస్ట్‌లను అక్కడ ఏర్పాటు చేశారు. కొద్దిసేపటికే ఝాన్సీ మళ్లీ విజృంభించడం ప్రారంభించింది. మహారాజ్ గంగాధరరావుకు ఏనుగులు, గుర్రాలు అంటే చాలా ఇష్టం. అతనికి

చాలా ఏనుగులు మరియు గుర్రాలు ఉన్నాయి, అందులో సిద్ధవాకస్ అనే చాలా అద్భుతమైన ఏనుగు ఉంది, దానిని అతను వ్యక్తిగత స్వారీకి ఉపయోగించాడు. అతను ధరించే ఆభరణాలు మరియు అతని హోడా, అంబారీ మొదలైనవన్నీ బంగారంతో తయారు చేయబడ్డాయి. రఘునాథరావు హయాంలో రాష్ట్రం తీవ్ర నష్టాలను చవిచూడాల్సి రావడంతో గంగాధరరావు దీనికోసం ఎన్నో ముఖ్యమైన పనులు చేశారు. బుందేలాలు భీభత్సం సృష్టించే ప్రదేశాలు, రాష్ట్ర సైన్యం యొక్క పోస్ట్‌లను అక్కడ ఏర్పాటు చేశారు. కొద్దిసేపటికే ఝాన్సీ మళ్లీ విజృంభించడం ప్రారంభించింది. మహారాజ్ గంగాధరరావుకు ఏనుగులు, గుర్రాలు అంటే చాలా ఇష్టం. అతనికి చాలా ఏనుగులు మరియు గుర్రాలు ఉన్నాయి, అందులో సిద్ధవాకస్ అనే చాలా అద్భుతమైన ఏనుగు ఉంది, దానిని అతను వ్యక్తిగత స్వారీకి ఉపయోగించాడు. అతను ధరించే ఆభరణాలు మరియు అతని హోడా, అంబారీ మొదలైనవన్నీ బంగారంతో తయారు చేయబడ్డాయి.

పరిస్థితులు సాధారణ బ్రాహ్మణ కుమార్తెను ఝాన్సీ లక్ష్మీబాయి రాణిని చేశాయి. ఇదే రాణి లక్ష్మీబాయి, పెళ్లికి ముందు మనుబాయిగా ఉన్నప్పుడు, ఒకసారి నానా సాహెబ్ ఆమెను ఏనుగులో కూర్చోనివ్వకపోవటంతో, ఆమె మొండిగా మారింది. ఆ సమయంలో, తండ్రి అతని విధిని తిట్టినప్పుడు, అతను చెప్పాడు- "అవును, అవును, ఇది నా విధిలో వ్రాయబడింది, ఒకటి తప్ప పది ఏనుగులపై కూర్చోవాలని వ్రాయబడింది." దీనిని విధి యొక్క విచిత్రమైన యాదృచ్ఛికం అంటారు. , ఈరోజు అదే మానుబాయి ఆమె భర్త రాజా గంగాధర్ రావు 22 ఏనుగులకు యజమాని.మహారాణి లక్ష్మీబాయి కూర్చోవడానికి ఒక అందమైన ఏనుగును ఎంచుకున్నారు.గంగాధరరావు తన ప్రతి కోరికను తీర్చడానికి సిద్ధంగా ఉన్నాడు.ఒక ఊయల తయారు చేయబడింది, దాని పళ్ళను బంగారంతో కప్పారు. మరియు అది అనేక రకాల బంగారు మరియు వెండి ఆభరణాలతో అలంకరించబడింది. మహారాణి లక్ష్మీబాయి దానిపై కూర్చొని నడకకు వెళ్ళినప్పుడు, ఆమె ప్రజలు చాలా ఉత్సుకతతో ఆమెను సందర్శించేవారు.

మహారాణి లక్ష్మీబాయికి కూడా గుర్రపు స్వారీ అంటే చాలా ఇష్టం. భర్త ఇంటికి వచ్చిన తర్వాత ఆమె కోరిక కూడా తీరింది. మహారాజ్ గంగాధర్ తన గుర్రపు స్వారీ కోసం చాలా అద్భుతమైన గుర్రాలను కొన్నాడు. అంతే కాదు, అతను రాణి కోసం విలువైన మరియు గొప్ప పల్లకీని

కూడా తయారు చేసాడు, దానిని డజను మంది ప్రజలు మోసుకెళ్లేవారు. ఆ కహార్‌ల కోసం ప్రత్యేక రకాల అందమైన బట్టలు కూడా తయారు చేశారు.

లక్ష్మీబాయి - గంగాధరరావు తీర్థయాత్ర

పరిపాలన సద్దుమణిగిన తర్వాత మహారాజ్ గంగాధరరావు తీర్థయాత్ర గురించి ఆలోచించారు. ఈ విషయాన్ని ఆయన గవర్నర్ జనరల్‌కు తెలియజేశారు. అందువల్ల, బ్రిటిష్ ప్రభుత్వం అతని ప్రయాణానికి సరైన ఏర్పాట్లు చేసింది, తరువాత మాఘ శుక్ల సప్తమి సంవత్ 1907 నాడు, అతను తన భార్యతో కలిసి తీర్థయాత్రకు వెళ్ళాడు! బహుశా అతను ఈ తీర్థయాత్రకు వెళ్లి, ప్రయాగ మొదలైనవాటిని దాటి చివరకు వారణాసికి చేరుకున్నాడు. ఈ నగరం లక్ష్మీబాయి జన్మస్థలం. అక్కడికి చేరుకోవడంతో ఆయన ఆనందానికి అవధులు లేకుండా పోయాయి. అన్ని తీర్థయాత్రలలో, రాజు మరియు రాణి పూజలు, దానధర్మాలు మొదలైన మతపరమైన పనులను నిర్వహించారు. తర్వాత ఝాన్సీకి తిరిగి వచ్చాడు.
తీర్థయాత్ర నుండి తిరిగి వచ్చినప్పుడు
ఝాన్సీలో ఆనందోత్సవం ఘనంగా జరిగింది
ఈ తీర్థయాత్రలోని కొన్ని సంఘటనలు మహారాజ్ గంగాధరరావు గారి ఆత్మగౌరవ వ్యక్తిత్వాన్ని పరిచయం చేస్తాయి. ఈ ప్రయాణం కోసం, బ్రిటిష్ ప్రభుత్వం వారికి దారిలో అన్ని ప్రదేశాలలో తగిన ఏర్పాట్లు చేసింది మరియు దాని గురించి అధికారులందరికీ తెలియజేసింది. వారణాసికి చేరుకున్నప్పుడు, ఒక అధికారి రాజా గంగాధర్ రావును గుర్తించలేకపోయాడు, కాబట్టి అతను అతని గౌరవంపై ప్రత్యేక శ్రద్ధ చూపలేదు. దీంతో మహారాజుకు కోపం వచ్చింది. అతను తన తప్పు గురించి తెలుసుకున్నప్పుడు, అతను మహారాజ్‌ని క్షమించమని వేడుకున్నాడు. మహారాజ్ అతన్ని క్షమించాడు. అలాగే, ఒక చోట రాజేంద్రబాబు అనే బెంగాలీ పెద్దమనిషి కూడా తన ముందు నిలబడిన మహారాజ్‌ని పలకరించలేదు. దీనిపై రాజు గంగాధరరావు తీవ్ర ఆగ్రహం వ్యక్తం చేసి కఠినంగా శిక్షించాడు. రాజేంద్ర బాబు మంచి రీచ్ ఉన్న వ్యక్తి. గంగాధరరావు తీరుపై బ్రిటిష్ ఉన్నతాధికారులకు ఫిర్యాదు చేసినా ఫలితం లేకపోయింది. అతనికి "గంగాధర్ రావు చాలా పెద్ద రాజు. వారికి

తగిన గౌరవం ఇవ్వడం ప్రతి ఒక్కరి కర్తవ్యం. ఆయనకు తగిన గౌరవం ఇవ్వకూడదనుకుంటే ఇంట్లోనే ఉండిపోయి ఉంటే బాగుండేది." ఆయన

ఆత్మగౌరవ వ్యక్తిత్వానికి సంబంధించిన మరో సంఘటన గమనార్హమైనది - గంగాధరరావుగారు ఆ సమయంలోనే ఆయనను నిలబెట్టడానికి అంగీకరించారని చెబుతారు. ఝాన్సీలో బ్రిటీష్ సైన్యం, ఆ సమయంలో, అతను బ్రిటిష్ సైన్యం ప్రతి సంవత్సరం దసరా రోజున తనకు సెల్యూట్ చేయాలని బ్రిటీష్ వారి నుండి షరతు పొందాడు.ఒకసారి దసరా ఆదివారం నాడు.అందుకే బ్రిటిష్ సైన్యం అధికారి అతనికి సమాచారం పంపాడు. ఆదివారం సెలవు దినం కావడంతో బ్రిటీష్ సైన్యం తనకు సెల్యూట్ చేయదని.. సెల్యూట్ చేయడం కుదరదని.. ఈ సమాచారం అందుకున్న మహారాజ్ గంగాధరరావుకు కోపం వచ్చి వెంటనే తన సైన్యంతో బ్రిటీష్ సైనిక శిబిరానికి చేరుకున్నాడు. ఈ దుస్సాహసానికి సంబంధించిన వివరణ కోసం సైనిక అధికారి.. అతను మహారాజ్‌కి క్షమాపణలు చెప్పవలసి వచ్చింది. పాడి మరియు గౌరవ వందనం పరేడ్‌లో పాల్గొనవలసి వచ్చింది.

స్వల్పకాలిక ప్రసూతి

మహారాణి లక్ష్మీబాయి అఘన్ శుక్ల ఏకాదశి సంవత్ 1908 (సంవత్సరం 1851) మగబిడ్డకు జన్మనిచ్చింది. ఒక కొడుకు పుట్టిన తర్వాత మహారాజ్ మరియు రాణి ఇద్దరూ చాలా సంతోషించారు. రాష్ట్రవ్యాప్తంగా మంగళ్ వేడుకలు ఘనంగా జరిగాయి. ఝాన్సీ అంతటా ఆనంద సాగరం అలముకుంది. పీడితులు, యాచకులు, బ్రాహ్మణులు మొదలైన వారి కోసం మహారాజ్ తన ఖజానా నోరు తెరిచాడు. మహారాజ్ తన జీవితాన్ని విజయవంతంగా కనుగొన్నాడు. రాణి కూడా కుమారుని ప్రయోజనంతో స్త్రీగా సంపూర్ణతను అనుభవించిన తర్వాత పారవశ్యం పొందలేదు, కానీ విధి అంగీకరించడానికి ఇంకేదైనా ఉండవచ్చు, ఈ ఆనందం క్షణికమైనదిగా నిరూపించబడింది; ఆ కొడుకు మూడు నెలలకే ఈ లోకాన్ని విడిచిపెట్టాడు.

గంగాధరరావుకు అసౌకర్యం

కుమారుడిని పోగొట్టుకోవడంతో రాజు గంగాధరరావు తీవ్ర మనోవేదనకు గురయ్యాడు. దీంతో క్రమంగా ఆయన ఆరోగ్యం క్షీణించి చివరకు తీవ్ర అస్వస్థతకు గురయ్యారు. అనేక రకాల వైద్య చికిత్సలు అందించినప్పటికీ, అతని పరిస్థితిలో చెప్పుకోదగ్గ మెరుగుదల లేదు. అతను అక్టోబర్, 1853 నవరాత్రులలో కులదేవి మహాలక్ష్మిని పూజించాడు. ఇందులో ఆయన కొంత ప్రయత్నం చేయాల్సి వచ్చింది. దీంతో ఆయన ఆరోగ్యం మరింత క్షీణించింది. విజయ దశమి రోజు నుంచి వసూళ్లు కూడా వచ్చాయి. ఝాన్సీకి చెందిన ప్రముఖ వైద్యులంతా చికిత్స తీసుకున్నా ఫలితం శూన్యం. ఝాన్సీ యొక్క డిప్యూటీ పొలిటికల్ ఏజెంట్ మల్కం కూడా అతని వైద్యం కోసం ఏర్పాట్లు చేశాడు మరియు అతని ఆరోగ్యం గురించి ఆంగ్ల ప్రభుత్వానికి కూడా తెలియజేశాడు.

ప్రత్యక్ష చర్యలు లేదా పురుష శక్తి విఫలమైనప్పుడు, మనిషి అదృశ్య దేవుడిని తన ఆశ్రయంగా భావించడం ప్రారంభిస్తాడు. అందుకే మహారాజ్ గంగాధరరావు ఆరోగ్యం కోసం పూజలు, హోమం, మంత్రోచ్చారణలు, క్రతువులు తదితరాలు కూడా జరిగాయి. నవంబర్ మూడో వారంలో మహారాజ్ పరిస్థితి మరీ దయనీయంగా మారింది. అతని బతుకుపై ఆశ లేదు.

స్వీకరించడానికి

చివరగా, ప్రధానమంత్రి నరసింహారావు మరియు మోరోపంత్ రాష్ట్రం గురించి అతని అభిప్రాయాలను అడిగారు, అప్పుడు అతను (గంగాధర్ రావు) చెప్పాడు - "నాకు ఇంకా ఆశ ఉన్నప్పటికీ

నేను రక్షించబడతాను అని, ఇప్పటికీ నేను మతం ప్రకారం ఒక కొడుకును దత్తత తీసుకోవాలనుకుంటున్నాను. వాసుదేవ్ నెవల్కర్ మా కుటుంబంలో ఆనంద్ రావ్ అనే కొడుకు ఉన్నాడు, అతన్ని దత్తత తీసుకోవాలి

అప్పటికి ఆనందరావు ఐదేళ్ల పిల్లాడు. దీనికి రాణి లక్ష్మీబాయి కూడా అంగీకరించింది. అందువల్ల, దత్తత తీసుకునే రోజు నిర్ణయించబడింది మరియు ఆ రోజున ఝాన్సీ యొక్క రాజదర్బార్‌లో, పండిట్ వినాయక్ రావు పూర్తిగా మతపరమైన పద్ధతిలో దత్తత

తీసుకున్నారు. ఆ తర్వాత దత్తపుత్రుడి పేరు ఆనందరావు నుంచి దామోదర గంగాధరరావుగా మారింది. రాజ్ కుల సంప్రదాయం ప్రకారం మహారాజ్ స్వయంగా ఆయనకు స్వాగతం పలికారు. దత్తత చట్టం పూర్తయ్యే సమయానికి, మంత్రులందరూ, కౌన్సిలర్లు, రాష్ట్రంలోని పలువురు ప్రముఖులు, బుందేల్‌ఖండ్ డిప్యూటీ పొలిటికల్ ఏజెంట్ మేజర్ ఎల్లిస్ మరియు స్థానిక బ్రిటిష్ ఆర్మీ ఆఫీసర్ కెప్టెన్ మార్టిన్ తదితరులు కోర్టులో ఉన్నారు.

దత్తత కుమారుడి సమాచారం ప్రభుత్వానికి

మహారాజ్ చెప్పిన కుమారుడిని దత్తత తీసుకున్న సమయంలో, అదే సమయంలో అతను స్వయంగా బ్రిటిష్ ప్రభుత్వానికి ఒక సమాచార లేఖ రాశాడు. వ్రాసే సమయంలో పైన పేర్కొన్న వ్యక్తులందరూ అక్కడ ఉన్నారు. ఈ లేఖ ఈ క్రింది పదాలలో వ్రాయబడింది- "బుందేల్‌ఖండ్‌లో ఆంగ్ల రాష్ట్రం ఏర్పడక ముందు, నా పూర్వీకులు ప్రభుత్వానికి ఆయన చేసిన సేవ యూరప్ మొత్తానికి తెలుసు. నా సామర్థ్యానికి తగ్గట్టుగా ప్రభుత్వ ఆదేశాలను నేనే పాటించే విధానం రాజకీయ ఏజెంట్లందరికీ తెలుసు. ఇప్పుడు నయం చేయలేని వ్యాధితో బాధపడుతున్న నేను నా వంశం నాశనమయ్యే సమయం ఆసన్నమైందని భయపడుతున్నాను. నేను ఎప్పుడూ బ్రిటీష్ ప్రభుత్వానికి నిజమైన సేవకుడినే మరియు అది కూడా నా పట్ల దయ చూపింది. కాబట్టి నా పూర్వీకులతో చేసుకున్న ఒడంబడికపై ప్రభుత్వం దృష్టిని ఆకర్షించాలనుకుంటున్నాను. ఈ సంధి ప్రకారం ఐదేళ్ల బాలుడిని ఆనందరావు దత్తత తీసుకుని దామోదర గంగాధరరావు అని పేరు పెట్టాను.

ఈ పిల్లవాడు నా కుటుంబానికి చెందినవాడు మరియు సంబంధంలో నా మనవడు అనిపిస్తుంది. భగవంతుని దయ మరియు సర్కార్ బహదూర్ దయతో నేను త్వరగా కోలుకుంటానని ఆశిస్తున్నాను. నా పరిస్థితిని పరిగణనలోకి తీసుకుంటే అది కూడా చాలా సాధ్యమే భవిష్యత్తులో ఎప్పుడైనా నా స్వంత బిడ్డ కావాలని నేను కోరుకుంటున్నాను. ఇదే జరిగితే అప్పటికప్పుడు పునరాలోచనలో పడుతుంది. కానీ ఈ సమయంలో నేను ఈ వ్యాధి నుండి తప్పించుకోలేకపోతే, నేను సత్ప్రవర్తనతో ప్రభుత్వానికి సేవ చేస్తున్న విధానం, అతనిపై సరైన శ్రద్ధ చూపడం ద్వారా, ప్రభుత్వ దయ ఈ చిన్న పిల్లవాడిపై అలాగే ఉండాలి. , నా మీద ఉంది. నా భార్య జీవించి ఉన్నంత కాలం ఆమెను ఈ రాష్ట్రానికి యజమానురాలుగా, ఈ

బిడ్డకు తల్లిగా భావించాలి. నా తర్వాత ఆయనకు ఎలాంటి ఇబ్బందులు కలగకుండా రాష్ట్ర వ్యవస్థ మొత్తం ఆయన చేతుల్లోనే ఉండాలి

ఈ లేఖ వ్రాసిన తర్వాత, మహారాజ్ దానిని మేజర్ ఎల్లిస్‌కి ఇచ్చి, ఝాన్సీ రాజ్యం రాజవంశ-సాంప్రదాయ రూపంలో కొనసాగుతుందని స్పష్టంగా వ్రాయబడిన పూర్వ ఒప్పందంలోని రెండవ క్లాజ్‌ని అతనికి గుర్తు చేయమని పదే పదే కోరాడు. ఉత్తరం ఇస్తున్నప్పుడు మహారాజ్ గొంతు నిండింది, అప్పుడు మేజర్ ఎల్లిస్ చాలా మర్యాదగా సమాధానమిచ్చారు - "మహారాజ్, నేను మీ సమాచార లేఖను ప్రభుత్వానికి పంపడానికి నేను చేయగలిగినదంతా తప్పకుండా చేస్తాను

రాజా గంగాధరరావు మరణం

మహారాజా గంగాధర్ రావు మేజర్ ఎల్లిస్‌కు దత్తత నోటీసు ఇచ్చినప్పుడు, అతను మాట్లాడటం వల్ల స్పృహ తప్పి పడిపోయాడు. మేజర్ ఎల్లిస్ మరియు కెప్టెన్ మార్టిన్ అతనికి మందులు ఇచ్చి అతని నివాసానికి వెళ్లారు. మహారాణి లక్ష్మీబాయి తన భర్త మంచం దగ్గర తెర వెనుక కూర్చుని ఉంది. బ్రిటిష్ అధికారులు వెళ్లిన తర్వాత ఆమె తన భర్త వద్దకు వచ్చింది. ఆ సమయంలో అతని మానసిక స్థితి ఎలా ఉంటుందో ఊహించవచ్చు. మేజర్ ఎల్లిస్ బుందేల్‌ఖండ్ రాజకీయ ఏజెంట్‌కు అదే సమయంలో రాజా గంగాధర్ రావుకు సంబంధించిన వివరాలన్నీ రాశాడు

ఔషధం మహారాజ్‌కు ఇవ్వబడింది, ఇది అతనికి కొంత తాత్కాలిక ప్రయోజనాన్ని ఇచ్చింది. కాసేపు పడుకున్నాడు. మధ్యాహ్నం 4 గంటలకు మహారాజ్ కళ్ళు తెరిచినప్పుడు, ప్యాలెస్ వెలుపల పెద్ద సంఖ్యలో గుమిగూడారు, ఈ సంఘటన నవంబర్ 20, 1853 నాటిది. ఆయన ఆరోగ్యం గురించి అందరూ తెలుసుకోవాలని కోరారు. మహారాజ్‌ని రక్షించడానికి మేజర్ ఎల్లిస్ కూడా చాలా చేశాడు.

అటూ ఇటూ పరిగెత్తుకుంటూ, ఇంగ్లీషు వైద్యుడు అలెన్‌ను చికిత్స కోసం తీసుకొచ్చాడు, కాని మహారాజ్ ఇంగ్లీషు మందు వేసుకోవడానికి నిరాకరించాడు. నిజానికి అప్పట్లో హై క్లాస్ హిందువులు ఇంగ్లీషు మందులు వాడేవారు కాదు.

నవంబర్ 21, 1853 న, మహారాజ్ నాడి వేగం చాలా నెమ్మదిగా మారింది, శరీరం చల్లబడటం ప్రారంభించింది మరియు చివరకు అతను మరణించాడు. దీంతో రాష్ట్రమంతా శోకసంద్రంలో మునిగిపోయింది. మహారాజ్ అంత్యక్రియలు రాజరికంగా జరిగాయి. మేజర్ ఎల్లిస్, కెప్టెన్ మార్టిన్ మొదలైన బ్రిటీష్ అధికారులందరూ కూడా సంతాప దుస్తులతో అంత్యక్రియల ఊరేగింపులో పాల్గొన్నారు, దహన సంస్కారాల నుండి తిరిగి వస్తుండగా, ఎల్లిస్ మొదలైన బ్రిటిష్ అధికారులు లక్ష్మీబాయి వద్దకు వచ్చి ఆమెను ఓదార్చారు మరియు వెళ్లిపోయారు.

మహారాజ్ గంగాధరరావు కన్నుమూశారు. సంఘు ప్రజలు లక్ష్మీబాయిని ఓదార్చారు, లాంఛనాలు పూర్తి చేశారు, కానీ పద్దెనిమిదేళ్లు పూర్తి చేసుకుని వితంతువుగా మారిన మహిళ హృదయ వేదన ఎవరికి అర్థం కాదు. పందొమ్మిదో ఏట అడుగు పెట్టగానే వితంతువు అయిపోయింది. ఆమె ఒక సాధారణ స్థాయి బ్రాహ్మణుని కుమార్తె. అనుకోకుండా లేదా మగ జాతి గుత్తాధిపత్యం వల్ల, ఆమె చిన్నతనంలోనే పెద్దలకు రాణి అయింది. రాణి అయిన తర్వాత కూడా మీరు స్త్రీగా ఏమి పొందారు? పెళ్లయిన దాదాపు పదకొండేళ్లకు చట్టపరంగా.

అధ్యాయం 3

ఝాన్సీ మీద దురదృష్టం యొక్క చీకటి మేఘాల

మొదటి దెబ్బ

రాజా గంగాధరరావు మరణించిన వెంటనే ఝాన్సీని దురదృష్టపు మబ్బులు చుట్టుముట్టాయి. ఒక వితంతువు యొక్క శాపగ్రస్త జీవితం ప్రారంభమైన వెంటనే, మహారాణి లక్ష్మీబాయి జీవితంలో అన్ని సంతోషాలు మరియు శాంతికి గ్రహణం పట్టింది. మహారాజ్ అంత్యక్రియల నుండి తిరిగి వచ్చినప్పుడు, ఎల్లిస్, మార్టిస్ మొదలైన ఆంగ్లేయ అధికారులు కూడా అతనిని ఓదార్చడానికి వచ్చారు, కాని వెంటనే అతను బ్రిటిష్ వారి కొత్త రూపాన్ని చూశాడు. వారి నుండి సెలవు తీసుకున్న తరువాత, ఎల్లిస్ మొదట కోటకు చేరుకున్నాడు. బ్రిటీష్ సైన్యం కోసం ఉంచిన రూ.2,45,768 భద్రంగా ఉన్న ఖజానాను ఆయన పరిశీలించారు. అందుకే కోశాధికారి పండిట్ జ్వాలానాథ్ ఎదుట తాళం వేసి సీల్ వేశారు. దీని తరువాత, ఇతర గదులలో ఉంచిన విలువైన బట్టలు మరియు ఆభరణాల జాబితా కూడా మూసివేయబడింది మరియు గ్వాలియర్ రాష్ట్రానికి చెందిన ఆగంతుక సైన్యం యొక్క తొమ్మిదవ బెటాలియన్ అక్కడ కాపలాగా ఉంది. శోకసంద్రంలో ఉన్న రాణి పరిస్థితిని చూసి, ఆమె భద్రత కోసమే ఇలా చేస్తున్నామని బ్రిటీష్ వారి ఈ సంసిద్ధతను ప్రజలు భావించారు.

రాజకీయ ఏజెంట్ కుతంత్రం

నవంబర్ 21వ తేదీన, డిప్యూటీ పొలిటికల్ ఏజెంట్ ఆలిస్ గంగాధర్ రావు మరణ సమాచారాన్ని బుందేల్‌ఖండ్ రాజకీయ ఏజెంట్ మేజర్ మాల్కమ్‌కు పంపారు. సమాచారం అందిన వెంటనే, నవంబర్ 25న భారత ప్రభుత్వ విదేశాంగ కార్యదర్శికి మాల్కం రాసిన లేఖను క్లుప్తంగా ఇక్కడ అందిస్తున్నాం-

సార్

1. ఝాన్సీ రాజా గంగాధర్ రావు నవంబర్ 21న మరణించారని గౌరవనీయులైన గవర్నర్ జనరల్‌కు తెలియజేయడం నాకు బాధ కలిగించింది

2. తన మరణానికి ఒక రోజు ముందు, అతను దత్తపుత్రుడిని దత్తత తీసుకున్నాడు, అతను తన మనవడు అని చెప్పాడు, కానీ వాస్తవానికి రఘునాథ్ రావు యొక్క ఐదవ తరంలో ఉన్నాడు. అందువలన అతను అతని మేనల్లుడు.

3. మహారాజ్‌తో సమావేశానికి సంబంధించి మేజర్ ఎల్లిస్ పంపిన మూడు లేఖలు మరియు దత్తత గురించి మహారాజ్ రాసిన సమాచార లేఖ మీ సేవకు పంపబడుతున్నాయి

4. ఝాన్సీ ప్రజలు రాణి జీవితకాలంలో, రాష్ట్ర ఆస్తిపై తమ హక్కు కోసం ప్రార్థించబడతారని భావించేవారు, కానీ మహారాజ్, దగ్గరి బంధువు వారసుడని చూసి, తన మరణానికి ఒక రోజు ముందు దత్తపుత్రుడిని దత్తత తీసుకున్నాడు. ఇది ఝాన్సీ ప్రజలను ఆశ్చర్యానికి గురి చేసింది.

5. ఝాన్సీ రాజకుటుంబం యొక్క నవీకరించబడిన వంశవృక్షం భారత ప్రభుత్వ సమాచారం కోసం పంపబడుతోంది. మహారాజ్ దత్తపుత్రుడు అతని పూర్వీకుడైన రఘునాథరావు వంశానికి చెందినవాడని దీన్ని బట్టి స్పష్టమవుతుంది.

6. నేను 2వ తేదీన ఆలిస్‌కి ఒక లేఖ పంపాను, తెలియజేస్తూ తా. 3ని ప్రభుత్వానికి పంపించారు. ఆలిస్ తదనుగుణంగా వ్యవహరిస్తాడు ఉండేది. ప్రభుత్వ తుది నిర్ణయం వచ్చే వరకు తానే. రాజు దత్తత పద్ధతి విస్మరించబడుతుంది.

7. ఝాన్సీ-బ్రిటీష్ పాలన యొక్క పరస్పర సంబంధాలను తెలుసుకోవడానికి, కొన్ని రుజువులు క్రింద ఇవ్వబడ్డాయి, దాని నుండి అది స్పష్టంగా తెలుస్తుంది. దత్తపుత్రుడిని చేసే హక్కు మహారాజ్‌కు ఉంది.

8. 1804లో బుందేల్‌ఖండ్‌ను స్వాధీనం చేసుకున్నప్పుడు, పీష్వా సుబేదార్‌గా శివరావు భావుతో మేము ఒప్పందం చేసుకున్నాము. 1819లో, పీష్వా మనకు బుందేల్‌ఖండ్ హక్కును ఇచ్చారు, అప్పుడు మేము సాంప్రదాయ రూపంలో రామచంద్రరావుకు ఝాన్సీ రాష్ట్రాన్ని ఇచ్చాము. 1832లో సుబేదార్ స్థానంలో అతనికి రాజా బిరుదు లభించింది.

9. 1835లో రామచంద్రరావు మరణించినప్పుడు, నాకు తెలిసినంతవరకు, భావు ఇద్దరు కుమారులు రఘునాథరావు మరియు గంగాధరరావు జీవించి ఉన్నారు, కాబట్టి వారికి ఈ రాష్ట్రం వారసత్వంగా ఇవ్వబడింది. గంగాధరరావు మరణంతో ఈ రాజవంశం అంతరించింది.

10. 1835లో, రామచంద్రరావు మరియు అతని రాణి యొక్క దత్తపుత్రులు రాజ్యానికి వారసులుగా పరిగణించబడలేదు. దీన్ని బట్టి రాజు లేదా రాణి ఉన్నారని

స్పష్టమవుతోందిదత్తపుత్రుడిని తీసుకునే ముందు ప్రభుత్వం నుంచి అనుమతి తీసుకోవాల్సి వచ్చింది.

11. సమర్థురాలు అయిన తన భార్యకు పరిపాలన అప్పగించాలని గంగాధర్ రావు ఆకాంక్షించారు, ఇప్పటికైనా ఝాన్సీని స్వాధీనం చేసుకోవడంలో ప్రభుత్వం ఆలస్యం చేయకూడదు. దివంగత రాజు వ్యక్తిగత ఆస్తి మరియు కొంత నెలవారీ పెన్షన్ ఇవ్వడానికి రాణి సంతోషిస్తుందని నేను ఖచ్చితంగా అనుకుంటున్నాను

12. రాణికి ఎంత పెన్షన్ ఇవ్వాలనే దాని గురించి నేను ఏమీ చెప్పలేను. బుందేల్‌ఖండ్‌లో, ఇప్పుడు ఈ మరాఠాల రాజభవనం మాత్రమే మిగిలి ఉంది, ఇప్పుడు పదవీచ్యుతుడైన మరాఠా రాజుల మీద ఆధారపడిన వారందరూ ఈ రాణి ఆశ్రయం కిందకు వస్తారు. అందువల్ల అతనికి కనీసం రూ.5000 నెలవారీ పింఛను ఇవ్వాలి

13. ఝాన్సీ చాలా కాలంగా మా ఆధీనంలో ఉంది, మేజర్ రాస్ దాని కోసం ఇప్పటికే ఏర్పాట్లు చేసాడు. పొరుగున ఉన్న సింధియా ప్రభుత్వం మాదిరిగానే దాని ఏర్పాట్లుచేయడంలో మాకు ఎలాంటి ఇబ్బంది ఉండదు

14. ప్రభుత్వం దానిని నా క్రింద ఉంచాలనుకుంటే, నేను సిద్ధంగా ఉన్నాను. నాకు మేజర్ ఎల్లిస్ విద్యార్థతలు సందేహాస్పదంగా ఉన్నాయి. కాబట్టి బుందేల్‌ఖండ్‌లోని మరికొందరికి ఝాన్సీ జిల్లాల మాదిరిగానే జబల్‌పూర్‌లోని కామేశ్వర్ ఆధ్వర్యంలో ఏర్పాటు చేయాలి. ఈ సమాచారంలోని వాస్తవాలను మాల్కం వక్రీకరించినట్లు స్పష్టమైంది. ఈ సమాచారం తరువాత, అతను ఝాన్సీని ఏర్పాట్లలో నిమగ్నమయ్యాడు

డల్హౌసీని స్వాధీనం చేసుకునే విధానం

బ్రిటీష్ వారు వ్యాపారులుగా భారతదేశానికి వచ్చారు, కానీ తక్కువ సమయంలో వారు భారతదేశం యొక్క అదృష్ట నిర్మాతలుగా మారారు. 1848లో లార్డ్ డల్హౌసీ భారత గవర్నర్ జనరల్‌గా వచ్చారు. తన సొంత కొడుకు తన వారసుడిగా లేని పాలకుడికి అటువంటి రాష్ట్రాన్ని స్వాధీనం చేసుకోవడం సముచితమని అతను భావించాడు. ఈ విషయంలో ఆయన ఇలా అన్నారు - "ఇంతకు ముందు మన అధీనంలో ఉన్న భూభాగాలలో ఏదైనా చిన్న రాచరికం ఉంటే, దానిని ఆక్రమించి మన రాజ్యాన్ని విస్తరించుకోవాలి, దీనికి అభ్యంతరం చెప్పే హక్కు

ఎవరికీ లేదు, మనకు ఇబ్బంది వస్తుంది. చిన్న రాష్ట్రాలు.వాటిని మన రాష్ట్రంలో చేర్చుకోవడం ద్వారా వారి కష్టాలు కూడా తొలగిపోతాయి, ఆర్థిక ప్రయోజనం కూడా కలుగుతుంది.ఇది నా ఖచ్చితమైన వివేకవంతమైన అభిప్రాయం.ఈ విధానాన్ని అనుసరించడం ఆంగ్లేయ ప్రభుత్వపు ఆవశ్యక కర్తవ్యం

లక్ష్మీ బాయి

కానీ స్వాధీనం చేసుకునే అవకాశాన్ని వదులుకోకూడదు. అలాంటి అవకాశాలు సృష్టించబడతాయి. రాష్ట్రానికి వారసుడు ఉండకూడదు, లేదా ప్రభుత్వ అనుమతితో వారసుడిని తయారు చేయకపోయినా, ఈ రెండు రకాల అవకాశాలను ఎప్పటికీ వదులుకోకూడదు. ఇంగ్లీషు ప్రభుత్వం ఈ విధానాన్ని అనుసరిస్తోంది.అందుకే ఝాన్సీని ఎలాగైనా తన ఆధీనంలోకి తీసుకోవాలని భావించింది.భారత ప్రభుత్వానికి మల్కం పంపిన తగిన సమాచారం కూడా ఈ విధానాన్ని సూచిస్తుంది.అందుకే గంగాధరరావు మరణానంతరం ప్రభుత్వం ఉద్దేశపూర్వకంగా జాప్యం చేసింది.

గవర్నర్ జనరల్‌కు రాణి దరఖాస్తు

మాల్కం పై సమాచారాన్ని ప్రభుత్వానికి పంపిన సమయంలో, గవర్నర్ జనరల్ అవధ్ ప్రావిన్స్‌లో పర్యటనలో ఉన్నారు. నాలుగైదు నెలలుగా సమాధానం రాకపోవడంతో రాణి లక్ష్మి ఆందోళన చెందడం సహజం. ఆమె తన తండ్రితో పదేపదే ఈ విషయం గురించి చర్చిస్తుంది మరియు మోరోపంత్ ఆమెకు ఓపికగా ఉండేవాడు. చివరికి, రాణి, తన మంత్రులతో సంప్రదించి, మేజర్ ఎల్లిస్ ద్వారా గవర్నర్ జనరల్‌కు ఒక లేఖ రాశారు, ఈ లేఖ యొక్క సంక్షిప్త రూపం క్రింది విధంగా ఉందిఈ ప్రావిన్స్‌లో బ్రిటీష్ రాజ్యాన్ని స్థాపించడానికి ముందు, మా మామగారైన శివరావు భావు ఆంగ్ల ప్రభుత్వానికి సహాయం చేశారని ఝాన్సీ రాష్ట్ర రికార్డుల నుండి స్పష్టంగా తెలుస్తుంది, అందుకు ప్రతిఫలంగా చేసిన ఆంగ్లేయుల దయకు మేము ఎల్లప్పుడూ కృతజ్ఞులం. 1842లో, కల్నల్ స్లీమస్ మా హోడ్‌ని పంపారు, ఆమె భర్తతో ఒప్పందం కుదుర్చుకుంది, దాని ప్రకారం 1817లో రామచంద్రరావుతో చేసిన ఒప్పందానికి పూర్తి గుర్తింపు లభించింది. శివరావు భౌ యొక్క మంచి ప్రవర్తన మరియు అతనితో స్నేహపూర్వక సంబంధాల కారణంగా, ఆంగ్ల ప్రభుత్వం ఈ విధంగా చేసింది. అతని చివరి కోరిక

మేరకు రామచంద్రరావుతో సంధి.. ఝూన్సీ సంస్థానం అతనికి వంశపారంపర్యంగా అప్పట్లోలభించింది.దీనితో ఝూన్సీ రాజు ఎవరైనా దురదృష్టం వల్ల సంతానం లేకుండా ఉండిపోతే, ఆయన దత్తపుత్రుడికి, మన వారసత్వానికి ప్రభుత్వం పూర్తి గుర్తింపు ఇస్తుందని ధృవీకరిస్తోంది. రాష్ట్రం ఎప్పటికీ అంతం కాదు.హిందూ గ్రంధాలలో చనిపోయిన పూర్వీకులకు పిండాస్ మొదలైనవాటిని అందించడానికి ఒక ఆరాస్ మరియు దత్తపుత్రుడు మధ్య తేడా లేదు.

పరిగణించబడలేదు. కాబట్టి దత్తపుత్రుడిని చేయడం హిందూ మతానికి అనుకూలం. ఈ నియమం ప్రకారం, మరణించిన మా భర్త దత్తపుత్రుడు కావాలనే కోరికను వ్యక్తం చేశాడు మరియు పండితులచే నియమాల ప్రకారం దత్తత తీసుకున్నారు. ఈ సందర్భంగా మహారాజ్ ఆదేశాల మేరకు మేజర్ ఎల్లిస్ మరియు కెప్టెన్ మార్టిన్‌లను కూడా ఆహ్వానించారు. అప్పుడు అతను మీకు పంపమని మేజర్ ఎల్లిస్‌కి వ్రాతపూర్వక

పరిగణించబడలేదు. కాబట్టి దత్తపుత్రుడిని చేయడం హిందూ మతానికి అనుకూలం. ఈ నియమం ప్రకారం, మరణించిన మా భర్త దత్తపుత్రుడు కావాలనే కోరికను వ్యక్తం చేశాడు మరియు పండితులచే నియమాల ప్రకారం దత్తత తీసుకున్నారు. ఈ సందర్భంగా మహారాజ్ ఆదేశాల మేరకు మేజర్ ఎల్లిస్ మరియు కెప్టెన్ మార్టిన్‌లను కూడా ఆహ్వానించారు. అప్పుడు అతను మీకు పంపమని మేజర్ ఎల్లిస్‌కి వ్రాతపూర్వక

ఈ లేఖను గవర్నర్ జనరల్‌కు పంపారు. మేజర్ ఎల్లిస్ డిసెంబర్ 24, 1853న ప్రభుత్వానికి రాసిన లేఖలో రాణి హక్కును సమర్థిస్తూ- "ఝూన్సీ మరియు ఓర్చాతో చేసుకున్న ఒప్పందాల ఉద్దేశం ఒకటే కాబట్టి ఒకరికి కుమారుడిని దత్తత తీసుకునే హక్కును మరొకరికి ఇవ్వడం లేదు. ఇవ్వడం న్యాయం కాదు. మార్చి 27, 1836 నాటి లేఖలో, కుమారుడిని దత్తత తీసుకునే పూర్తి హక్కు రాచరిక రాష్ట్రాల పాలకులకు ఉందని కోర్టు ఆఫ్ డైరెక్టర్స్ అంగీకరించారు. నేడు, వారి సేవలకు ప్రతిఫలంగా పాలకులుగా చేసిన రాజులు ఇతర రాజవంశాల వలె పురాతనమైనవారు కాదని, అందుకే వారి హక్కును అంగీకరించకూడదని చెప్పినట్లయితే, అది గొప్ప నిష్క్రమణ అని నేను భావిస్తున్నాను. దర్శకులు. ధిక్కారం ఉంటుంది. , ఈ లేఖ చాలా రోజులు బుందేల్‌ఖండ్ రాజకీయ ఏజెంట్ వద్ద ఉంది. నిజానికి, ఝూన్సీని బ్రిటిష్ సామ్రాజ్యంలో విలీనం చేసేందుకు సిద్ధమైంది

మాల్కం యొక్క రెండవ ఉపాయం

గంగాధర్ రావు మరణంతో, ఝాన్సీ రాష్ట్రం యొక్క అనిశ్చిత భవిష్యత్తునుచూసి, అతని పూర్వ స్థలంలోని మరొక బంధువు ఖాందేష్ ఈ రాష్ట్రానికి హక్కుదారు అయ్యాడు, అతని పేరు సదాశివరావు నారాయణ్. అతను ఝాన్సీ సింహాసనంపై తన హక్కును నొక్కిచెప్పుతూ మాల్కమ్‌కు ఒక వినతిపత్రాన్ని పంపాడు. మాల్కం డిసెంబర్ 31, 1853న గవర్నర్-జనరల్‌కు ఈ లేఖను పంపాడు మరియు అతని సిఫార్సుతో పాటు ఇలా వ్రాశాడు - "దివంగత రాజు పూర్వీకులలో వారసుడి హక్కు గుర్తించబడితే, ఈ దరఖాస్తుదారు అతని సమీప బంధువు. ఝాన్సీ." సింహాసనాన్ని వారసత్వంగా పొందే అర్హత ఉండవచ్చు.

మాల్కం అసలు ఝాన్సీ రాష్ట్రాన్ని ఇంగ్లీష్ స్టేట్‌లో విలీనం చేయడానికి ఎందుకు మొగ్గు చూపుతున్నాడో అర్థం కాలేదు. సదాశివరావు నారాయణ్‌ను ఝాన్సీ సింహాసనంపై కూర్చోబెట్టాలనుకున్నాడని అతని ఈ రెండో చాకచక్యం అర్థం చేసుకోకూడదు. సమస్యను మరింత జఠిలం చేసేందుకే ఆయన ఈ సిఫార్సు చేశారన్నది వాస్తవం.

ఝాన్సీ - విలీన నిర్ణయం

గంగాధర్ రావు మరణించిన దాదాపు మూడు నెలల తర్వాత గవర్నర్ జనరల్ తనపర్యటన నుండి తిరిగి వచ్చినప్పుడు మాత్రమే ఝాన్సీ కేసును పరిగణనలోకి తీసుకున్నారు. విదేశాంగ కార్యదర్శి జె. అటువంటి విషయాలలో P. గ్రాంట్ ఒక పెద్ద ఖర్చుదారుగా పరిగణించబడ్డాడు. అతను ఝాన్సీ రాష్ట్ర విలీన నివేదికను సిద్ధం చేశాడు. ఇందులో ఝాన్సీ రాష్ట్ర చరిత్ర, బ్రిటిష్ ప్రభుత్వంతో ఉన్న సంబంధాలను పూర్తిగా వీక్షిస్తూ ఝాన్సీని బ్రిటిష్ రాష్ట్రంలో విలీనం చేయాలని ఉద్ఘాటించారు. గవర్నర్ జనరల్ మరియు అతని కౌన్సిలర్లు తన నివేదికపై తగిన చర్చల తర్వాత వ్యక్తం చేసిన నిర్ణయం యొక్క సంక్షిప్త రూపం క్రింది విధంగా ఉంది- ఝాన్సీ నరేష్ గంగాధర్ రావు 1833 నవంబరులో తన కొడుకు లేని కారణంగా తన సొంత కొడుకును ఒకరోజు ముందు దత్తపుత్రుడిని చేసాడు. చెప్పిన కొడుకును ఝాన్సీ వారసుడిగా

అంగీకరించాలని అతని భార్య మరణాన్ని ప్రార్థిస్తుంది. విదేశాంగ కార్యదర్శి యొక్క సంక్షిప్త ఖాతా నుండి ఝాన్సీ మరియు బ్రిటిష్ పాలన యొక్క సంబంధం స్పష్టమవుతుంది. అందువల్ల, ఝాన్సీ రాష్ట్రంతో జరిపిన ఉత్తరప్రత్యుత్తరాలను జాగ్రత్తగా గమనిస్తూ, ఝాన్సీ రాష్ట్రం యొక్క భవిష్యత్తు ఏర్పాటు ఎలా ఉండాలనే దానిపై నా అభిప్రాయాన్ని తెలియజేస్తున్నాను. ఈ రాష్ట్రం బ్రిటీష్ ప్రభుత్వం చేతుల్లోకి వచ్చిందని, కాబట్టి రాజకీయ కోణంలో దీనిని తన చేతుల్లో ఉంచుకోవడమే సరైనదని నా అభిప్రాయం. నాగ్‌పూర్, ఝాన్సీ రాష్ట్రాలకు సంబంధించిన చర్చలో ఝాన్సీని ఎలా ఏర్పాటు చేయాలనేది ఇటీవల నిర్ణయించబడింది.

బుందేల్‌ఖండ్ చిన్న రాచరిక రాష్ట్రాలకు సంబంధించి చార్లెస్ మెట్‌కాఫ్ తీసుకున్న నిర్ణయాలు 1837లో ఆమోదించబడ్డాయి. ఆశ్రిత రాష్ట్రాల కోసం 1846లో కోర్ట్ ఆఫ్ డైరెక్టర్స్ నిర్దేశించిన నిబంధనల ప్రకారం వారసులు లేకుండా ఝాన్సీ రాష్ట్రాన్ని విలీనం చేయడానికి మాకు పూర్తి హక్కు ఉంది. పై సూత్రాలలో, సతారా వంటి సార్వభౌమాధికారం లేకుంటే, దత్తత తీసుకున్న వారసుడు ఏ రాచరిక రాజ్యం పొందలేడు. దీన్ని అనుమతించే బాధ్యత మాకు లేదు. బుందేల్‌ఖండ్ గురించి చార్లెస్ మెట్‌కాఫ్ కూడా అదే అభిప్రాయాన్ని కలిగి ఉన్నాడు. ఫ్రేజర్ వారసత్వ మరియు ఫిఫ్‌డమ్‌ల మధ్య ఎటువంటి వ్యత్యాసాన్ని అంగీకరించలేదు.

కొడుకు లేకపోతే దత్తపుత్రుడిని తయారు చేసుకోవచ్చు, కానీ దత్తపుత్రుడు హిందూ మత శాస్త్రం ప్రకారం ఉండాలి మరియు దీనికి బ్రిటిష్ ప్రభుత్వం నుండి ముందస్తు అనుమతి తీసుకోవాలని నేను అంగీకరిస్తున్నాను. జాగీర్ అది ఇచ్చేవాడికి. కొడుకు లేకపోతే జాగీరును ఆ ఆరాస్ వాపసు తీసుకోవచ్చు. ఝాన్సీ రాష్ట్రం బ్రిటీష్ ప్రభుత్వం ఇచ్చిన రాజ్యాధికారం. కాబట్టి, మనకుకొడుకు లేకపోతే అతన్ని వెనక్కి తీసుకునే హక్కు మాకు ఉంది. నిస్సందేహంగా ఝాన్సీ ఒక ఆశ్రిత రాష్ట్రం. ఇది టెహ్రీ రాష్ట్రం కంటే తక్కువ ఉచితం నిజానికి, ఇది టెహ్రీ మాజీ ప్రభువైన పీష్వా సుబేదార్‌కు ఇచ్చిన టెహ్రీ లాంటిదే. 1804లో శివరావ్ భౌ మరియు ఆంగ్ల ప్రభుత్వం మధ్య జరిగిన ఒప్పందంలో, ఝాన్సీకి చెందిన సుబేదార్ పేష్వాపై ఆధారపడిన వ్యక్తిగా పిలువబడ్డాడు.

ఈ విషయాన్ని స్వయంగా శివరావు కూడా అంగీకరించారు. తన మనవడికి రాజ్యాన్ని ఇవ్వాలని అతను ప్రభుత్వాన్ని అభ్యర్థించినప్పుడు, దీనికి పీష్వా అంగీకారం అవసరమని ప్రభుత్వం చెప్పింది. ఝాన్సీ పాలకులు పీష్వాకు అధీనంలో ఉన్నారని అన్ని ఆధారాలను బట్టి

స్పష్టమవుతోంది. 1817లో, పీష్వాల హక్కులు బ్రిటిష్ ప్రభుత్వానికి ఇవ్వబడ్డాయి, అయినప్పటికీ రామచంద్రరావుకు ఝాన్సీపై వారసత్వ హక్కులు లేవు

పరిగణించబడింది. అదే సంవత్సరంలో కుదిరిన ఒప్పందం నుండి అతను వంశపారంపర్య హక్కులను పొందాడు, అయినప్పటికీ అతను పూర్తి రాజుగా పరిగణించబడలేదు. 1835లో రామచంద్రున దత్తపుత్రుడికి రాజ్యాధికారం లభించింది. యొక్క వారసుడిగా పరిగణించబడలేదు; అతని మామ వారసుడిగా పరిగణించబడ్డాడు.

గంగాధరరావుకి వేరే కొడుకు లేడు; అందువల్ల, ఝాన్సీ రాష్ట్ర వారసత్వాన్ని నడిపించే వారసుడు లేడు. మరణానికి ఒకరోజు ముందు తీసిన గంగాధరరావు దత్తపుత్రుడు అతని వంశానికిదూరపు బంధువు. ఆసన్న మరణం సమయంలో చేసిన ఈ దత్తత పద్ధతి నమ్మదగినదిగా పరిగణించబడదు. ఇంతకు ముందు, రాజు దత్తపుత్రుడు కావాలనే కోరికను ఎప్పుడూ వ్యక్తం చేయలేదు.

రాజ్యాన్ని తన రాణి కింద ఉంచమని రాజు ప్రార్థిస్తాడని ప్రజలు భావించేవారు. కాబట్టి అతని నిర్ణయంతో అందరూ ఆశ్చర్యానికి లోనయ్యారు. కుమారుడిని దత్తత తీసుకోవడం వెనుక ఏదో ఉపాయం ఉన్నట్లు తెలుస్తోంది, ఎందుకంటే ప్రభుత్వ మొదటి ఒప్పందం శివరావు భావుతో సంతకం చేయబడింది, అతని వంశానికి వారసుడు లేడు. దతియా, తెహ్రీ మరియు జలౌస్ మొదలైన బుందేల్‌ఖండ్ రాష్ట్రాల మాదిరిగా దత్తపుత్రుడిని అంగీకరించమని లక్ష్మీబాయి ప్రార్థించింది.

తెహ్రీ మరియు దతియా స్వతంత్ర రాష్ట్రాలు. వారి నియమాలు ఆధారపడిన రాష్ట్రాలకు వర్తించవు. అవును, జలౌస్ దీనికి మినహాయింపు, కానీ ఇది ప్రభుత్వ స్వంత కోరిక, కొడుకును దత్తత తీసుకునే హక్కును ప్రభుత్వం అంగీకరించినట్లు కాదు. దత్తపుత్రుడిని తీసుకున్న తరువాత, జలౌస్ ప్రభుత్వం యొక్క రాచరిక రాష్ట్రంగా పరిగణించబడుతుంది. 1817 ఒప్పందాన్ని ఉటంకిస్తూ, కుటుంబ సంప్రదాయంలో ఈదత్తతను అంగీకరించమని రాణి ప్రార్థించింది, ఈ ప్రార్థన అంగీకరించబడదు. కొడుకును దత్తత తీసుకుంటే వారసుడిని ప్రభుత్వం నిర్ణయించేది. రామచంద్రరావు దత్తపుత్రుడు కూడా తిరస్కరించబడ్డాడు కాబట్టి ఈ విషయంలో ఎలాంటి వివాదాలకు తావు లేదు. ఝాన్సీ ఆశ్రిత రాష్ట్రమని పై వాస్తవాలు రుజువు చేస్తున్నాయి. అక్కడి పాలకులు బుందేల్‌ఖండ్‌లోని ఇతర ఆశ్రిత జాగీర్దార్‌ల వలె ఉన్నారు. అందువల్ల, మంజూరు చేసే వ్యక్తికి వారసుడిని నియమించే ప్రతి హక్కు ఉంది. బ్రిటిష్ వారితో

సంబంధాలు కలిగి ఉన్న ఝాన్సీ పాలకులందరికీ వారసులు లేరు. గంగాధరరావుకు కొడుకు లేడు. కుమారుడిని దత్తత తీసుకోవాలనే అతని కోరిక గురించి ప్రజలకు కూడా తెలియదు. రామచంద్రరావుకు వంశపారంపర్యంగా ఝాన్సీ రాష్ట్రం ఇచ్చారు.

ఆయన దత్తపుత్రుడిని కూడా ప్రభుత్వం తిరస్కరించింది. అందువల్ల గంగాధరరావు దత్తపుత్రుడిని తిరస్కరించే హక్కు ప్రభుత్వానికి ఉంది. ఈ హక్కు ప్రకారం ఝాన్సీని తన ఆధీనంలోకి తీసుకునే పూర్తి హక్కు ప్రభుత్వానికి ఉంది. ఈ చిన్న రాష్ట్రాన్ని స్వాధీనం చేసుకోవడం ద్వారా ప్రభుత్వానికి ప్రత్యేకంగా ప్రయోజనం లేకపోయినా, ఇది ఇప్పటికీ ప్రభుత్వ రంగమే. దీనిని తన అధీనంలోకి తీసుకోవడం వల్ల బుందేల్‌ఖండ్ వ్యవస్థను మెరుగుపరచడానికి ప్రభుత్వానికి సహాయపడుతుంది. ఇది ఝాన్సీకి కూడా లాభిస్తుంది. కింది వాస్తవాలు గమనించదగినవి-

రామచంద్రరావు తర్వాత రాజ్యాధికారం పొందినవాడు కుష్టు రోగి అని తేలింది. అతను తన మూడేళ్ళ పదవీకాలంలో తన అసమర్ధతను నిరూపించుకున్నాడు, ఝాన్సీ ఆర్థిక వ్యవస్థ కుదేలైంది. తర్వాత గంగాధరరావును సింహాసనంపై కూర్చొబెట్టారు. అతను కూడా పరిపాలించడానికి అనర్హుడని, కొంత కాలం వరకు అతనికి కూడా పూర్తి అధికారం ఇవ్వలేదు. జలౌన్ వంటి దత్తపుత్రుడిని స్వీకరించమని రాణి ప్రార్థించింది. 1832లోకుమారుడిని దత్తత తీసుకోవడానికి అనుమతి ఇచ్చే సమయంలో జలౌన్ వార్షిక ఆదాయం 15 లక్షలు, ఇది ఎనిమిదేళ్లలో సగం కంటే తక్కువగా ఉంది. అక్కడ రుగ్మతలు వ్యాపించాయి, రాష్ట్రానికి ముప్పై లక్షల అప్పు ఉంది. దాని పచ్చని భూమి ఎడారిగా మారడం ప్రారంభించింది. కాబట్టి ఝాన్సీ రాజు దత్తపుత్రుడిని అంగీకరించడం సరికాదు. ఇలా ఝాన్సీలో దత్తపుత్రుడికి జలౌన్ లాంటి గుర్తింపు ఇవ్వడం వల్ల వచ్చే ఫలితాలు బాగుండవు. ఈ విషయాలన్నింటినీ జాగ్రత్తగా పరిశీలించిన తర్వాత, రాజకీయాలు మరియు విధిని దృష్టిలో ఉంచుకుని, బ్రిటిష్ ప్రభుత్వం ఝాన్సీపై తన అధికారాన్ని పూర్తిగా అమలు చేయాలని నేను అభిప్రాయపడుతున్నాను. గంగాధరరావు దత్తపుత్రుడిని తిరస్కరించడం ద్వారా ఝాన్సీని వారసునిగా భావించి ఆంగ్లేయ రాష్ట్రంలో విలీనం చేయాలి. పొలిటికల్ ఏజెంట్ అభిప్రాయం ప్రకారం రాణికి మంచి జీతం ఇవ్వాలని, ఝాన్సీ పరిపాలనను లెఫ్టినెంట్ గవర్నర్ అధీనంలోఉంచాలన్నారు.

తేదీ 27 ఫిబ్రవరి 1854 క్రీ.శ డల్హౌసీ ఈ నిర్ణయంలో ఇచ్చిన వాదనల్లో ఎంత సారాంశం ఉందో గత ఖాతాల ద్వారా స్పష్టమవుతుంది. అతను చూపించడానికి ప్రయత్నించాడు

బ్రిటిష్ వారి దయతో ఝాన్సీ రాజ్యం రామచంద్రరావుకు దక్కిందని చెబుతారు. ఈ ప్రకటన పూర్తి మరియు నిజం కాదని మునుపటి ఖాతాల నుండి స్పష్టమైంది. డల్హౌసీకి ఇది కొత్త విషయం కాదు. అతని వాదనలలో ఎంత శక్తి ఉందో, జలౌన్ సందర్భం నుండి చాలా స్పష్టంగా తెలుస్తుంది; ఒక రాష్ట్రానికి ఒక హక్కు ఇవ్వకుండా మరో రాష్ట్రానికి హక్కు కల్పించడం నియంతృత్వం కాకపోతే ఇంకేమంటారు. కుమారుడు లేనప్పుడు, స్థానిక రాజు ఆంగ్ల ప్రభుత్వం నిర్ణయించే వ్యక్తిని మాత్రమే దత్తత తీసుకోవచ్చని పై వివరణలో అతను చెప్పాడు. దీనిని ఏమని పిలవవచ్చు? బ్రిటీష్ వారు నిర్ణయించిన బిడ్డను మీరు దత్తత తీసుకున్నా. ఈ నిర్ణయం హిందువులు స్వీకరించే మతపరమైన హక్కును స్పష్టంగా ఉల్లంఘించింది. ఈస్ట్ ఇండియా కంపెనీ హయాంలో, జార్జ్ III మంజూరు చేసిన చార్టర్‌లో మతపరమైన విషయాలలో జోక్యం ఉండదని స్పష్టం చేయబడింది - "దేశ నివాసుల సామాజిక మరియు మతపరమైన ఆచారాలు మరియు నియమాలకు సరైన గౌరవం ఇవ్వడానికి. హిందువులు లేదా ముస్లింల చట్టాల ప్రకారం ఎలా వ్యవహరిస్తారో అదే విధంగా కుటుంబాల యజమానుల హక్కులను పరిరక్షించాలనే నిబంధనను రూపొందించాలి.

డల్హౌసీ తీసుకున్న ఈ నిర్ణయాన్ని భారతీయులే కాకుండా చాలా మంది బ్రిటీష్ వారు కూడా విమర్శించారు. మేజర్ బెల్ తన 'ఇండియన్ ఎంపైర్' పుస్తకంలో తీవ్రంగా విమర్శించారు. ఈ నిర్ణయం ఆంగ్లేయ రాజ్య ద్రోహానికి బలమైన నిదర్శనం. బ్రిటిష్ ప్రభుత్వమే తన వాగ్దానాన్ని ఉల్లంఘించిందని స్పష్టమైంది. అతను ఝాన్సీ యొక్క మునుపటి పాలకులతో చేసుకున్న ఒప్పందాలను పక్కన పెట్టాడు. స్వదేశీ రాష్ట్రాలతో బ్రిటిష్ ప్రభుత్వం చేసుకున్న అన్ని ఒప్పందాల అర్థాన్ని వివరిస్తూ, పార్లమెంట్ హౌస్ సభ్యుడు డబ్ల్యూ. టెరెన్స్ రాశారు-

"ఒప్పందాల భాష తరచుగా సంక్షిప్తంగా ఉంటుంది మరియు వాటి పదాలు సాధారణఅర్థాన్ని మాత్రమే తెలియజేస్తాయి. ఊహాజనిత మరియు ప్రమాదవశాత్తూ జరిగిన సంఘటనల యొక్క మొత్తం అర్థాన్ని ముందుగా నిర్ణయించి, వాటిని సరిగ్గా అమర్చినట్లు వాటిలో కనుగొనబడింది. వారి నిజమైన ఖచ్చితమైన లక్ష్యం సాధారణ భాషలో శాంతి మరియు స్నేహ సంబంధాల యొక్క ఖచ్చితమైన వివరణను అందించడం. ఈ ఒప్పందాల యొక్క ఉద్దేశ్యం ఏమిటంటే, అవసరమైనప్పుడు

అయితే, వాటిని రెండు పార్టీలకు ఆమోదయోగ్యమైన రీతిలో ఉపయోగించాలి లేదా నిష్పక్షపాత వ్యక్తి నిర్ణయం తీసుకోవాలి. ఇది పరస్పర హక్కుల నియమం. ఈ నియమాన్ని

గమనిస్తే, వారసత్వ రూపంలో వారసత్వం ఇచ్చినప్పుడు, ఆ సమయంలో వారసుడు ఎవరైతే, రాష్ట్రానికి సంబంధించిన అన్ని హక్కులు మరియు కీర్తిని పొందుతారని అర్థం. ఈ విషయం విదేశీయుల శాసనం ప్రకారం నిర్ణయించబడదు, కానీ ఒప్పందం ద్వారా స్వయంప్రతిపత్తిని రక్షించాల్సిన రాష్ట్ర చట్టాల ప్రకారం నిర్ణయించబడుతుంది."

కానీ ఝాన్సీపై తన నిర్ణయాన్ని రాసేటప్పుడు, డల్హౌసీ ఈ ఉద్దేశాన్ని అర్థంచేసుకునే ప్రయత్నం చేయలేదు. నిజానికి దత్తత విషయంలో బ్రిటిష్ ప్రభుత్వం ఎప్పుడూ ఇష్టారాజ్యంగా వ్యవహరిస్తోంది. ఆమె ఎక్కడ మరియు ఎప్పుడు అలా చేయాలనేది తన ఆసక్తిగా భావించినప్పుడు, ఆమె దత్తత తీసుకోవడానికి అనుమతినిస్తుంది మరియు అలా చేయకపోవడం ప్రయోజనకరమని ఆమె భావించినప్పుడు, ఆమె దానిని నిరాకరించింది. ముందుగా చెప్పబడిన జలౌస్ మొదలైన సందర్భాలలో అతని ఈ విధానం పూర్తిగా స్పష్టమవుతుంది. దీనికి మరికొన్ని ఉదాహరణలు కూడా ఇవ్వవచ్చు. ఈ సందర్భంలో, వీర్ వినాయక్ దామోదర్ సావర్కర్ రచన 'ది ఫ్రీడమ్ స్ట్రగుల్ ఆఫ్ 1857' నుండి ఈ క్రింది పంక్తులను ఉటంకించడం సముచితంగా ఉంటుంది-

'ఇంతకు ముందు మరణించిన రాజుల భార్యల దత్తపుత్రులకు బ్రిటిష్ వారు ఎప్పుడూ గుర్తింపు ఇవ్వకపోతే, మేము ఏమీ అనలేము, కానీ 1826 లో దౌలత్ రావ్ షిండే యొక్క వితంతువు, 1836 లో జంకోజీ షిండే యొక్క దత్తత తీసుకున్నది. వితంతువు కుమారులు, 1834లో ధర్ రాజా వితంతువు మరియు 1841లో కిషన్‌గఢ్ రాణిని బ్రిటిష్ వారు గుర్తించారు. ఒకటి కాదు, రెండు కాదు, అతను అనేక దత్ శాసనాలను ఆమోదించాడు, అయితే ఆ సమయంలో బ్రిటిష్ వారు దత్తత హక్కును అంగీకరించడం ప్రయోజనకరంగా ఉందనేది ఈ సత్యాన్ని మరచిపోకూడదు.

రాణి యొక్క మానసిక స్థితి

ఇంతలో, ప్రభుత్వం నుండి సమాధానం రాని వరకు, రాణిలక్ష్మీబాయి తన దత్తపుత్రుడి భవిష్యత్తు గురించి ఆందోళన చెందింది. డిసెంబరు 3 న పంపిన అతని దరఖాస్తుకు సమాధానం రెండు నెలల వరకు రాలేదు, కాబట్టి ఫిబ్రవరి 16, 1854 న, అతను మళ్లీ గవర్నర్ జనరల్‌కు మాల్కం ద్వారా ఒక దరఖాస్తును పంపాడు, అందులో అతను ఆమోదించిన

చట్టాన్ని సమర్థించాడు. మాల్కం ఫిబ్రవరి 28న పంపారు. ఇప్పటి వరకు మాల్కం రాణి అధికారాన్ని ఎప్పుడూ వ్యతిరేకించాడని, కానీ ఈ లేఖలో అతను తన అధికారాన్ని సమర్థించాడని గమనించాలి. ఈ లేఖ పంపడానికి ముందే డల్హౌసీ తన నిర్ణయం తీసుకున్నాడు. రాణి మరియు ఆమె సభికులు ఆశతో కూర్చున్నారు, కానీ ఇప్పటికీ సందేహం వారిని విశ్రాంతి తీసుకోనివ్వలేదు. ఈ రోజుల్లో, రాణి ఎక్కువగా పూజలు చేయడం, మత గ్రంథాల కథలు చదవడం మరియు వినడం వంటి వాటితో గడిపేది.

విలీనం ప్రకటన

వాస్తవానికి, డల్హౌసీ యొక్క పై నిర్ణయంతో ఫిబ్రవరి 27, 1854న బ్రిటీష్ రాష్ట్రంలో ఝాన్సీ విలీనం ప్రకటించబడింది, అయితే సమాచారం మొదట బుందేల్‌ఖండ్ రాజకీయ ఏజెంట్ మల్కామ్‌కు పంపబడింది. మాల్కం దానిని ఝాన్సీ వద్ద డిప్యూటీ పొలిటికల్ ఏజెంట్ ఎల్లిస్‌కి పంపాడు మరియు అతను రాణి దగ్గరకు తీసుకెళ్లాడు.

ఆ ఉదయం, రాణి తన దినచర్య నుండి విరమించుకున్న తర్వాత కూర్చుని ఉంది, ఆలిస్ రాక గురించి ఆమెకు సమాచారం అందింది. సమాచారం అందిన వెంటనే అతని మదిలో అనేక వాదనలు మొదలయ్యాయి. ఆలిస్‌ను కోర్టుకు పిలవమని కోరుతూ రాణి కూడా అక్కడికి చేరుకుంది. కోర్టులో కూర్చున్న మంత్రులు, కౌన్సిలర్లు, మోరోపంత్ తదితరులు ప్రభుత్వ ఉత్తర్వు వినేందుకు ఆసక్తిగా ఎదురుచూస్తున్నారు. రాణి తెర వెనుక కూర్చుంది. ఆలిస్ కూడా గౌరవంగా కూర్చుంది. సీరియస్‌గా, సానుభూతితో అన్నాడు –

"మహారాణి సాహిబ్! నేను చాలా కాలంగా కోరుకున్న మరియు అందుకోవడానికి ఇంత వరకు ఆత్రుతగా ఎదురుచూస్తున్న శుభవార్తను మీకు చెప్పలేకపోతున్నందుకు చాలా చింతిస్తున్నాను. ప్రభుత్వం ధైర్యంగా అందుకు విరుద్ధంగా ప్రభుత్వ ప్రకటనను ఉటంకించడానికి నేను కట్టుబడి ఉన్నాను.

మీ సబ్జెక్ట్‌ల పేర్లను జారీ చేసింది. ప్రకటన ఇలా ఉంది. ,

దీని తరువాత, అతను వ్రాసిన డిక్లరేషన్‌ను చదివి వినిపించాడు –

"ఝాన్సీ రాష్ట్రంలోని అన్ని సబ్జెక్టుల కోసం, ప్రభుత్వం ఈ ఉత్తర్వు ద్వారా మహారాజ్ గంగాధరరావు నవంబర్ 21, 1853న మరణించినట్లు ప్రకటించింది. ఆ మహారాజ్‌ను ఆంగ్లేయ

ప్రభుత్వ ప్రతినిధిగా నియమించారు. వారి పూర్వీకులు పీష్వా నుండి ఝాన్సీ యొక్క సుబేదారిని పొందారు, కాబట్టి వారు పేష్వాలకు అధీనంలో ఉన్నారు.1817లో బ్రిటిష్ వారితో జరిగిన ఒప్పందంలో, పీష్వా మాకు ఝాన్సీ ప్రావిన్స్ యొక్క అన్ని పరిపాలనా హక్కులను ఇచ్చారు, అప్పటి నుండి బ్రిటిష్ వారు ప్రభుత్వమే దాని నిజమైన అధికారం.అప్పటి నుండి ఝాన్సీ సింహాసనంపై కూర్చున్న పాలకులందరూ బ్రిటిష్ వారి ఆధ్వర్యంలో వారి ప్రతినిధులు.బ్రిటీష్ ప్రభుత్వం తన కింది రాజులలో ఎవరికీ కొడుకును దత్తత తీసుకునే హక్కును ఎప్పుడూ ఇవ్వలేదు మరియు దత్తపుత్రుడు అనే షరతును అంగీకరించలేదు. రాజు తన దత్తపుత్రుడితో సమానమైన హక్కులను కలిగి ఉంటాడు.

కాబట్టి, గవర్నర్ జనరల్ గంగాధర్ రావు మరణానంతరం, అతనికి వేరే కొడుకు లేనందున, అతను తన దత్తపుత్రుడిని తిరస్కరించాడు మరియు మార్చి 7, 1854 నాటి ఉత్తర్వు ప్రకారం, ఝాన్సీ రాష్ట్ర ప్రాంతమంతా సబ్‌గా ఉండాలని ప్రభుత్వం ప్రకటించింది. -బుందేల్‌ఖండ్ రాజకీయం. ఏజెంట్ మేజర్ ఎల్లిస్ కింద ఉంచబడ్డారు. అందువల్ల, ఇకమీదట, ఈ రాష్ట్రం మొత్తం బ్రిటిష్ ప్రభుత్వ పాలనలో ఉన్నట్లు భావించబడుతుంది మరియు భవిష్యత్తులో ఇది బ్రిటిష్ పాలనలోనే ఉంటుందని మరియు మేజర్ ఎల్లిస్‌కు పన్నులు మొదలైనవన్నీ చెల్లిస్తుందని ఝాన్సీ రాష్ట ప్రజలు గమనించాలి. బ్రిటిష్ప్రభుత్వ ప్రతినిధి."

నా ఝాన్సీని ఇవ్వను

ఖచ్చితంగా ఈ ప్రకటన రాణి లక్ష్మీ బాయి మరియు ఝాన్సీ ప్రజల కోరికలను నీరుగార్చింది. ఆ ప్రకటన విన్న రాణి స్పృహతప్పి పడిపోయింది. అనేక చర్యలు తీసుకున్నప్పటికీ, అక్కడ ఉన్న ప్రజలు అతని అపస్మారక స్థితిని చూడగానే, రాజ కుటుంబానికి చెందిన వైద్యుడిని పిలిపించారు. అతని చికిత్స తర్వాత, అతని అపస్మారక స్థితి దాదాపు గంటలో విరిగిపోయింది. అందరూ అతనిని అనేక విధాలుగా ఓదార్చడం ప్రారంభించారు, కానీ అందరూ ఈ ప్రకటనతో నిరాశ చెందారు. మేజర్ ఎల్లిస్ వారిని ఓదార్చారు

గివింగ్ అన్నాడు - "రాజకీయ ఏజెంట్ ఆజ్ఞ ప్రకారం, మీరు తగిన విధంగా గౌరవించబడతారు మరియు మీ నిర్వహణకు ఉదారంగా ఏర్పాట్లు చేస్తారు. ఈ మాటలు విన్న రాణి గర్జించింది - "నేను నా ఝాన్సీని ఇవ్వను."

రాణి యొక్క ఈ మాటలు ఆ సమయంలో ఆమె అభిరుచి యొక్క వ్యక్తీకరణలని అర్థం చేసుకున్నప్పటికీ, భవిష్యత్తులో జరిగే సంఘటనలు ఈ పదాలు ఖాళీ మాటలు కాదని నిరూపించాయి, అయితే ఇది రాణి యొక్క దృఢ సంకల్పం, ఆమె గర్వాన్ని గౌరవించటానికి, ఆమె చివరకు ఆమె ప్రాణాలను బలితీసుకుంది.

కోట వదిలి వెళ్ళవలసి వచ్చింది

ఝాన్సీ రాష్ట్రాన్ని ఆంగ్ల రాష్ట్రంలో విలీనం చేసిన తర్వాత మేజర్ మాల్కం గవర్నర్ జనరల్‌కు లేఖ రాశారు, అందులో మహారాణి లక్ష్మీబాయికి

ఈ క్రింది సౌకర్యాలు సిఫార్సు చేయబడ్డాయి-

1. మహారాణి లక్ష్మీ బాయికి ఝాన్సీ నిధి నుండి లేదా ఆమె జీవితాంతం ఎక్కడి నుండి అయినా ఐదు వేల రూపాయలు ఇవ్వాలి.

2. ఝాన్సీకి చెందిన రాజమహల్ ఆమెకు నివసించడానికి

3. ఇవ్వాలి మరియు ఆమె అక్కడ నివసించడానికి అనుమతించాలి. యాజమాన్యంలో ఉన్నట్లు పరిగణించబడుతుంది కానీ ఆంగ్ల ప్రభుత్వ న్యాయస్థానాలకు పరిగణించే హక్కు ఉండకూడదు.

4. దివంగత మహారాజ్ గంగాధర్ రావు చివరి కోరిక ప్రకారం, రాణి తన వ్యక్తిగత డబ్బు మరియు అతని వ్యక్తిగత బట్టలు-నగలు మొదలైన వాటి నుండి రాష్ట్ర లావాదేవీలను చెల్లించిన తర్వాత మిగిలిన వాటిపై హక్కు కలిగి ఉండాలి. వారి బంధువుల జాబితాను సిద్ధం చేసి వారికి జీవనోపాధికి ఏర్పాట్లు చేయాలి. గవర్నర్ జనరల్ లార్డ్ డల్హౌసీ ఈ డిమాండ్లలో మొదటి మూడు డిమాండ్లను అంగీకరించారు, కానీ నాల్గవ డిమాండ్‌ను సవరించారు మరియు మార్చి 25, 1854 నాటి తన లేఖలో మాల్కమ్‌కు రాశారు- "రాజ్యాంగం ప్రకారం గంగాధర్ రావు దత్తపుత్రుడు ఝాన్సీ రాష్ట్రంలో భాగమే అయినప్పటికీ వారసత్వంగా పొందలేరు, అయినప్పటికీ అతని వ్యక్తిగత ఆస్తి మరియు రాష్ట్రం

నగలు మొదలైన వాటిపై అతనికి హక్కు ఉంది. అందువల్ల ఈ ఆస్తిని రాణికి ఇవ్వలేము. , దీని ప్రకారం, పైన పేర్కొన్న సంఘటనల గురించి రాణికి తెలియజేయబడింది. ఝాన్సీ యొక్క రాజకీయ ఏజెంట్ ఝాన్సీ ఖజానా నుండి రాణి కుమారుడు దామోదర్ రావు పేరు మీద 6

లక్షల రూపాయలను డిపాజిట్ చేశాడు మరియు అతను మెజారిటీ వచ్చినప్పుడు ఈ మొత్తాన్ని వడ్డీతో సహా అతనికి తిరిగి ఇచ్చేలా ఏర్పాటు చేశాడు. రాష్ట్రంలోని అన్ని వజ్రాలు మరియు నగలు మొదలైనవి రాణికి ఇవ్వబడ్డాయి. ఝాన్సీ మాజీ పాలకుడు రామచంద్రరావు మరణం తరువాత, ఝాన్సీ రాజకుటుంబం కోటలో నివసించేది, కానీ ఇప్పుడు మహారాణి లక్ష్మీబాయి కూడా దానిని విడిచిపెట్టవలసి వచ్చింది. అంతా అయిపోయాక కోటలో ఉండి ఏం చేయాలి. ఇలా ఆలోచిస్తూ మరో రాజభవనానికి వెళ్లింది.

సైనికుల సేవలు రద్దు చేయబడ్డాయి

ఝాన్సీ - విలీనానికి సంబంధించి బ్రిటిష్ వారి వాదనలలో ఒకటి ఝాన్సీప్రజల సంక్షేమానికి దారి తీస్తుంది. ఈ వాదన పూర్తిగా తప్పు. ఈ రకమైన విలీనం ఎల్లప్పుడూ నిరుద్యోగం, గందరగోళం మొదలైనవాటిని పెంచుతుంది. ఈ విషయంపై, జాస్ సాల్విస్ తన పుస్తకం 'ఎ ప్లీ ఫర్ ప్రిన్సెస్ ఆఫ్ ఇండియా'లో రాశారు- 'రాజ్యాల స్వయంప్రతిపత్తికి భంగం వాటిల్లినప్పుడు, ఒక ఆంగ్లేయ కమీషనర్ రాజు స్థానంలో కూర్చుంటాడు.

అతని సహచరులలో ముగ్గురు లేదా నలుగురు అనేక డజన్ల మంది స్థానిక అధికారులను తొలగించారు మరియు వేలాది మంది స్థానిక సైనికుల స్థానంలో, కొన్ని వందల మంది సైనికులను నియమించారు. పురాతన కాలం నాటి ఆస్థానం అదృశ్యమవుతుంది, వాణిజ్యం కూలిపోతుంది, రాజధాని నాశనం చేయబడింది, ప్రజలు పేదలుగా మారారు మరియు బ్రిటీష్ వారు గొప్ప అభివృద్ధిని సాధిస్తారు.

ఇంగ్లీషు స్పాంజ్ లాగా గంగా తీరానికి; ఈ భూమిని నానబెట్టి, వారు పన్ను నది ఒడ్డున ఉన్న ఇంగ్లాండ్‌కు తీసుకువెళతారు. 11 జాస్ సాల్విస్ చెప్పిన ఈ మాటల్లో ఆయన శైలి అలంకారికంగా ఉన్నప్పటికీ కొంత భావుకత ఉండొచ్చు. బ్రిటిష్ వారు ఝాన్సీ పరిపాలనను తమ చేతుల్లోకి తీసుకున్న వెంటనే, అక్కడ –

సైన్యంలోని సైనికులకు ఆరు నెలల జీతం ఇవ్వడం ద్వారా వారి సేవలను రద్దు చేశారు. వారి స్థానంలో ఇంగ్లీషు సైన్యంలో కొత్త వారిని నియమించారు. బెంగాల్ పదాతిదళం యొక్క పన్నెండవ ప్లాటూన్ ఝాన్సీ కోటలో ఉంచబడింది. కోటలో సంవత్సరాలుగా పేరుకుపోయిన యుద్ధ దుకాణాలు ధ్వంసమయ్యాయి.

పీష్వా కాలంలోని ఫిరంగులు కూడా ధ్వంసమయ్యాయి. తన విశ్వాసపాత్రులైన సైనికులను బ్రిటీష్ వారు ఈ విధంగా సేవ నుండి తొలగించడం మరియు తన భర్త పూర్వీకుల తరతరాలు పోగుచేసిన యుద్ధ సామాగ్రి క్షీణించడం వల్ల మహారాణి లక్ష్మీబాయి విపరీతమైన బాధను అనుభవించారని ప్రత్యేకంగా చెప్పనవసరం లేదు. ఇంత నిస్సహాయ స్థితిలో ఆమె ఏం చేయగలదు.

మరొక ప్రయత్నము

ఊపిరి ఉన్నంత కాలం ఆశ ఉంటుంది' అంటారు. ఝాన్సీ రాష్ట్రం బ్రిటీష్ రాష్ట్రంలో విలీనం చేయబడింది. మేజర్ స్కీన్‌ని అక్కడ కమీషనర్‌గా చేసారు, అయినప్పటికీ రాణి తన ఝాన్సీని తిరిగి పొందగలదనే ఆశతో ఉంది. బహుశా అతనికి బ్రిటీష్ వారి న్యాయంపై చాలా నమ్మకం ఉంది లేదా ప్రయత్నించడం మనిషి యొక్క విధి అని అతను భావించి ఉండవచ్చు. అందుకే తన హక్కుల కోసం లండన్ లోని 'కోర్ట్ ఆఫ్ డైరెక్టర్స్'లో పిటిషన్ వేయాలని నిర్ణయించుకున్నాడు.

ఈ పని కోసం, అతను ప్రముఖ న్యాయవాది ఉమేష్చంద్ర బెనర్జీని ఎంచుకున్నాడు. అతనితో పాటు మరో యూరోపియన్ రెసిడెంట్ పెద్దమనిషిని అరవై వేల రూపాయలు చెల్లించి లండన్ పంపించారు. ఈ ఇద్దరు గొప్ప వ్యక్తులు లండన్ వెళ్లిన తర్వాత ఈ విషయంలో ఏం చేశారో ఏమీ తెలియదు. ఈ రెండు రూపాయలూ డాకర్‌కు వెళ్లాయని కూడా చెబుతున్నారు. దురదృష్టవశాత్తు, మహారాణి లక్ష్మీబాయి ఈ ప్రయత్నంలో కూడా విజయం సాధించలేదు. చివరగా, ఆగష్టు 2, 1854న, 'కోర్ట్ ఆఫ్ డైరెక్టర్స్' కూడా ఆంగ్ల రాష్ట్రంలో ఝాన్సీ విలీనానికి ఆమోదం తెలిపింది మరియు అధికారిక ప్రకటన కూడా చేసింది.

తల్లి విధి

అన్ని విధాలుగా నిరాశ చెందిన తరువాత, మనిషికి భగవంతుడిని మాత్రమే ఆశ్రయిస్తాడు. అర్థం చేసుకోవడం ప్రారంభమవుతుంది. భర్త మరణం, ఆ తర్వాత జరిగిన సంఘటనల వల్ల కొంతకాలంగా మహారాణి లక్ష్మీబాయి మానసిక పరిస్థితి కూడా అలాగే తయారైంది. ఆ

సమయంలో అతని జీవితం మత స్ఫూర్తితో కూడిన మహాత్ముడిలా మారింది. ఆమె బ్రహ్మముహూర్తంలో ఉదయాన్నే లేచి, స్నానం చేసి, నిత్యకృత్యాలు ముగించుకుని పూజలు చేసి, ఎనిమిది గంటలకు పూజలు చేసి లేచి, రాజభవన ప్రాంగణంలో, స్నానం ముగించుకుని గుర్రపుస్వారీ, వ్యాయామం మొదలైనవి చేసేది. మళ్ళీ పదకొండు గంటలకు ఆమె దానధర్మాలు మరియు దానధర్మాలు మొదలైనవి చేసింది మరియు 12 గంటలకు ఆహారం తీసుకుంది, ఆ తర్వాత కొంత సమయం విశ్రాంతి తీసుకుంటుంది. హాయిగా లేచి మూడు గంటల వరకు రాముని నామాన్ని పదకొండు వందల సార్లు పఠించి, దాని పిండితో బంతులు తయారు చేసి చేపలకు తినిపించింది. సాయంత్రం నుంచి రాత్రి ఎనిమిది గంటల వరకు ఆమె పురాణాలు మొదలైన కథలు వింటూ ఉండేది. దీని తరువాత, కలిసిన వారికి కొంత సమయం ఫిక్స్ చేయబడింది. దీని తరువాత ఆమె మూడవ సారి స్నానం చేసి, పూజ చేసి, ప్రసాదం తీసుకొని నిద్రపోతుంది. ఆ రోజుల్లో అతని తండ్రి మోరోపంత్ ఇంటి పని చూసుకునేవాడు.

మెల్లగా రెండేళ్లు గడిచాయి. ఆయన దత్తపుత్రుడు దామోదర్ రావు వయసు ఏడేళ్లు. రాణి తన యజ్ఞ యాగాదులు నిర్వహించడం సముచితమని భావించింది. ఈ విషయమై తన తండ్రితో పాటు ఇతర ఉద్యోగులతో చర్చించారు. ఈ పనికి దామోదర్ రావు పేరిట బ్రిటిష్ ఖజానాలో జమ అయిన ఆరు లక్షల రూపాయల్లో లక్ష రూపాయలు డిమాండ్ చేయాలని సూచించారు. దీనికి రాణి కూడా అంగీకరించింది. ఈ పనికి కమీషనర్ డబ్బు ఇవ్వరని ఆమె మాజీ మంత్రి ముందే చెప్పారు, కాని రాణి గట్టిగా చెప్పింది - "ఆ డబ్బు మాది, ఇది మా పిల్లల పని కోసం ఉంచబడింది. ఈ పవిత్ర మరియు మతపరమైన వేడుక కంటే మరేం చేయగలదు? మేము దానిని మా ఆనందం కోసం లేదా వారు ఇవ్వని ఇతర ప్రయోజనం కోసం అడగడం లేదు. చివరికి ఈ మేరకు రాణి స్వయంగా కమిషనర్‌కు లేఖ రాసింది. ఈ లేఖ యొక్క సంక్షిప్త హిందీ వెర్షన్ ఇక్కడ ఇవ్వబడింది-

సర్,

మన యువరాజు Ch. దామోదర గంగాధరరావుగారికి ఏడవ సంవత్సరం వచ్చింది. అందువల్ల మేము మతపరమైన మరియు కుటుంబ సంప్రదాయం మరియు వంశపారంపర్యంగా ఉండాలని కోరుకుంటున్నాము.

వ్యక్తి యొక్క గౌరవం ప్రకారం, అతని బలి కార్యక్రమం చేయాలి, తద్వారా అతని విద్య మరియు దీక్ష కూడా సమయానికి ప్రారంభించబడవచ్చు మరియు అతను తన మతపరమైన మరియు

కుటుంబ కార్యక్రమాలు, యాగం మొదలైన వాటిలో కూడా పూర్తిగా పాల్గొనవచ్చు. ఈ ఆచారం యొక్క ఖర్చు ఒక లక్ష రూపాయలుగా అంచనా వేయబడింది, ఎందుకంటే వారి ఉన్నత రాజవంశం యొక్క ప్రతిష్ట మరియు గౌరవానికి అనుగుణంగా వేడుక జరగడం ఖచ్చితంగా అవసరం. ఇది అతని సర్వతోముఖ సంక్షేమం. అందుచేత, రాజుగారి పేరు మీద ఇంగ్లీషు ఖజానాలో భద్రపరచబడిన ఆరు లక్షల రూపాయలలో, దయచేసి మాకు వెంటనే ఒక లక్ష రూపాయలు పంపండి; కాబట్టి ఈ పవిత్ర వ్రతం కోసం ఇప్పటి నుంచే అవసరమైన ఏర్పాట్లు చేసుకోవచ్చు. ఈ అతి ముఖ్యమైన పనిలో మీరు అనవసరమైన జాప్యం చేయవద్దని మరియు వీలైనంత త్వరగా మా ప్రార్థనను అంగీకరించి మమ్మల్ని ఆశీర్వదించాలని ఆశిస్తున్నాము.

మీ శ్రేయోభిలాషిలక్ష్మీ బాయి

మహారాణి ఝాన్సీ

కొన్ని రోజులు వేచిచూడగా, కమీషనర్ సమాధానం వచ్చింది, అందులో అతను రూ. ఈ లేఖ యొక్క అర్థం ఇలా ఉంది-

మీ భర్త నేనే. గంగాధరరావు వ్యక్తిగత ఆస్తులన్నింటిపై ఆయన దత్తపుత్రుడు దామోదర్ గంగాధరరావుకు మాత్రమే హక్కు ఉంది. అతని చిన్న వయస్సు దృష్ట్యా, అతను మెజారిటీ

వచ్చే వరకు డబ్బు ఆంగ్ల ఖజానాలో భద్రంగా ఉంచబడింది. అందువల్ల, అతను పెద్దవాడే వరకు, అతనికి లేదా అతని బంధువులకు ఒక పైసా కూడా ఇవ్వలేము.

ఆంగ్ల ఖజానాలో అతనికి ఆరు లక్షల రూపాయల వారసత్వం ఉంది. అతను పెద్దవాడైనప్పుడు, అది వడ్డీతో తిరిగి ఇవ్వబడుతుంది. అందువల్ల, మీరు కోరుకున్నట్లు అటువంటి ఏర్పాటు చేయలేరు.

ఈ సమాధానంతో అందరూ చాలా నిరాశ చెందారు, కానీ రాణి
ధైర్యం కోల్పోలేదు. మళ్లీ కమిషనర్‌కి లేఖ రాశారు.

సర్,

మీ ఉత్తరం అందింది. దామోదర్ రావు బ్రిటీష్ ప్రభుత్వం వద్ద డిపాజిట్ చేసిన డబ్బు, అతను మెజారిటీ సాధించినప్పుడు వడ్డీతో సహా తిరిగి ఇవ్వబడుతుందని తెలుసుకోవడం చాలా సంతృప్తిని కలిగించింది.

అయినప్పటికీ, రాజ్‌కుమార్ దామోదర్ రావుకు లేదా అతని సంరక్షకులలో ఎవరికైనా మెజారిటీ వచ్చే వరకు అతను చేసే సంక్షేమ పనుల కోసం ఒక్క పైసా కూడా ఇవ్వలేమని మీ నిర్ణయాన్ని మేము పరిగణించము. అవును, దామోదర్ రావుకు ఇష్టం లేని లేదా ఆ డబ్బు వృధా అయ్యే అవకాశం ఉన్న ఏ పనికైనా అతనికి లేదా అతని బంధువులు లేదా సంరక్షకులకు డబ్బు ఇవ్వకూడదు.

హిందువులలో, ముఖ్యంగా బ్రాహ్మణులు మరియు క్షత్రియులలో, బలి అగ్ని కార్యక్రమం ముఖ్యమైన, పవిత్రమైన మరియు అవసరమైన ఆచారంగా పరిగణించబడుతుందని మీరు తప్పక తెలుసుకోవాలి. ఇది లేకుండా, పిల్లల విద్యను ప్రారంభించలేరు లేదా ఇహలోకంలో మరియు ఇహలోకంలో తన పూర్వీకుల క్షేమం కోసం యజ్ఞం-శ్రాద్ధం మొదలైనవాటిని చేసే హక్కు అతనికి లేదు. ఈ విశిష్ట పరిస్థితిలో దామోదర్ రావు పూర్వీకుల భవిష్యత్తు యోగక్షేమాలను దృష్టిలో ఉంచుకొని ఈ వ్రతం సజావుగా జరిగేలా ఆంగ్ల ప్రభుత్వం నుండి తగిన ధనాన్ని మాకు అందించాల్సిన బాధ్యత మీపై ఉంది.

వారి ప్రతిష్టను బట్టి.. మా అభిప్రాయం ప్రకారం, ఈ మొత్తం లక్ష రూపాయల కంటే తక్కువ ఉండకూడదు. కనీసం దామోదర్ రావు వారసత్వం నుండి అయినా ఈ మొత్తాన్ని మాకు ఇవ్వడానికి మీ ప్రభుత్వం కొన్ని కారణాల వల్ల అంగీకరించకపోతే, మేము దానిని వీలైనంత త్వరగా పొందాలి, తద్వారా మేము ఈ అతి ముఖ్యమైన బాధ్యతను .

మీరు మా ఈ అభ్యర్థనను ఆమోదించడంలో ఏదైనా అజాగ్రత్త లేదా అనవసరమైన జాప్యం చేసినట్లయితే, అప్పుడు మాకు హక్కు ఉంటుంది మహారాజ్ నియమించిన దామోదర్ రావు యొక్క సంరక్షకునిగా, ఈ పవిత్ర వేడుక కోసం ఎక్కడి నుండైనా మరియు ఏ విధంగానైనా ఈ డబ్బును పొందండి. ఈ పరిస్థితిలో, మీరు మరియు మీ ప్రభుత్వం దీని యొక్క ఏవైనా పరిణామాలకు పూర్తి బాధ్యత వహించాలి.

మాకు నమ్మకం ఉంది, మా సిగ్నల్‌పై మాత్రమే, మా సబ్జెక్ట్‌లు వారి స్వంతం. మహారాజ్ యొక్కయువరాజు యొక్క ఈ కర్మల కోసం ఒక లక్ష సంతోషంతో అనేక లక్షల రూపాయలు వసూలు చేస్తుంది, కానీ మేము అలాంటి పని చేయకూడదనుకుంటున్నాము. తద్వారా మీతో మరియు బ్రిటిష్ ప్రభుత్వంతో మా సంబంధాలు మరింత చేదుగా మారాయి.

మాకు పూర్తి విశ్వాసం ఉంది, మీరు పూర్తి వివేకం మరియు దూరదృష్టిని చూపడం ద్వారా మా సహేతుకమైన అభ్యర్థనను ఖచ్చితంగా అంగీకరిస్తారు మరియు మా ఇష్టానికి వ్యతిరేకంగా

మా స్వీయ పని చేయడానికి మమ్మల్ని బలవంతం చేయరు. ఈ శుభకార్యానికి డబ్బు కావాలి అని భర్తకు ఇష్టమైన సబ్జెక్ట్‌ల ముందు చెప్పండి మరియు దానిని నెరవేర్చడానికి ఆంగ్ల ప్రభుత్వం అంగీకరించదు. సమాధానం కోసం ఎదురు చూస్తున్నాను లక్ష్మీబాయి

మహారాణి ఝాన్సీ

ఈ లేఖకు సమాధానంగా కమీషనర్ ఇలా వ్రాశారు - "రాజ్‌కుమార్ దామోదర్ రావు యొక్క యాగ్యోపవీత్ సంస్కారం కోసం మీకు లక్ష రూపాయలు అవసరమైతే, మీరు ఝాన్సీలోని నలుగురు ప్రముఖుల భద్రతపై ప్రభుత్వం నుండి రుణం తీసుకోవచ్చు, కానీ వారసత్వం నుండి దామోదర్ రావు డబ్బులు ఇవ్వలేం. రాణి తల్లిగా తన కర్తవ్యాన్ని నిర్వర్తించవలసి వచ్చింది. బెయిల్ ఇచ్చిన వారికి కొదవలేదు. చాలా మంది రాజ్‌భక్త ప్రముఖులు దీనికి అంగీకరించారు. అందుచేత రాణికి ఈ విధంగా లక్ష రూపాయలు అందగా, తన వంశ గౌరవం, గౌరవం ప్రకారం దామోదర్ రావుగారి బలి కార్యక్రమం అత్యంత వైభవంగా జరిగింది. ఆ సంఘటనలను కూడా వీరాంగన మహారాణి లక్ష్మీబాయి జీవితంలోని గత పాత్ర అని చెప్పవచ్చు. తరువాతి సంఘటనలలో, ఆమె వీరోచిత యోధురాలుగా ఉద్భవించింది. అతని ఈ రెండవ రూపం చరిత్రలో మరపురానిఅద్భుతమైన అధ్యాయం.

అధ్యాయం 4

మొదటి స్వాతంత్ర్యం సమర్ మరియు ఝాన్సీ

పరిస్థితుల వల్ల మహారాణి లక్ష్మీబాయి తన భర్త మరణానంతరం రాజ్యాన్ని కోల్పోవాల్సి వచ్చినా ఆమె వదల్లేదు. యాదృచ్ఛికంగా, గంగాధర్ రావు మరణించిన నాల్గవ సంవత్సరంలో, భారతదేశం యొక్క మొదటి స్వాతంత్ర్య పోరాటం (యుద్ధం) ప్రారంభమైంది, ఇందులో మహారాణి లక్ష్మీబాయి ముఖ్యమైన పాత్ర పోషించింది. నిజం ఏమిటంటే, ఈ యుద్ధంలో, ఆమె తనకంటూ ఒక ప్రత్యేక గుర్తింపు తెచ్చుకుంది, దాని కారణంగా ఆమె భారత స్వాతంత్ర్య చరిత్రలో ఒక ప్రత్యేకమైన వ్యక్తిగా మారింది.

స్వేచ్ఛ - వేసవి కారణంగా

వారి వందేళ్ల పాలనలో బ్రిటీష్ వారి ఏకపక్ష దౌర్జన్యాలపై భారతీయుల ఆగ్రహానికిపరాకాష్ట ఈ యుద్ధం రూపంలో వచ్చింది. 1857 నాటి ఈ చారిత్రక సంఘటనను కొంతమంది తిరుగుబాటు అని పిలుస్తారు, కొందరి అభిప్రాయం ప్రకారం ఇది విప్లవానికి నాంది. కొంతమంది అభిప్రాయం ప్రకారం, ఇది పదవీచ్యుత రాజుల కుట్ర అని కొందరు దీనిని భారతదేశం యొక్క మొదటి స్వాతంత్ర్య యుద్ధంగా భావిస్తారు. ఆధునిక పండితులు చాలా మంది ఈ చివరి అభిప్రాయాన్ని అంగీకరిస్తారు.

మత, సామాజిక, రాజకీయ, ఆర్థిక ఇలా అన్ని కారణాలు ఈ వేసవి వెనుక ఉన్నాయి. ఈ కారణాలన్నింటిపై ఇక్కడ వెలుగు చూడటం సాధ్యం కాదు, ఇంకా కొన్ని ప్రత్యేక కారణాల సంక్షిప్త పరిచయం ఇక్కడ అందించబడింది, అవి క్రింద పేర్కొనబడ్డాయి-

దత్తత చట్టం

డల్హౌసీ గవర్నర్ జనరల్‌గా భారతదేశానికి వచ్చిన వెంటనే, బ్రిటీష్ ప్రభుత్వ విస్తరణ లేదా స్వాధీన విధానం ప్రారంభమైంది. అవకాశం వచ్చిన వెంటనే బ్రిటీష్ రాజ్యంలో స్థానిక రాష్ట్రాల

విలీనానికి ఆయన గట్టి మద్దతుదారు. భారతదేశానికి వచ్చిన వెంటనే, అతను భారతదేశాన్ని సమతలంగా మార్చడానికి వచ్చానని చెప్పాడు

హిందూ మత గ్రంథాల ప్రకారం దత్తత చట్టం ఖచ్చితంగా చెల్లుతుంది, కానీ అతను ఈ నియమాన్ని అంగీకరించడానికి నిరాకరించాడు. ఏప్రిల్, 1848లో సతారా కింగ్ ఆప్ సాహెబ్ మరణించిన తరువాత, ఆప సాహెబ్‌కు ఇతర పిల్లలు లేనందున సతారా స్వాధీనం చేసుకుంది. నాగ్‌పూర్‌కు చెందిన భోంస్లే మహారాజ్ మరణం (1853)లో కూడా అదే జరిగింది. రాజు కుమారుడిని దత్తత తీసుకోలేదు, కానీ అతని రాణికి ఈ హక్కు ఇవ్వబడలేదు. మునుపటి అధ్యాయంలో ఝాన్సీ గురించి వివరంగా చర్చించబడింది. దీని కారణంగా, దురదృష్టవశాత్తు, వారు లేదా వారి భావి వారసులు సంతానం లేనివారైతే, తమ రాజ్యం బ్రిటిష్ ప్రభుత్వ భూభాగాలలో విలీనం చేయబడుతుందనే భయం స్థానిక యువరాజులలో వ్యాపించింది. అందుకే భారతీయ రాజులు బ్రిటీష్ వారిని శత్రువులుగా భావించడం ప్రారంభించారు.

ఒప్పందాలను ధిక్కరించడం

పీష్వా బాజీరావు II తన పదవిని విడిచిపెట్టిన సమయంలో, సూర్యచంద్రులు ఉన్నంత వరకు అతని వారసులకు ఎనిమిది లక్షల రూపాయల వార్షిక పింఛను వస్తుందని బ్రిటిష్ వారితో చేసిన ఒప్పందంలో స్పష్టంగా వ్రాయబడింది, కానీ క్రీ.శ. 1851లో. పీష్వా మరణం, అతని దత్తపుత్రుడు నానా సాహెబ్ యొక్క పెన్షన్ నిలిపివేయబడింది మరియు దత్తపుత్రుడు అయినందున, అతను తన తండ్రి వారసుడిగా ఎలాంటి హక్కులను అనుభవించలేడని చెప్పబడింది. దీనికి వ్యతిరేకంగా నానా సాహెబ్ పిటిషన్ వేసినప్పుడు, డల్హౌసీ ఇలా వ్రాశాడు - "పీష్వా ముప్పై సంవత్సరాల కాలంలో రెండు కోట్ల రూపాయలకు పైగా పొందాడు. అతను ఇందులో చాలా తక్కువ ఖర్చు పెట్టాడు. అతనికి వేరే కొడుకు లేడు. అతను 28 లక్షల ఆస్తిని విడిచిపెట్టాడు.

అతని కుటుంబం కోసం. అతని కుటుంబానికి చెందిన వ్యక్తులకు ప్రభుత్వం నుండి దయ లేదా దాతృత్వంపై హక్కు లేదు. ఆస్తి ద్వారా వచ్చే ఆదాయం కంటే వారి ఖర్చు చాలా తక్కువ." దీనిపై నానా సాహెబ్ కూడా లండన్‌లోని 'కోర్ట్ ఆఫ్ డైరెక్టర్స్'లో అప్పీల్ చేసాడు, కానీ విజయం సాధించలేదు. సహజంగానే అతను బ్రిటిష్ వారికి శత్రువుఅయ్యాడు. ఇది పీష్వాతో

ఒప్పందాన్ని బహిరంగంగా ధిక్కరించడం. ఝాన్సీలో మహారాణి లక్ష్మీబాయి మరియు ఆమె దత్తపుత్రుడి విషయంలో కూడా దాదాపు అదే జరిగింది. ఈ సంఘటనలు 1857 నాటి స్వాతంత్ర్య పోరాటానికి ఒక ముఖ్యమైన కారణం, ఇందులో ఎటువంటి సందేహం లేదు.

స్వదేశీ రాష్ట్రాలపై దాడి

పైన పేర్కొన్న సంఘటనలతో పాటు, బ్రిటీష్ వారు అనేక ఇతర రాచరిక రాష్ట్రాలపై కూడాఅనేక రకాల గాయాలు కలిగించారు. బ్రిటిష్ వారికి అవధ్ నవాబుతో స్నేహం ఉంది. 1764లో, బ్రిటీష్ వారు తమ ఖర్చుతో అవధ్‌లో తమ సైన్యాన్ని నియమించారు మరియు వారి రాష్ట్రానికి పూర్తి యాజమాన్యాన్ని ఇచ్చారు. 1801లో అవధ్ నవాబుతో ఒప్పందం కుదిరిన సమయంలో బ్రిటీష్ వారి నుంచి బలవంతంగా రుణాలు తీసుకుని ఆర్థికంగా చితికిపోయారు. 1847లో నవాబు అయిన వెంటనే వాజిద్ అలీ తన అధికారాన్ని పెంచుకోవాలనుకున్నప్పుడు, బ్రిటిష్ వారికి అనుమానం వచ్చింది. ఫలితంగా, అతను తన సైన్యాన్ని పెంచే ఆలోచనను విరమించుకోవలసి వచ్చింది. చివరగా, 1856లో, బ్రిటిష్ వారు అవధ్‌ను స్వాధీనం చేసుకున్నారు. ఇలాంటి డ్రామా అనేక ఇతర భారతీయ రాష్ట్రాల్లో జరిగింది. మొఘల్ చక్రవర్తి బహదూర్ షా జాఫర్ కూడా ఈ సమయంలో పూర్తిగా శక్తిహీనుడయ్యాడు.

ఇతర స్థానిక రాజులు కూడా బ్రిటిష్ వారి చేతిలో కీలుబొమ్మలుగా మారారు. పదవీచ్యుతులైన స్థానిక రాజుల వారసులు బ్రిటిష్ వారి నుండి ప్రతీకారం తీర్చుకోవడానికి అవకాశం కోసం వెతుకుతున్నారు. వీటన్నింటిని ఇక్కడ వివరంగా వివరించాల్సిన అవసరం లేదు. నిస్సందేహంగా, ఈ పోరాటానికి ఒక ముఖ్యమైన కారణం హ్రస్వ దృష్టిలేని బ్రిటిష్ వారి కుటిల మరియు స్వార్థ రాజకీయాలు. ఈ విషయంపై ఒక ఆంగ్లేయుడు స్వయంగా రాశాడు-

"మా పాలనకు వ్యతిరేకంగా విస్తృతమైన అశాంతికి అతిపెద్దకారణం ఏమిటంటే, మేము సంస్థానాలను అంతం చేసే కార్యక్రమాన్ని నిర్వహించాము, దీని కారణంగా సమాజంలోని ప్రధాన నాయకులైన స్థానిక రాజులకు, వారి పూర్వీకుల హక్కులు హరించబడ్డాయి. సాంప్రదాయిక పన్ను రహిత భూమి మంజూరులను రద్దు చేయడం ద్వారా వాటిని ప్రభుత్వం స్వాధీనం చేసుకుంది లేదా వాటి యాజమాన్యం వాటి ప్రస్తుత యజమానులకు నిర్ణయించబడింది.

ఇవ్వబడింది. భూమి పన్ను మిగిలి ఉన్న జాగీర్దార్ లేదా జమీందార్ ఎవరైనా అతని భూమిని లాక్కోవలసి ఉంటుంది. భవిష్యత్తులో ఎవరికీ అలాంటి జమీందారీ లేదా జాగీర్దారీ ఇవ్వలేదు మరియు ప్రభుత్వానికి గొప్ప సేవ చేసిన తర్వాత కూడా ఎవరికీ బహుమతిగా జాగీర్ లేదా గౌరవనీయమైన పదవిని ఇవ్వలేదు. మన ప్రభుత్వం అనుసరిస్తున్న ఈ విధానం పట్ల ఉత్సాహంతో బ్రిటిష్ అధికారులు స్థానిక రాజులు మరియు సమాజంలోని ఇతర ప్రముఖుల పరస్పర వివాదాలలో ప్రత్యక్షంగా లేదా పరోక్షంగా జోక్యం చేసుకోవడం ప్రారంభించారు. ఇవన్నీ మరియు అనేక ఇతర కారణాల వల్ల, దేశవ్యాప్తంగా మనపై భయంకరమైన భయాందోళన మరియు బలమైన ద్వేషం వ్యాపించింది.

మతపరమైన కారణాలు

సామాన్య ప్రజలలో అసంతృప్తికి అతి ముఖ్యమైన కారణం మతతత్వమే అని చెప్పవచ్చు. రాజకీయ విస్తరణతో పాటు, బ్రిటిష్ వారు పూర్తి శక్తితో భారతదేశంలో క్రైస్తవ మతాన్ని ప్రోత్సహించడంలో కూడా పాలుపంచుకున్నారని నమ్ముతారు. ఇందుకు నిదర్శనంగా అనేక సంఘటనలను పేర్కొనవచ్చు. 1836లో, బెంగాల్‌లో ఆంగ్ల విద్యా పాఠశాలలు స్థాపించబడినప్పుడు, రాబోయే 30 సంవత్సరాలలో బెంగాల్‌లో ఒక్క విగ్రహారాధకుడు కూడా ఉండకూడదని మెకాలే ఆశాభావం వ్యక్తం చేశాడు. బ్రిటిష్ వారి ఈ లక్ష్యాన్ని సూచిస్తూ వీర్ సావర్కర్ ఇలా వ్రాశారు-

భారతదేశ ప్రజలు తమ స్వంత పాశ్చాత్య సంస్కృతిని ఒకసారి చూస్తే, వారు తమ మతం గురించి సిగ్గుపడతారని, దానిని త్యజిస్తారని మరియు వేదాలు మరియు ఖురాన్ కంటే బైబిల్‌ను పవిత్రంగా భావిస్తారని బ్రిటిష్ వారు విశ్వసించారు. దేవాలయాలు, మసీదులకు వెళ్లడం మానేసి చర్చిల్లోకి ప్రవేశిస్తారు.

ఈ మతపరమైన కారణం సైనిక అసంతృప్తిని రేకెత్తించడానికి కూడా దోహదపడింది. బ్రిటీష్ వారి పాలనలో భారతీయుల మదిలో తమ మత రక్షణ గురించిన అభద్రతా భావం పుట్టిందని చెప్పడమే. సైనిక అసంతృప్త బ్రిటీష్ పాలనకు ముందు, భారతీయ రాజుల పాలనలో విజయం సాధించి తిరిగి వచ్చిన సైనికులను అనేక విధాలుగా గౌరవించేవారు, అయితే బ్రిటిష్ వారు ఈ సంప్రదాయాన్ని నిలిపివేశారు. వారు యుద్ధాలలో ముందుండాలి, కానీ బ్రిటిష్ సైనికులు మరియు అధికారులకు సౌకర్యాలు కల్పించబడ్డాయి. వీటన్నింటితో పాటు, సైనిక అసంతృప్తికి అతిపెద్ద కారణం ఏమిటంటే, బ్రిటిష్ వారు తమను మతభ్రష్టత్వం చేస్తున్నారనే భయంతో

భారతీయ సైనికులు ఉన్నారు. ఆ సమయంలో సైనికులకు కాల్చడానికి ఇచ్చే గుళికలను నోటితో కొరికి వేయాలని, ఈ గుళికలలో ఆవు మరియు పంది కొవ్వు ఉండేదని చెబుతారు. ఈ సంఘటన నిజమో, పుకార్లేనో, ఈ విషయంలో ఖచ్చితంగా ఏమీ చెప్పలేము, కానీ నేటికీ ఏ హిందువు కూడా ఆవు మరియు ముస్లిం పంది మాంసం ముట్టుకోలేడు, అప్పుడు ఈ రోజు నుండి అది ఎలా ఉంటుందో సులభంగా అంచనా వేయవచ్చు. వంద సంవత్సరాల క్రితం ప్రతిచర్య. మతపరమైన ఆవేశంలో, మనిషి తన తెలివిని ఎలాగైనా కోల్పోతాడు వాణిజ్య ప్రయోజనం ఏదైనా రాజకీయ లేదా సామాజిక విప్లవంలో ఆర్థిక కారణం కూడా ముఖ్యమైన పాత్ర పోషిస్తుంది. రాజులు మరియు చక్రవర్తులతో పాటు, బ్రిటిష్ పాలన భారతదేశంలోని సాధారణ ప్రజల ఆర్థిక స్థితిపై కూడా ప్రత్యక్ష ప్రభావాన్ని చూపింది. పన్నుల భారం, బ్రిటిష్ బ్యూరోక్రసీ కారణంగా భారతీయ రైతుల పరిస్థితి దయనీయంగా మారింది. భారతదేశం యొక్క ముడిసరుకు ఇంగ్లాండ్‌కు పంపబడింది మరియు అక్కడి నుండి దాని రూపాంతరం భారతదేశానికి వచ్చింది. దీని కారణంగా, భారతదేశంలోని అనేక పరిశ్రమలు మూసివేయబడ్డాయి మరియు భారతదేశం యొక్క డబ్బు ఇంగ్లాండ్ ఖజానాను నింపడం ప్రారంభించింది. భారతీయుల ఆర్థిక పరిస్థితిపై అడుగడుగునా దాడి జరిగింది. దీంతో సామాన్య ప్రజల్లో కూడా బ్రిటిష్ వారిపై తిరుగుబాటు భావం మొదలైంది.

తిరుగుబాటుకు సన్నాహాలు

ఈ కారణాలన్నింటి వల్ల భారతీయులలో స్వాతంత్ర్య భావన బలపడటం మొదలైంది

సైనిక అసంతృప్తి

బ్రిటీష్ పాలనకు ముందు, భారతీయ రాజుల పాలనలో విజయం సాధించి తిరిగి వచ్చిన సైనికులను అనేక విధాలుగా గౌరవించేవారు, అయితే బ్రిటిష్ వారు ఈ సంప్రదాయాన్ని నిలిపివేశారు. వారు యుద్ధాలలో ముందుండాలి, కానీ బ్రిటిష్ సైనికులు మరియు అధికారులకు సౌకర్యాలు కల్పించబడ్డాయి. వీటన్నింటితో పాటు, సైనిక అసంతృప్తికి అతిపెద్ద కారణం ఏమిటంటే, బ్రిటిష్ వారు తమను మతభ్రష్టత్వం చేస్తున్నారనే భయంతో భారతీయ సైనికులు ఉన్నారు. ఆ సమయంలో సైనికులకు కాల్చడానికి ఇచ్చే గుళికలను నోటితో కొరికి వేయాలని, ఈ గుళికలలో ఆవు మరియు పంది కొవ్వు ఉండేదని చెబుతారు. ఈ సంఘటన

నిజమో, వదంతులా కాదా, ఈ విషయంలో ఖచ్చితంగా ఏమీ చెప్పలేము, కానీ నేటికి ఏ హిందువు కూడా ఆవు మరియు ముస్లిం పంది మాంసం ముట్టుకోలేనప్పుడు, ఈ రోజు నుండి దాదాపు పావు వంతు- దాని స్పందన ఎలా ఉంటుంది నూట యాభై సంవత్సరాల క్రితం, ఇది సులభంగా ఊహించవచ్చు. మతపరమైన అభిరుచిలో, మనిషి తన విచక్షణను ఎలాగైనా కోల్పోతాడు

వాణిజ్య ప్రయోజనం

ఏదైనా రాజకీయ లేదా సామాజిక విప్లవంలో ఆర్థిక కారణం కూడా ముఖ్యమైన పాత్ర పోషిస్తుంది. రాజులు మరియు చక్రవర్తులతో పాటు, బ్రిటిష్ పాలన భారతదేశంలోని సాధారణ ప్రజల ఆర్థిక స్థితిపై కూడా ప్రత్యక్ష ప్రభావాన్ని చూపింది. పన్నుల భారం, బ్రిటిష్ బ్యూరోక్రసీ కారణంగా భారతీయ రైతుల పరిస్థితి దయనీయంగా మారింది. భారతదేశం యొక్క ముడిసరుకు ఇంగ్లాండ్‌కు పంపబడింది మరియు అక్కడి నుండి దాని రూపాంతరం భారతదేశానికి వచ్చింది. దీని కారణంగా, భారతదేశంలోని అనేక పరిశ్రమలు మూసివేయబడ్డాయి మరియు భారతదేశం యొక్క డబ్బు ఇంగ్లాండ్ ఖజానాను నింపడం ప్రారంభించింది. భారతీయుల ఆర్థిక పరిస్థితిపై అడుగడుగునా దాడి జరిగింది. దీంతో సామాన్య ప్రజల్లో కూడా బ్రిటీష్ వారిపై తిరుగుబాటు భావం మొదలైంది.

తిరుగుబాటుకు సన్నాహాలు

ఈ కారణాలన్నింటి వల్ల భారతీయులలో స్వాతంత్ర్య భావన బలపడటం మొదలైంది

పదవీచ్యుతులైన భారత రాజులు ఇందులో చురుకుగా పాల్గొన్నారు. ఉత్తర భారతదేశంలో ఒక రహస్య సంస్థ స్థాపించబడింది. నానా సాహెబ్ బ్రిటిష్ పాలనను పారద్రోలాలని సంకల్పించాడు. 1856 కి ముందు, అతను దానిని ప్రచారం చేయడానికి తన బోధకులను పంపాడు. ఈ బోధకులు ఢిల్లీ, మైసూర్, ఝాన్సీ, అవధ్ మొదలైన అన్ని ప్రాంతాలకు వెళ్లారు. ఈ మాజీ రాజులు మరియు భారత సైనికులందరూ అతని తీర్మానాన్ని అంగీకరించారు.

ఆ సమయంలో బ్రిటిష్ వారు ఇరాన్‌తో యుద్ధం చేశారు. అందువల్ల, మొఘల్ చక్రవర్తి బహదూర్షా జాఫర్, కున్వర్ సింగ్, తాత్యా తోపే, నానా సాహెబ్ మొదలైన వారంతా అలాంటి సమయంలో భారతదేశంలో బ్రిటిష్ వారిపై తిరుగుబాటు చేస్తే విజయం తప్పదని

నిర్ణయించుకున్నారు. దీనిని ప్రజల్లో ప్రచారం చేసేందుకు సాధువులు, సన్యాసులు, ఫకీర్లు తదితరుల సహాయం తీసుకున్నారు. ఈ ప్రజలు గ్రామ గ్రామాన తిరుగుతూ విప్లవాన్ని ప్రచారం చేయడం ప్రారంభించారు. దాదాపు రెండేళ్లపాటు ఆయన ఈ ప్రచారం చేశారు. ఈ ప్రచారం కోసం స్త్రీలు, బహుదేవతలు, వైద్యులు, తాంత్రికులు, జ్యోతిష్యులు మొదలైన వారిని పంపారు. ఈ ప్రచారానికి గౌరవంగా మౌల్వీ అహ్మద్‌షా పేరు తీసుకోవాల్సిన అవసరం ఉంది. దేశంలోని అనేక ప్రాంతాల్లో తిరుగుతూ ఈ ప్రచార పని చేశాడు. ఓ చోట జరిగిన సభలో ప్రసంగిస్తూ స్పష్టమైన మాటలతో - "మీ మతాన్ని, దేశాన్ని కాపాడుకోవాలంటే బ్రిటీష్ వాళ్లను తరిమి కొట్టడం తప్ప మరో మార్గం లేదు.

దీనిపై దేశద్రోహ నేరం కింద అరెస్టు చేసి ఉరి తీశారు. పుకార్లు మరియు మూఢనమ్మకాలు సామాన్య ప్రజలపై త్వరగా ప్రభావం చూపుతాయి. అందుచేత, ఒక గొప్ప సన్యాసి ప్రవచించినట్లు ప్రజలలో ప్రచారం జరిగింది - "బ్రిటీష్ రాజ్యం స్థాపించబడిన సరిగ్గా 100 మరియు 44 సంవత్సరాల తరువాత, వారి పాలన అంతం అవుతుంది." వార్తాపత్రికలు కూడా దానిని నిర్వహించాయి. . ప్రచురించబడింది. ఈ ప్రచారానికి కేంద్రం నానా సాహెబ్ నివసించిన కాన్పూర్. ఇందులో బ్రిటీష్ సైన్యంలోని భారతీయ సైనికులు కూడా ఉన్నారు. ఢిల్లీ, మీరట్, అలీఘర్, బనారస్, కాన్పూర్, అలహాబాద్, ఝాన్సీ, అవధ్ మొదలైన అన్ని ప్రదేశాలలో. కలిసి విప్లవాన్ని ప్రారంభించాలని నిర్ణయించారు.1857 జూన్ 23న బ్రిటీష్ పాలనకు వందేళ్లు పూర్తవుతున్నాయి.అందుకే 1857 మే 31వ తేదీని విప్లవం ప్రారంభించడానికి రోజుగా నిర్ణయించి సన్నాహాలు కొనసాగించారు

ప్రారంభం: మంగళ్ పాండే త్యాగం

మే 31 ఆదివారం కావడంతో సైన్యంలోని ఆంగ్లేయులంతా చర్చికి వెళ్లేవారు. దీనిని దృష్టిలో ఉంచుకుని, ఆంగ్లేయులు చర్చిలో ఉన్నప్పుడు, వారికి అవకాశం ఇవ్వకుండా, విప్లవం యొక్క బగల్ ఆడాలి, కానీ సైనికుల మితిమీరిన ఉత్సాహం కారణంగా, ఈ ప్రణాళిక అమలు కాలేదు. బుర్హాన్‌పురి (బెంగాల్) కంటోన్మెంట్‌లో సైన్యం యొక్క 16వ విభాగం కూడా ఉంది. ఈ యూనిట్ నుండి ఆవు మరియు పంది కొవ్వుతో కలిపిన కాట్రిడ్జ్‌ల వినియోగాన్ని బ్రిటిష్ వారు మొదట ప్రారంభించాలనుకున్నారు. ఈ యూనిట్ యొక్క సైనికులకు ఈ గుళికలు

ఇచ్చినప్పుడు, వారు వాటిని కాల్చడానికి నిరాకరించారు. అందుకే ఆ సైనికుల ఆయుధాలను స్వాధీనం చేసుకున్నారు. ఈ సంఘటన 1857 ఫిబ్రవరిలో మాత్రమే జరిగింది. ఈ యూనిట్ యొక్క ఆయుధాలను తీసివేయడం ఇతర సైనికులపై అనుకూలమైన ప్రభావాన్ని చూపుతుందని బ్రిటీష్ వారు భావించారు, కానీ దీనికి విరుద్ధంగా, భారత సైనికులు ఈ అవమానానికి షాక్ అయ్యారు మరియు వెంటనే ప్రతీకారం తీర్చుకోవడానికి ఆసక్తి చూపారు. ఈ వార్త ధరక్‌పూర్‌కు చేరుకోగానే, అక్కడి సైన్యానికి చెందిన మంగళ్ పాండే అనే సైనికుడు కోపంతో నిండిపోయి, వెంటనే తిరుగుబాటు చేయాలని తన సహచరులను కోరడం ప్రారంభించాడు. దీనిపై, అతని సహచరులు ఇలా చేయడం లక్ష్యాన్ని సాధించడంలో ఆటంకం కలిగిస్తుందని మరియు విప్లవ నాయకులు కూడా దీనికి మద్దతు ఇవ్వరని చాలా వివరించారు, కానీ మంగళ్ పాండే దానిని అంగీకరించలేదు. మార్చి 29, 1857 రోజున, అతను తిరుగుబాటుకు దిగి, తన సహచరులతో ఇలా చెప్పడం ప్రారంభించాడు - "సోదరులారా, లేవండి - లేవండి, అస్సలు భయపడకండి." లేవండి, రండి, మీరు మీ మతంపై ప్రమాణం చేశారు

రండి, మన స్వేచ్ఛ కోసం నీచమైన శత్రువులపై దాడి చేద్దాం. ,

ఇది చూసిన సార్జెంట్ మేజర్ హ్యూసస్ అతన్ని అరెస్టు చేయమని ఇతర సైనికులను ఆదేశించాడు, కానీ సైనికులు ఎవరూ ముందుకు రాలేదు. మంగళ్ పాండే వెంటనే హుస్సన్‌ను కాల్చి చంపాడు. అప్పుడే లెఫ్టినెంట్ బాప్ అక్కడికి చేరుకున్నాడు. మంగళ్ పాండే తన పనిని కూడా పూర్తి చేశాడు. ఇంతలో కల్నల్ వీలర్ అక్కడికి వచ్చాడు. అతను మంగళ్ పాండేని అరెస్టు చేయమని సైనికులను ఆదేశించాడు, కానీ సైనికులు అతనిని కూడా పట్టించుకోలేదు, వీలర్ పారిపోయాడు. దీని ఫలితం మంగళ్ పాండేకు బాగా తెలుసు. కాబట్టి అతను ఆత్మహత్య చేసుకోవడానికి తనను తాను కాల్చుకున్నాడు, కానీ అది అతనిని చంపలేదు; గాయపడి కింద పడిపోయాడు

ఫలితంగా, అతను బందీ అయ్యాడు. తర్వాత ఉరి తీశారు. అతని ఇతర సహచరుల పేర్లు చెప్పమని అడిగినప్పుడు, అతను చెప్పాడు- "నేను చనిపోయిన తర్వాత కూడా నా సహచరుల పేర్లు చెప్పను." మంగళ్ పాండే యొక్క చర్య ఉద్వేగభరితమైనదని, అతని తొందరపాటు విప్లవ ప్రణాళికకు భారీ నష్టాన్ని కలిగించిందని ఎటువంటి సందేహం లేదు, లేకుంటే భారత స్వాతంత్ర్య పోరాట చరిత్ర ఏ రూపంలో ఉండేదో తెలియదు. ఏది ఏమైనప్పటికీ,

అలాంటి ధైర్యాన్ని ప్రదర్శించి, స్వాతంత్ర్యం కోసం తన జీవితాన్ని త్యాగం చేసిన మొదటి వ్యక్తి వీర్ మంగళ్ పాండేకి ఖచ్చితంగా ఉంది.

మీరట్ మరియు ఢిల్లీ

మంగళ్ పాండే త్యాగం ఇతర ప్రదేశాలలో ఉన్న భారతీయ సైనికులకు కూడా స్ఫూర్తినిచ్చింది. బ్రిటీష్ సైన్యం అంబాలాలో ప్రధాన కార్యాలయం కలిగి ఉంది. అక్కడ భారతీయ సైనికులు బ్రిటీష్ ఆర్మీ అధికారి ఇంటిని తగలబెట్టారు, కానీ అక్కడ అంతకు మించి ఏమీ జరగలేదు మరియు ఈ కాల్పులు కూడా రహస్యంగా ప్రారంభించబడ్డాయి. దీని తర్వాత మీరట్‌లో ఉన్న సైన్యం తిరుగుబాటు చేసింది. మీరట్‌లో ఈ తిరుగుబాటుకు బీజం వేసిన తేదీకి సంబంధించి వేర్వేరు పుస్తకాలలో వేర్వేరు తేదీలు వ్రాయబడ్డాయి. శ్రీ శాంతినారాయణ్ ఈ తేదీని తన 'మహారాణి ఝాన్సీ' పుస్తకంలో మరియు శ్రీ పరస్నిస్ దత్తాత్రేయ బల్వంత్ రాసిన 'ఝాన్సీ కి రాణి లక్ష్మీ బాయి' పుస్తకంలో ఏప్రిల్ 25, 1857గా వ్రాసారు, అయితే వీర్ సావర్కర్ ఈ తేదీని '1857 స్వాతంత్ర్య యుద్ధం'లో రాశారు. మే 6, 1857గా ఇవ్వబడింది.

మీరట్‌లోని ఆర్మీ అశ్విక దళానికి గ్రీజు పూసిన కాట్రిడ్జ్‌లు ఇవ్వబడ్డాయి, అయితే 90 మంది సైనికులలో 5 మంది మాత్రమే వాటిని తాకారు. ఇతర సైనికులు వాటిని మళ్లీ ఉపయోగించమని కోరినప్పుడు, వారు శిబిరం వైపు వెళ్లారు. ఆ సైనికులు బందీలుగా పట్టుకున్నారు మరియు యూరోపియస్ పదాతిదళం మరియు ఫిరంగిదళాలచే కాపలాగా ఉన్నారు. తరువాత, అతనికి పదేళ్ల జైలు శిక్ష విధించబడింది. అదే రోజు సాయంత్రం మరికొందరు భారతీయ సైనికులు మార్కెట్‌లో తిరుగుతున్నప్పుడు, గ్రామంలోని కొంతమంది మహిళలు వారిని వెక్కిరించారు - "అయ్యో, మీ సోదరులు అక్కడ జైళ్లలో కుళ్ళిపోతున్నారు మరియు మీరు ఇక్కడ ఈగలను చంపుతున్నారు. పిట్! బాగా తిట్టు

నువ్వు.ఈ ఘటనతో ఆ సైనికుల ఆత్మగౌరవం మేల్కొంది. ఇప్పుడు మే 31 వరకు ప్రశాంతంగా కూర్చోవడం వారికి అసాధ్యంగా మారింది. వారు అదే రాత్రి శిబిరంలో రహస్య సమావేశం నిర్వహించారు, ఇందులో అనేక మంది ఇతర భారతీయ సైనికులు కూడా పాల్గొన్నారు. కాబట్టి ఢిల్లీకి సమాచారం పంపబడింది - "మేము 11 లేదా 12 వ తేదీన అక్కడికి చేరుకుంటాము, అన్ని విధాలుగా సిద్ధంగా ఉండండి. బ్రిటీష్ వారు ఈ విషయంలో ఎలాంటి ప్రయోజనం

పొందలేకపోయారు. ఆదివారం, మే 10, 1859, బ్రిటీష్ వారు చర్చిలో ప్రార్థనలు చేస్తున్నప్పుడు ప్రార్థన గంటలు మోగినప్పుడు, సైనికులు విప్లవం యొక్క గంటను ఎత్తారు. 'మరో ఫిరంగి కో' అనే శబ్దంతో ఆకాశం ప్రతిధ్వనించింది. అన్నింటిలో మొదటిది, అతను తన సహచరులను విడిపించడానికి జైలు వైపు పరుగెత్తాడు. బ్రిటీష్ వారు తమ ప్రాణాలను కాపాడుకోవడానికి పారిపోయారు. జైలును ఛేదించిన తర్వాత ఖైదీలు విడుదలయ్యారు. ఆ తర్వాత బ్రిటిష్ వారి రక్త దాహంతో ఢిల్లీ వైపు వెళ్లాడు. ,

బహదూర్ షా జాఫర్ మే 31 కోసం ఢిల్లీలో వేచి ఉన్నారు. అతను ఎలాగోలా ఢిల్లీ సైన్యాన్ని అదుపులో ఉంచుకున్నాడు, అయితే ఇదంతా అప్పటికే మీరట్‌లో జరిగింది. అప్పుడు ఈ సైనికులు ఢిల్లీకి చేరుకున్నారు మరియు ఢిల్లీలో కూడా తిరుగుబాటు జరిగింది. బహదూర్ షా భారత చక్రవర్తిగా ప్రకటించబడ్డాడు. ఢిల్లీ మొత్తం ఐదు రోజుల పాటు విప్లవకారుల ఆధీనంలో ఉంది, కానీ సైనికుల హడావిడి కారణంగా, పరిస్థితుల ప్రతికూలత కారణంగా లేదా ఇతర కారణాల వల్ల అది విజయవంతం కాలేదు. బ్రిటిష్ వారు మళ్లీ ఢిల్లీని తమ ఆధీనంలోకి తీసుకున్నారు. చాలా మంది హీరోలను ఉరితీశారు. బహదూర్ షా రంగూన్‌కు బహిష్కరించబడ్డాడు, అక్కడ అతను మరణించాడు. ఇది వివరమైన విషయం, కాబట్టి దాని మొత్తం చర్చ ఇక్కడ సాధ్యం కాదు.

వ్యాపించడం

ఈ తిరుగుబాటు మంట త్వరలో లక్నో, షాజహాన్‌పూర్, బరేలీ, ఫిరోజ్‌పూర్, మొరాదాబాద్ మొదలైన ప్రాంతాలకు వ్యాపించింది. అలీఘర్‌లో విప్లవాన్ని ప్రబోధించిన బ్రాహ్మణుడిని మే 20న ఉరితీశారు. ఈ ఘటన సైనికుల గుండెల్లో మంటలు రేపింది. వేలాది మంది సైనికులు కోపంతో ఇలా చెప్పడం ప్రారంభించారు - "ఇంగ్లీషు రాజ్యాన్ని బయటకు తీయండి." వారు తమ ప్రాణాలను కాపాడుకోవడానికి బ్రిటిష్ వారిని అలీఘర్‌కు తీసుకెళ్లారు.

వెళ్లిపోవాలని హెచ్చరించింది. అలీఘర్‌లో తిరుగుబాటు వార్త అందిన వెంటనే, మే 22న ఇటావాలో కూడా సైనికులు తిరుగుబాటు చేశారు. బ్రిటీష్ వారు తమ ప్రాణాలను కాపాడుకోవడానికి పారిపోయారు. నగరానికి స్వాతంత్ర్యం ప్రకటించిన తర్వాత అక్కడి సైనికులు కూడా ఢిల్లీకి బయలుదేరారు. మే 31న బరేలీ కంటోన్మెంట్‌లో కూడా సైన్యం

ఆయుధాలు చేపట్టింది. ఈ తిరుగుబాటు చాలా ప్రణాళికాబద్ధంగా జరిగింది. సైనికులు బ్రిటిష్ వారిపై దాడి చేశారు. లెఫ్టినెంట్ కిర్బీ, లెఫ్టినెంట్. ఫ్రేజర్, సార్జెంట్ బాల్టస్, కల్నల్ టూప్, రాబర్ట్‌సస్ తదితరులు మరణించారు. 32 మంది బ్రిటీష్ ఆర్మీ అధికారులు నైనిటాల్‌కు పరిగెత్తడం ద్వారా తమ ప్రాణాలను కాపాడుకున్నారు. బరేలీ, షాజహాన్‌పూర్, మొరాదాబాద్, బదౌస్ మొదలైన నగరాల్లో స్వాతంత్ర్యం ప్రకటించిన వెంటనే బ్రిటిష్ వారు పారిపోయారు.

మే 31న అజంగఢ్‌లో ఉన్న సైన్యం తిరుగుబాటు చేసింది. అక్కడి సైనికులు బ్రిటిష్ వారిని సురక్షితంగా తరిమికొట్టారు. జూన్ 4న అజంగఢ్ వార్త బనారస్‌కి చేరింది. అక్కడ బ్రిటిష్ వారు భారతీయ సైనికుల ఆయుధాలను ఉంచాలని కోరుకున్నారు, కాబట్టి వారు తిరుగుబాటు చేశారు. ఇక్కడ సిక్కు సైనికులు కూడా విప్లవకారులకు మద్దతు ఇచ్చారు. జవాన్‌పూర్‌లోని బనారస్ సిక్కు దళానికి చెందిన సిక్కు సైనికులు కూడా విప్లవకారులకు మద్దతుగా నిలిచారు. ప్రభుత్వ ఖజానాను కొల్లగొట్టారు. అప్పుడు బనారస్ అశ్విక దళం కూడా అక్కడికి చేరుకుంది. నగరాన్ని ఖాళీ చేయమని బ్రిటిష్ వారిని ఆదేశించింది. జూన్ 6వ తేదీ రాత్రి అలహాబాద్‌లో సైన్యం తిరుగుబాటు చేసిందా? జూన్ 11న బ్రిటిష్ సైన్యంతో అలహాబాద్ చేరుకున్నారు. తిరుగుబాటుదారులతో భీకర యుద్ధం తరువాత, వారు నగరంలోకి ప్రవేశించారు. తిరుగుబాటులను అణచివేసిన తరువాత, బ్రిటిష్ వారు ప్రజలపై అమానవీయ దౌర్జన్యాలు చేశారు.

కాన్పూర్‌లో ఆంగ్ల సైన్యం యొక్క అనేక విభాగాలు ఉన్నాయి, అందులో మూడు వేల మంది భారతీయులు ఉన్నారు ఉన్నారు. మే 15న అక్కడ ఓ అసాధారణ దృశ్యం కనిపించింది. బ్రిటిష్ వారికి వ్యతిరేకంగా వివిధ చోట్ల సమావేశాలు జరిగాయి, సైనికులు రహస్య సమావేశాలు నిర్వహిస్తున్నారు. తిరుగుబాటును ఊహించి, బ్రిటిష్ వారు లక్నో నుండి సైన్యాన్ని కూడా పిలిచారు. పథకం ప్రకారం జూన్ 4వ తేదీ రాత్రి తిరుగుబాటు జరిగింది. నానా సాహెబ్ సైనికులు నవాబ్‌గంజ్ ఖజానాను స్వాధీనం చేసుకున్నారు మరియు ఆయుధశాలపై తిరుగుబాటు సైనికులు

అవధ్‌లోని బ్రిటిష్ వారు తిరుగుబాటు భయంతో భయభ్రాంతులకు గురయ్యారు. అక్కడ మే 30 రాత్రి తొమ్మిది గంటలకు తిరుగుబాటు ప్రారంభమైంది. మరుసటి రోజు, సర్ హెన్రీ లారెన్స్ కొంతమంది రాచరిక సైనికులతో తిరుగుబాటుదారులపై దాడి చేశాడు, కానీ అతనితో ఉన్న

అశ్వికదళం కూడా తిరుగుబాటు చేసింది. మే 27న సీతాపూర్‌లో అనేక బ్రిటీష్ గృహాలకు నిప్పు పెట్టారు మరియు జూన్ 3న సైనికుల బృందం ఖజానాను స్వాధీనం చేసుకుంది.

చేశాయి. జూన్ 1వ తేదీన ఫరూఖాబాద్‌లో ఒక్క ఆంగ్లేయుడు కూడా లేడు. ఫైజాబాద్‌లో, భయపడిన బ్రిటిష్ వారు రాజా మాన్‌సింగ్‌లో ఆశ్రయం పొంది తమ ప్రాణాలను కాపాడుకున్నారు. జూన్ 9న ఫైజాబాద్ స్వాతంత్ర్యం ప్రకటించబడిన తర్వాత, అవధ్ మాజీ నవాబ్ వాజిద్ అలీ షా పాలన ప్రకటించబడింది. జూన్ 9న సుల్తాన్‌పూర్‌లో, జూన్ 10న సలోనిలో తిరుగుబాటు జరిగింది. జూలై 5న ఆగ్రాలో ఈ తిరుగుబాటు మంటలు చెలరేగాయి. తిరుగుబాటు సైన్యాన్ని అణచివేయడానికి స్థానిక రాష్ట్రాలైన బితౌలీ మరియు భరత్‌పూర్ సైన్యాన్ని పంపారు, కానీ ఆ సైనికులు ఇలా అన్నారు- "బ్రిటీష్ వారిపై మాకు తిరుగుబాటు భావన లేకపోయినా, మన దేశస్థులపై మేము ఆయుధాలు తీసుకోము. ,

పై వివరణ క్రీ.శ.1857 నాటి స్వాతంత్ర్య పోరాట విస్తరణను వివరిస్తుంది. దీని సమగ్ర వివరణ ఈ పుస్తకం యొక్క అంశం కాదు మరియు దాని పరిచయం లేకుండా, మహారాణి లక్ష్మీ బాయి జీవిత చరిత్ర కూడా అసంపూర్ణంగా ఉంటుంది. ఈ పోరాటంలో ఒక ప్రత్యేకత ఏమిటంటే అది కేవలం ఉత్తర భారతదేశానికి మాత్రమే పరిమితమైంది, అది కూడా ఢిల్లీ, యునైటెడ్ ప్రావిన్స్, ఝాన్సీ. దురదృష్టవశాత్తు భారతీయ హీరోలు ఇందులో విజయం సాధించలేకపోయారు. ఇప్పుడు మనం పుస్తకం యొక్క ప్రధాన ఇతివృత్తమైన ఈ యుద్ధంలో మహారాణి లక్ష్మీబాయి పాత్రకు వచ్చాము.

ఝాన్సీ

ఢిల్లీ, మీరట్‌లలో తిరుగుబాటు వార్త ఝాన్సీకి చేరింది. అప్పుడు బెంగాల్ స్థానిక పదాతిదళం యొక్క పన్నెండవ ప్లాటూన్, అక్రమమైన అశ్వికదళం మరియు ఫిరంగిదళం ఉన్నాయి. ఈ మొత్తం సైన్యానికి అధికారి కెప్టెన్ డన్లప్. ఝాన్సీ పూర్తిగా బ్రిటీష్ అనుకూలురాలని మరియు అతని క్రింద ఉన్న సైనికులు పూర్తిగా బ్రిటీష్ భక్తులని అతనికి పూర్తి నమ్మకం ఉంది. తిరుగుబాటుకు పూర్తి సన్నాహాలు చేసిన తర్వాత కూడా బయటి నుంచి ఝాన్సీ చాలా ప్రశాంతంగా కనిపించడం గొప్ప ఆశ్చర్యం లేదా నమ్మలేని నిజం అనడం అతిశయోక్తి కాదు. ఝాన్సీ కమీషనర్ స్కీన్ మే 28 న నగరం యొక్క పరిస్థితి గురించి తన నివేదికలో ఇలా

వ్రాశారు - "ఝాన్సీ వద్ద సైన్యం పూర్తిగా నమ్మదగినది. ఇక్కడ తిరుగుబాటు ప్రమాదం కనిపించడం లేదు. మీరట్, ఢిల్లీ మరియు తిరుగుబాటుదారుల గురించి వారికి సమాచారం అందించబడింది. ఇతర ప్రదేశాలు మరియు వాటిలో నేను నా హృదయం నుండి నల్ల దోపిడీలను ద్వేషిస్తున్నాను. నేను ఏ విధంగా అయినా ఇక్కడ ఉన్నాను
భంగపాటుకు లోనుకావడం లేదు. ఇది మాత్రమే కాదు, ఓర్చా, ఛతర్‌పూర్ మరియు అజయ్‌ఘర్ పాలకులు మైనర్లు. బుందేల్‌ఖండ్‌లోని ఇతర రాచరిక రాష్ట్రాలకు ఏర్పాట్లు చేయబడ్డాయి. మేము ఇక్కడ పూర్తిగా సురక్షితంగా ఉన్నామని నేను ఖచ్చితంగా అనుకుంటున్నాను

మే 30 నాటి నివేదికలో ఆయన అదే రాశారు. దీని తరువాత, జూన్ 3 నివేదికలో ఇలా వ్రాయబడింది - "గత సోమవారం రాత్రి కొంతమంది ఠాకూర్లు కొంచ్ గ్రామంపై దాడి చేయబోతున్నారని నాకు సమాచారం వచ్చింది. నేను వెంటనే ఈ సమాచారాన్ని డన్‌లాప్‌కు పంపాను మరియు రెండవ ఎనిమిది గంటలకు కొంత సైన్యాన్ని కూడా పంపాను. ఉదయం ఠాకూర్‌లు అక్కడికి చేరుకోగానే మనసు మార్చుకున్నారు.

కొంతమంది ప్రజలు తిరుగుబాటు చుట్టూ వ్యాపించారని అంటున్నారు, ఈ విషయంలో ఝాన్సీ నివాసితులు తమ అభిప్రాయాలలో నిజం మరియు దృఢంగా ఉన్నారని నేను అర్థం చేసుకున్నాను. వారు మాకు వ్యతిరేకంగా ఎప్పటికీ ప్రవర్తించరు.

ఝాన్సీ బయటి నుండి పూర్తిగా ప్రశాంతంగా ఉంది, బ్రిటిష్ వారు క్వీన్స్ వైపు నుండి విశ్రాంతి తీసుకున్నారు. తమ భర్త మరణానంతరం పరిస్థితులతో రాజీ పడ్డామని అనుకున్నారు కానీ 1857 జూన్ 4న ఒక్కసారిగా తిరుగుబాటు జరిగింది. భారత సైన్యానికి చెందిన 7వ పదాతిదళ ప్లాటూన్‌కు చెందిన ఒక హవల్దార్ తన సహచరులతో కలిసి స్టార్ ఫోర్ట్‌లోకి ప్రవేశించి అక్కడి నుంచి యుద్ధ సామగ్రిని స్వాధీనం చేసుకున్నాడు. వార్త అందిన వెంటనే, కెప్టెన్ డన్‌లప్‌తో పాటు మిగిలిన సైన్యం అక్కడికి చేరుకున్నాడు, అయితే తిరుగుబాటుదారులు యుద్ధ సామగ్రితో పాటు ట్రెజరీని స్వాధీనం చేసుకున్నారు మరియు అక్కడ ఉన్న గార్డులు కూడా వారిని కలుసుకున్నారు. పరిస్థితి తీవ్రతను చూసి కమీషనర్ ఆదేశం మేరకు నగరంలోని బ్రిటీష్ వారందరూ కోటలో తలదాచుకున్నారు

నలభై ఐదు మంది బ్రిటిష్ అధికారులు తమ ప్రాణాలను కాపాడుకోవడానికి కోటకు పారిపోయారు. కోటలో స్కీన్ పూర్తి భద్రతా ఏర్పాట్లు చేసింది. దాని తలుపులు సరిగ్గా

మూసివేయబడ్డాయి మరియు ప్రతి ఒక్కరికి తుపాకీలు మొదలైన భద్రతా సామగ్రిని అందించారు. కంటోన్మెంట్‌లో ఏకపక్షం తరువాత, తిరుగుబాటుదారులు కోటకు చేరుకున్నారు. బ్రిటీష్ వారు వాటిని లోపలి నుండి తొలగించడానికి తమ శాయశక్తులా ప్రయత్నించారు, కాని వారు విజయం సాధించలేదు. మృత్యువు ముంచుకొస్తున్నప్పుడు, స్కీన్ మహారాణి లక్ష్మీబాయి నుండి సహాయం కోరడం ఎంత హాస్యాస్పదంగా ఉంది. దీని కోసం అతను షాక్ మరియు పర్సెల్ సోదరులను రాణి వద్దకు పంపాడు, వారు తిరుగుబాటుదారులచే మధ్యలోనే చంపబడ్డారు.

దీని తరువాత, రెండవ రోజు, స్కీన్ సైన్యం కోసం నాగోడ్ మరియు గ్వాలియర్‌లకు లేఖలు రాసింది, దురదృష్టవశాత్తు సైన్యం రాలేదు. ఈ రోజు తిరుగుబాటుదారులు తమ శక్తితో కోటపై దాడి చేశారు. రెండు వైపుల నుండి భీకర కాల్పులు జరిగాయి, కానీ ఈ రోజు కూడా తిరుగుబాటుదారులు విజయం సాధించలేదు. తిరుగుబాటుదారులు ఎలాగైనా కోటను స్వాధీనం చేసుకోవాలనుకున్నారు, కానీ వారు విజయం సాధించలేదు. ఝాన్సీ డిప్యూటీ సర్వేయర్, లెఫ్టినెంట్ పావీస్ కోటకు వెళ్ళినప్పుడు, అతను తన అత్యంత నమ్మకమైన భారతీయ సైనికులను తన వెంట తీసుకెళ్లాడు. తమ దేశ స్వాతంత్ర్యం కోసం ప్రయత్నిస్తున్న తిరుగుబాటుదారులు విజయం సాధించకపోవడాన్ని చూసి, ఆ సైనికులు తిరుగుబాటు సైనికుల పట్ల సానుభూతితో, బయట తిరుగుబాటుదారులను చుట్టుముట్టారు మరియు కోటలోకి ప్రవేశించడానికి రహస్య మార్గం చెప్పడానికి ప్రయత్నించారు. కోట లోపల ఉన్న బ్రిటీష్ వారికి అతని పని గురించి తెలుసు. వారిని తీసుకురావడానికి, వారు పోవిస్‌ను తిట్టారు. పోవిస్ సైనికులను అలా చేయవద్దని కోరాడు, ఆ తర్వాత వారు బహిరంగంగా తిరుగుబాటు చేశారు; వారు పోవిస్‌ను చంపారు.

ఇంతలో, బయటి నుండి వచ్చిన తిరుగుబాటుదారులు కోటలోకి ప్రవేశించడానికి తీవ్రంగా ప్రయత్నిస్తున్నారు. అతని ఒత్తిడి నిరంతరం పెరుగుతూ వచ్చింది. లోపల నుంచి కూడా కాల్పులు జరిగాయి. గార్డెస్ కోట కిటికీల నుండి కాల్పులు జరుపుతూనే ఉంది.

తిరుగుబాటుదారులందరికీ అతనికి తెలుసు. అప్పుడు ఒక తిరుగుబాటుదారుడు అతనిపై బాణం విసిరాడు. లక్ష్యం ఖచ్చితమైనది; బాణం నేరుగా గార్డెస్‌కు తగిలి అతను మరణించాడు. కోటలో అరుపులు వినిపించాయి. బ్రిటిష్ వారు భయపడ్డారు. దురదృష్టవశాత్తు అతని కోసం, అతని యుద్ధ సామగ్రి కూడా ముగిసింది. కాలే ఖాస్ మరియు అహ్మద్ హుస్సేన్ ఈ

తిరుగుబాటుదారులకు నాయకత్వం వహించారు. అతని అవగాహన వల్ల కోటలో ఎక్కువ భాగం అతని అధీనంలోకి వచ్చింది.

నేను వెళ్ళాను.

బ్రిటీష్ వారు తమ ప్రాణాలను కాపాడుకోవడానికి సంధి చేయాలని ఆలోచించడం ప్రారంభించారు. జూన్ 8న తిరుగుబాటుదారుల నాయకులు కోట ద్వారం వద్దకు చేరుకున్నారు. అతను హకీమ్ సూలే ముహమ్మద్ అనే నగరంలోని ఉన్నత వ్యక్తిని తెరపైకి పంపాడు. అతన్ని సురక్షితంగా సముద్రంలోకి వెళ్లనివ్వమని స్కీన్ ప్రార్థించింది. హకీమ్ సులే ముహమ్మద్ ఖురాన్ నుండి ప్రమాణం చేసి, ఆయుధాలు వేయమని వారిని కోరాడు, వారికి ఏ విధంగానూ హాని జరగదు. అందుకే బ్రిటీష్ వారు కూడా అలాగే చేసి కోట నుండి బయటకు వచ్చారు. బయటికి రాగానే బందీగా బంధించబడి, నగరంలో తిరుగుతూ జోగన్ బాగ్ వైపు తీసుకెళ్ళారు, అప్పుడే బందీగా బంధించబడిన బ్రిటీష్ వారికి కాలేఖాన్ సందేశం తీసుకొచ్చిన దారిలో ఓ గుర్రపు స్వారీ ఆపాడు. చంపబడ్డాడు. ఈ సందేశం అందిన వెంటనే, ఝాన్సీ జైలు జైలర్ బక్షిష్ అలీ మొదట కత్తితో తెరపై తల నరికాడు. ఇది చూసిన ఇతర తిరుగుబాటుదారులు కూడా బందీలుగా ఉన్న బ్రిటీష్‌పై దాడి చేసి, వారిని క్షణికావేశంలో హతమార్చారు

ఈ ఊచకోతలో మరణించిన మొత్తం బ్రిటిష్ వారి సంఖ్య గురించి ఖచ్చితంగా ఏమీ తెలియదు. ఎక్కడో ఈ సంఖ్య 60, ఎక్కడో 67, ఎక్కడో 76 అని చెబుతుండగా, ఈ ఘటనలో మొత్తం మృతుల సంఖ్య 114గా కొందరు పేర్కొన్నారు.

రాణి మరియు సంఘటన

ఈ ఈవెంట్ యొక్క ఔచిత్యాన్ని వివాదం చేయవచ్చు. ఆదర్శానికి విలువనిచ్చే వ్యక్తులు దీనిని అమానవీయ చర్య మరియు ద్రోహం అని పిలుస్తుండగా, 'యుద్ధంలో మరియు ప్రేమలో అన్నీ న్యాయమైనవి' మద్దతుదారులు దీనికి అనుకూలంగా ఓటు వేస్తారు. అయితే ఈ ఘటనతో మన క్యారెక్టర్ హీరోయిన్ మహారాణి లక్ష్మీబాయికి ఎలాంటి సంబంధం లేదు. ఇది మాత్రమే కాదు, రాణి ఈ పోరాటంలో పాల్గొనడానికి ఇష్టపడలేదు, అయితే రాణికి మొదటి

నుండి విప్లవ నాయకులతో పరిచయం ఉందని చాలా మంది చరిత్రకారులు విశ్వసిస్తున్నప్పటికీ, దీనికి సంబంధించి స్పష్టమైన ఆధారాలు లేవు. శ్రీ దత్తాత్రేయ బల్వంత్ పార్స్నిస్ రచించిన 'ఝాన్సీ కి రాణి లక్ష్మీబాయి' పుస్తకాన్ని పండితులు ప్రామాణికమైనదిగా అంగీకరించారు. దీని ప్రకారం కూడా మొదటి అభిప్రాయం సరైనదే.

చాలా మంది పాశ్చాత్య రచయితలు ఆమె (రాణి) మొదటి నుండి ఝాన్సీ యొక్క తిరుగుబాటుతో సంబంధం కలిగి ఉన్నారని మరియు బ్రిటిష్ వారి హత్యలలో కూడా హస్తం ఉందని అభిప్రాయపడ్డారు. రాబర్ట్ మాంట్ గోమేరీ తన 'ఇండియన్ ఎంపైర్' పుస్తకంలో ఇలా వ్రాశాడు - "ఆమె విగ్రహారాధన చేసేది, నేరాలను క్షమించడం ఆమె మతంలో లేదు. దత్తత మరియు వారసత్వానికి సంబంధించిన హిందూ వేదాంత నియమాలను ధిక్కరించడంతో ఆమె ఆగ్రహానికి గురైంది. అందుకే ఆడ, మగ అనే తేడా లేకుండా గొప్ప శక్తిమంతమైన ప్రభుత్వంతో యుద్ధానికి దిగింది. ఈ చర్య యొక్క ఫలితం తన జీవితాన్ని కోల్పోతుందని అతనికి తెలుసు.

,

మోంట్ గోమారి యొక్క ఈ ప్రకటన పక్షపాతంతో మరియు పక్షపాతంతో ఉంది. నిష్పక్షపాతంగా ఆలోచించే ఎవరైనా దీనిని

తప్పుడు వాదన అంటారు. రాణి అప్పటికే విప్లవకారులను కలిశారని భావించి, మరొక ఆంగ్ల రచయిత మెలిసస్ ఇలా వ్రాశాడు-

మహారాణి కోపం మరియు ఆమె చేసిన ఫిర్యాదులను బ్రిటిష్ ప్రభుత్వం పట్టించుకోలేదు, అందుకే ఆమె ఈ అనాలోచిత చర్య చేసింది; ఆమె పరువు నష్టం కారణంగా ఆమె ఈ స్థాయికి దిగజారింది. ఝాన్సీ రాష్ట్రాన్ని ప్రభుత్వం స్వాధీనం చేసుకున్న సమయంలో, మహారాణికి అయిదు వేలు వచ్చింది.నెలవారీ పెన్షన్ ఫిక్స్ అయింది.మొదట ఆమె ఒప్పుకోలేదు, ఆ తర్వాత అంగీకరించింది.ఈ పెన్షన్‌తో ఆమె అప్పు కూడా తీర్చుకోవలసి వస్తుందని ఆమెకు చెప్పినప్పుడు సులభంగా ఊహించవచ్చు. ఆమె దివంగత భర్త.. వారికి ఏమైౖ ఉండేదో, అప్పుడు ఆమె చాలా ఫిర్యాదులు చేయడం ప్రారంభించింది, హిందూ ఆవాసాలలో గోహత్య, హిందూ దేవాలయాల పేరుతో మాజీ రాజులు ఇచ్చిన గ్రామాలు జప్తు చేయబడ్డాయి మొదలైనవి. దీని కారణంగా, చాలా ఉన్నాయి ప్రజల్లో అసంతృప్తి.. వీటన్నింటిపై రాణి ఆగ్రహం వ్యక్తం చేసింది.బ్రిటీష్ వారు తనకు జరిగిన అవమానమే అతిపెద్ద బాధ.. అందుకే 1857 ప్రారంభంలో 'తిరుగుబాటుకు బలమైన సంకేతాలు వచ్చినప్పుడు' బ్రిటిష్ వారు మన భారత

సైనికుల హృదయాలు పట్ల బలమైన ద్వేషం దయతో స్వాగతించారు మరియు సహజంగా దాని యొక్క పూర్తి ప్రయోజనాన్ని పొందారు. ఈ పదాలు రాణి పట్ల రచయితకు ఉన్న ద్వేష భావాన్ని కూడా పరిచయం చేస్తాయి. రాణి మొదట పింఛను, భర్తపై అప్పు తీసుకోవడానికి నిరాకరించింది

ఈ విషయాలన్నీ నిరాధారమైనవిగా అనిపిస్తాయి, ఎందుకంటే వాటికి ఎటువంటి ఆధారాలు కనుగొనబడలేదు. భారతీయ చరిత్రకారులు ఈ విషయాలన్నింటినీ తీవ్రంగా ఖండించారు. మహారాణి లక్ష్మీబాయి బ్రిటీష్ వారి నుండి ఎటువంటి పెన్షన్ తీసుకోలేదని వారు నమ్ముతారు. పైన పేర్కొన్న రచయిత మాటలపై వ్యాఖ్యానిస్తూ, Mr. పరస్నిస్ ఇలా వ్రాశారు- "లక్ష్మీబాయి భర్త పెన్షన్ మరియు రుణం గురించి పైన వ్రాసిన విషయాలు పూర్తిగా నిరాధారమైనవి, వాటిలో నిజం లేదు. లక్ష్మీబాయి బ్రిటీష్ వారు ఇచ్చే పింఛనును ఎప్పుడూ అంగీకరించలేదు మరియు ఆమె భర్తకు ఒక్క పైసా రుణం కూడా లేదు. ఝాన్సీ తిరుగుబాటు చేసినప్పుడు, లక్ష్మీబాయి తన కోపాన్ని తీర్చుకోవడానికి తిరుగుబాటుదారులతో చేరిపోయిందనే ప్రకటనకు ప్రత్యక్ష సాక్ష్యం ఇవ్వలేదని కూడా గుర్తుంచుకోవాలి. అలాగని ఆంగ్ల రచయితల ప్రతి విషయాన్ని కూలంకషంగా పరిశీలిస్తే, ఆ చరిత్రలన్నీ నిజమేనన్న విషయంపై వచ్చిన ఆరోపణలు ప్రామాణికమైనవి కావని అర్థమవుతుంది. అవును, ఆ కాలంలోని చాలా విషయాలు తిరుగుబాటుకు సంబంధించినవి అనడంలో సందేహం లేదు, కానీ సాక్ష్యాధారాలు లేనప్పుడు, సహాయక విషయాలపై మాత్రమే నొక్కిచెప్పడం ద్వారా, అప్పటి న్యాయస్థానం ఆ విషయాలను లక్ష్మీబాయికి తెలియజేస్తుంది మరియు ఆమె ఇందులో పాలుపంచుకుంది. ఝాన్సీలో తిరుగుబాటు. లభ్యమైన ఆధారాలను బట్టి ఝాన్సీ తిరుగుబాటులో లక్ష్మీబాయి ప్రమేయం లేదని తెలిసింది. ఇది మాత్రమే కాదు, ఆ భయంకరమైన మరియు కష్టమైన సమయంలో కూడా లక్ష్మీబాయి బ్రిటిష్ వారికి సహాయం చేసిందని కూడా తెలుస్తుంది. ,

జూన్ 3వ తేదీ వరకు వచ్చిన కమిషనర్ నివేదికలు కూడా మహారాణి లక్ష్మీబాయిపై తనకు ఎలాంటి అనుమానాలు లేవని రుజువు చేస్తున్నాయి. సైన్యంలో తిరుగుబాటు స్ఫూర్తిని చూసి, కెప్టెన్ గార్డెన్ మరియు మరికొందరు ఆంగ్లేయులు రాణి వద్దకు వెళ్లి ఏదైనా విపత్తు సంభవించినప్పుడు ఆమెను రక్షించమని ప్రార్థించారు. కానీ దీనిపై, రాణి అతనికి హామీ ఇచ్చింది - "ఈ సమయంలో మా వద్ద యుద్ధ సామగ్రి లేదా సైన్యం లేవు, అయినప్పటికీ వీలైనంత వరకు, మేము మీకు సహాయం చేయడానికి తక్కువ చేయము."

జూన్ 4న, గార్డెన్ మళ్లీ అతని వద్దకు వెళ్లి ప్రార్థించాడు- "ఇది మనందరికీ సమయం ప్రమాదంలో ఉంది. మేం మగవాళ్లం, మన గురించి మనకేం పట్టింపు లేదు, కానీ మన పిల్లలు, ఆడవాళ్లు ఏమవుతారు? కాబట్టి మీరు వారికి మీ రాజభవనంలో ఆశ్రయం కల్పించండి

రాణి దీనికి అంగీకరించింది, చాలా మంది ఆంగ్ల మహిళలు తమ పిల్లలతో ఆమె రాజభవనానికి వచ్చారు. కోటలో బ్రిటిష్ వారిని చుట్టుముట్టారని, అప్పుడు కూడా రాణి వారికి రహస్యంగా సహాయం చేస్తూనే ఉందని చెబుతారు. ఇంతలో, అతను కోటలోని బ్రిటిష్ వారికి సమానమైన ఆహారాన్ని కూడా పంపాడు. ఝాన్సీ కంటే ముందు జరిగిన హత్యాకాండలో మార్టిన్ అనే ఆంగ్లేయుడు ఎలాగో ప్రాణాలతో బయటపడ్డాడు. అతను ఆగష్టు 20, 1889న మహారాణి దత్తపుత్రుడు దామోదర్ రావుకు ఆగ్రా నుండి ఉత్తరం రాశాడు. ఈ తిరుగుబాటులో రాణి పాల్గొనలేదనడానికి అతని ఈ లేఖ అతిపెద్ద రుజువుగా పరిగణించబడుతుంది. అతను ఈ అంశంపై రాశాడు- "మీ తల్లి చాలా క్రూరంగా మరియు అన్యాయంగా ప్రవర్తించారు. అతని గురించి నాకు తెలిసిన అసలు కథ మరెవరికీ తెలియదు. 1857 జూన్ నెలలో ఝాన్సీలో జరిగిన యూరోపియన్ల హత్యలతో ఆ పేద మహిళకు ఎలాంటి సంబంధం లేదు. అంతే కాదు బ్రిటీష్ వారు కోట వద్దకు వెళ్లినప్పుడు వారికి రెండు రోజులు ఆహారం కూడా ఇచ్చారు. మాకు సహాయం చేయడానికి 100 మంది సాయుధ సైనికులను కరేరా నుండి కోటకు పంపాడు. ఆ సైనికులను రోజంతా కోటలోనే ఉంచి సాయంత్రానికి వెనక్కి పంపించాం. దీని తరువాత, మహారాణి లక్ష్మీబాయి మేజర్ స్క్రీన్ మరియు కెప్టెన్ గార్డెన్‌ను ఇక్కడ నుండి పారిపోయి దాటియా రాజు ఆశ్రయానికి వెళ్లమని సలహా ఇచ్చింది, కానీ ఆ సమయంలో వారు అలా చేయలేదు. చివరికి మన స్వంత సైన్యం (తిరుగుబాటుదారులు) వారందరినీ చంపారు. ,

ప్రఖ్యాత చరిత్రకారుడు 'కె' కూడా రాణికి ఇప్పటివరకు తిరుగుబాటుతో పూర్తిగా సంబంధం లేదని భావించారు. అతను ఈ అంశంపై వ్రాసాడు- "ఈ హత్య జరిగినప్పుడు రాణికి ఒక్క సేవకుడు కూడా లేడని నేను బలమైన సాక్ష్యాధారాలతో కనుగొన్నాను. ఈ పనిని మా స్వంత పాత రిటైనర్లు చేసినట్లు అనిపిస్తుంది. అక్రమమైన అశ్విక దళం హత్యకు ఆదేశించింది మరియు మా జైలర్ నాయకుడు. హంతకులు."

దీనితో పాటు, ఆ సమయంలో రాణితో తిరుగుబాటుదారులు చేసిన ప్రవర్తనను బట్టి కూడా ఆమెతో వారికి ఎటువంటి సంబంధం లేదని తెలుస్తోంది. ఈ ఊచకోత తర్వాత, తిరుగుబాటుదారులు రాణి ప్యాలెస్‌ను కూడా చుట్టుముట్టారు మరియు రాణికి సందేశం

పంపబడింది - "మేము ఢిల్లీకి వెళ్లాలనుకుంటున్నాము. మా ఖర్చులకు మూడు లక్షల రూపాయలు ఇవ్వండి, లేకపోతే మీ రాజభవనం ఫిరంగితో పేల్చివేయబడుతుంది.' దీంతో రాజభవనంలోని వారంతా తీవ్ర ఆందోళనకు గురయ్యారు. దీనిపై రాణి తిరుగుబాటుదారులకు సమాచారం పంపింది - "ప్రస్తుతం మన రాష్ట్రం మొత్తం బ్రిటిష్ వారి ఆధీనంలో ఉంది. మాకు డబ్బు కొరత ఉంది. అలాంటి పరిస్థితిలో మమ్మల్ని బాధపెట్టడం మీకు తగదు."

తిరుగుబాటుదారులు రాణి మాటలను నమ్మలేదు లేదా వారి మనస్సాక్షి నాశనం చేయబడింది. అతను రాణి మాట వినలేదు. చివరగా, ఈ విపత్తు నుండి బయటపడటానికి, రాణి తన లక్ష రూపాయల విలువైన నగలను అతనికి ఇచ్చింది. దీంతో సంతోషించిన తిరుగుబాటుదారులు "ఖల్క్ ఖుదా కా, ముల్క్ బాద్షా కా, అమల్ మహారాణి లక్ష్మీబాయి కా" అంటూ ఢిల్లీకి వెళ్లిపోయారు.

ఝాన్సీ తాత్కాలిక నిర్వాహకురాలు

ఈ సమయంలో ఝాన్సీ బ్రిటిష్ వారి నుండి జీరో అయింది. తిరుగుబాటుదారులు కూడా పరిపాలన వ్యవస్థపై దృష్టి పెట్టలేదు. దీంతో ఝాన్సీలో అరాచక పరిస్థితి నెలకొంది. ఈ పరిస్థితిని పరిష్కరించడం తన నైతిక బాధ్యతగా రాణి భావించింది. అందుకే అప్పటి వరకు ప్రభుత్వ ఉద్యోగాల్లో పనిచేస్తున్న భారతీయులను పిలిచాడు. వీరిలో రెవెన్యూ శాఖ బంధువు ఎహసాస్ అలీ, క్రిమినల్ డిపార్ట్‌మెంట్ బంధువు గోపాల్‌రావు లఘాటే, ఇతర శాఖల వ్యక్తులు ఉన్నారు. పరస్పర చర్చల అనంతరం సాగర్‌లో ఇప్పటి వరకు ఎలాంటి తిరుగుబాటు జరగలేదని రాణికి సూచించారు. ఇలాంటి పరిస్థితులలో చాలా జాగ్రత్తగా ఉండాలని, తగిన భద్రత ఏర్పాట్లు చేస్తారని, ఈ సమయంలో ఝాన్సీకి ఎలాంటి ఏర్పాట్లు చేయాలని కూడా వాళ్లను ప్రశ్నించాలి.

అతని ప్రతిపాదనకు రాణి అంగీకరించింది. ఈ మేరకు సాగర్ కమిషనర్‌కు లేఖ పంపారు. దీని ఫలితంగా, బ్రిటిష్ వారు అక్కడ తిరుగుబాటు జరగకుండా పూర్తి ఏర్పాట్లు చేశాను. రాణి యొక్క ఈ సద్భావనకు ముగ్ధుడై, ఝాన్సీ కమీషనర్ ఆమెకు కృతజ్ఞతలు తెలుపుతూ ఆమెకు ఇలా వ్రాశాడు - "అనుభవజ్ఞుడైన అధికారి ఝాన్సీ బాధ్యతలు చేపట్టే వరకు మీరు ఏర్పాట్లు కొనసాగించండి. ,

అందువల్ల, కొంతకాలం మహారాణి లక్ష్మీ బాయి మళ్లీ ఝాన్సీకి సంరక్షకురాలిగా, నిర్వాహకురాలు కూడా అయ్యారు. ఆమె తెలివైన మరియు తెలివైన మహిళ, కానీ ఆమెకు పరిపాలనలో అనుభవం లేదు. రాష్ట్ర విలీనమైన తర్వాత ఆమె భర్త పాలనలో అనుభవజ్ఞులైన అధికారులందరూ ఝాన్సీ నుండి వెళ్లిపోయారు, ఆమె తండ్రి మరియు ఇద్దరు లేదా నలుగురు ఎంపికైన వ్యక్తులు మాత్రమే ఆమెతో మిగిలిపోయారు, కానీ వారికి కూడా పరిపాలన అనుభవం లేదు. అందుకే పరిపాలనలో రాణి కోరుకున్న సంస్కరణలు; ఆమె పని చేయాలనుకున్న విధంగా అది జరగలేదు. మిస్టర్. పరస్నిస్ ఈ విషయంపై రాశారు- స్వచ్ఛమైన హృదయానికి అనుగుణంగా ప్రవర్తించే మంచి మనుషులు ఎవరూ లేరన్నది సారాంశం. ఆ సమయంలో ఝాన్సీ ఆస్థానంలో ఓర్చా వంటి స్థానిక సంస్థానాలకు చెందిన కొందరు రాజద్రోహులు, అనుభవం లేనివారు, స్వార్థపరులు, మరికొందరు మహారాణి లక్ష్మీబాయి బంధువులు. , వీరిలో రాష్ట్రం - నిర్వహణ యొక్క జవాబుదారీతనం మరియు బాధ్యత గురించి తెలియదు. నా కోరికలు మరియు ఆదేశాల ప్రకారం, సభికులు బ్రిటిష్ ప్రభుత్వానికి లేఖలు మొదలైనవాటిని పంపుతారని లక్ష్మీ బాయి తన మనస్సులో ఈ నమ్మకం కలిగి ఉంది, కానీ మేము ఎప్పుడు అప్పటి సభికుల పరిస్థితిని పరిగణలోకి తీసుకోండి, అప్పుడు లక్ష్మీబాయి కోరికలు మరియు ఆదేశాల మేరకు సరైన చర్య తీసుకోలేదని చెప్పాలి. పంపడం ద్వారా లక్ష్మీబాయి తన స్నేహాన్ని, మంచి ప్రవర్తనను మరియు స్వచ్ఛమైన హృదయాన్ని పరిచయం చేయడానికి చాలాసార్లు ప్రయత్నించిందనడంలో సందేహం లేదు. బ్రిటీష్ అధికారులకు లేఖలు..

ఈ విషయాన్ని లేఖల ద్వారా బ్రిటిష్ అధికారులకు తెలియజేసినట్లు ఆయన తన మంత్రులకు చాలాసార్లు చెప్పారు. బ్రిటీష్ వారి ఆదేశాల మేరకు నేను ఝాన్సీ రాజ్యాన్ని నిర్వహిస్తున్నానని తెలియజేయండి." ఈ తిరుగుబాటు తర్వాత కెప్టెన్ పింగ్‌ను ఝాన్సీ కమిషనర్‌గా నియమించారు. "మహారాణి లక్ష్మీబాయి మాది అని విశ్వసనీయ మూలాల నుండి నాకు రుజువు లభించింది ప్రభుత్వంతో స్నేహం కొనసాగించేందుకు ప్రయత్నించారు. ఆ సమయంలో, అతను బ్రిటిష్ వారిని చంపినందుకు విచారం వ్యక్తం చేస్తూ జబల్పూర్ కమిషనర్ మరియు ఇతర బ్రిటిష్ అధికారులకు లేఖ రాశాడు మరియు ఆ హేయమైన చర్యతో నాకు ఎటువంటి సంబంధం లేదని కూడా రాశాడు. ప్రభుత్వానికి కృతజ్ఞతలు తెలుపుతూ, బ్రిటిష్ వారు ఇక్కడ ఏర్పాట్లన్నీ చేపట్టే వరకు ఝాన్సీ బాధ్యతలు తీసుకున్నాను అని స్పష్టంగా రాశారు.

ఇది కాకుండా, మార్టిస్ కూడా రాణిని పూర్తిగా నిర్దోషిగా పరిగణించాడు. జబల్‌పూర్ మొదలైన ప్రాంతాల్లోని బ్రిటీష్ వారికి రాణి లేఖలను పంపిన వ్యక్తి మార్టిస్ అనే విషయం గమనించదగ్గ విషయం. అతడు వ్రాస్తాడు- రాణి జబల్పూర్ కల్నల్ ఎర్స్కిన్ మరియు ఆగ్రా చీఫ్ కమీషనర్ కల్నల్ ఫ్రేజర్కు కూడా లేఖలు పంపింది. క్వీన్ మాటలను పరిగణలోకి తీసుకునేలా నేనే అతని లేఖను కల్నల్ ఫ్రేజర్‌కి ఇచ్చాను, కానీ ఆ సమయంలో 'ఝాన్సీ' అనేది అందరికీ అసహ్యాకరమైన పదంగా మారింది. అందుకే ఏమీ వినకుండా ఆమె దోషిగా తేలింది. ,

కొన్ని వ్యతిరేక వాస్తవాలు

మహారాణి లక్ష్మీబాయికి బ్రిటిష్ వారి పట్ల ఎలాంటి ద్వేషం లేదని శ్రీ పరస్నీస్ విశ్వసిస్తున్నప్పటికీ. 1857 తిరుగుబాటులో, అతను బ్రిటిష్ వారికి పూర్తిగా సహాయం చేశాడు. అతని ఈ అభిప్రాయం పైన చాలాసార్లు చర్చించబడింది, అయితే రాణి జీవిత చరిత్ర యొక్క మరొక రచయిత శ్రీ శాంతి-నారాయణ్ దీనికి విరుద్ధంగా తన 'మహారాణి ఝాన్సీ' పుస్తకంలో వాస్తవాన్ని అందించారు. భవిష్యత్తులో ఏదైనా విపత్తును ఎదుర్కోవడానికి ఈ కాలంలో రాణి ఆయుధ కర్మాగారాన్ని కూడా ప్రారంభించిందని అతను రాశాడు, అతని మాటల్లోనే- రాష్ట్ర ఆర్థిక పురోగతి కోసం, అతను వివిధ ప్రదేశాలలో అన్ని రకాల కర్మాగారాలను తెరిచాడు మరియు వాటిలో వివిధ రకాల వస్తువులను సిద్ధం చేయడం ప్రారంభించాడు మరియు తన సైనిక శక్తిని బలోపేతం చేయడానికి, మందుగుండు సామగ్రి మొదలైన యుద్ధ సామగ్రిని సిద్ధం చేశాడు. కాబట్టి కష్టకాలం వచ్చినప్పుడు, ఇతరుల దయపై ఈ విషయాలపై ఆధారపడాల్సిన అవసరం లేదు. రచయిత ఈ వాస్తవానికి మూలం చెప్పనప్పటికీ, ఇది నిజమైతే, బ్రిటీష్ వారితో మహారాణి లక్ష్మీబాయికి ఉన్న పై సానుభూతి ఆమె నైపుణ్యం గల రాజనీతిజ్ఞతకు గుర్తుగా ఉందా వంటి అనేక సమాధానాలు లేని ప్రశ్నలు స్వయంచాలకంగా తలెత్తుతాయి. అతను ఇప్పటికే ఈ విప్లవ నాయకులతో పరిచయం కలిగి ఉన్నాడా? ఈ ఆర్డినెన్స్ ఫ్యాక్టరీని ఎందుకు స్థాపించాడు? ఆమె స్వయంగా ఆ సమయంలో కేర్‌టేకర్ అడ్మినిస్ట్రేటర్‌ని మాత్రమే అంగీకరించింది? ఆమె నిజంగానే ఝాన్సీ మోహాన్ని వదులుకున్నట్లయితే, ఆమెను నిందించే మూర్ఖత్వం బ్రిటిష్ వారికి ఎందుకు వచ్చింది? ఈ ప్రశ్నలకు సమాధానాలను పాఠకుల ఊహకే వదిలేస్తున్నాం. అవును, వ్రాతపూర్వక చరిత్ర

పూర్తిగా నిజం కావాలని మనం మరచిపోకూడదు, అది అవసరం లేదు. ప్రస్తుత కాలంలో రాజకీయ ఇతివృత్తాలు కూడా ఉన్నాయి. రాజకీయాలలో ఆసక్తి ఉన్నవారు మరియు విద్యార్థులు ఈ సత్యాన్ని తెలుసుకోవాలి

ఈ విషయాలన్నీ పరిశీలిస్తే, మహారాణి లక్ష్మీబాయి మొదటి నుండి 1857 నాటి స్వాతంత్ర్య పోరాటంతో ముడిపడి ఉందని భావించే ఆ వ్యక్తుల అభిప్రాయం కూడా నిజమే అనిపిస్తుంది. ఈ వేసవిలో ప్రధాన జనరల్స్‌లో నానా సాహెబ్ అత్యంత ప్రత్యేకమైన వ్యక్తి మరియు లక్ష్మీబాయి అతని కోడలు అని మనం మరచిపోకూడదు. వారి బాల్యం కలిసి గడిచింది. అలాంటప్పుడు నానా సాహెబ్ పదవీచ్యుతులైన పాలకులందరినీ సంప్రదించినప్పుడు మహారాణి లక్ష్మీబాయిని తప్పక తప్పించారని ఎలా చెప్పగలరు? మహారాణి లక్ష్మీబాయి బ్రిటీష్ వారి చేతిలో తనకు జరిగిన అవమానాలను ఇంత త్వరగా మరచిపోయి ఉంటుందా? వీటన్నింటిని పరిశీలిస్తే, మిస్టర్. పరస్నిస్ యొక్క ఈ క్రింది మాటలలోని వాస్తవికతపై అనుమానం కలుగుతుంది- 'బ్రిటీష్ ప్రభుత్వంతో ఎప్పుడూ ఆప్యాయతతో మెలగాలని ప్రయత్నించే ఒక హిందూ రాజకుటుంబానికి చెందిన ఒక సమర్ధ మహిళను ఎలాంటి అవగాహన లేకుండా, ఆ బ్రిటీష్ అధికారుల విచారణ లేకుండానే దుష్ట హంతకులకు అప్పగించడం మన దురదృష్టకరం. మరియు వారిని తిరుగుబాటుదారుల వరుసలో కూర్చోబెట్టింది. ఈ తప్పుడు భ్రాంతి నియంత్రణలో ఉన్న బ్రిటిష్ వారు అమాయక లక్ష్మీబాయితో తీవ్రంగా పోరాడాలని నిర్ణయించుకున్నారు. మహారాణి లక్ష్మీ బాయి బ్రిటిష్ వారికి వ్యతిరేకం కాదని మనం గమనించినప్పుడు; కానీ ఆమె బ్రిటిష్ వారి ఆదేశాల మేరకు ఝాన్సీ రాజ్యాన్ని బ్రిటీష్ వారి కోసం నిర్వహిస్తోంది; మరియు వారు కూడా దీని గురించి ఎప్పటికప్పుడు తెలియజేస్తారు. కానీ ఆమె ఉత్తరాలు వ్రాసి ప్రభుత్వానికి ఇచ్చేది, అప్పుడు కూడా ఆమె చిత్తశుద్ధి ఫలించలేదు, బ్రిటిష్ ప్రభుత్వానికి ఆమె స్వచ్ఛమైన హృదయం మరియు సరళమైన ప్రవర్తన గురించి తెలియదు మరియు చివరికి ఆమె బ్రిటిష్ వారితో పోరాడవలసి వచ్చింది. అప్పుడు పరమాత్మ వేగము అద్వితీయమని, భవిష్యత్తు బలమని చెప్పవచ్చు. ,

శివరావు నారాయణ్‌తో ఎప్పటికీ యుద్ధం

ఇప్పుడు ఝాన్సీ మహారాణి లక్ష్మీబాయి ఆధీనంలో ఉంది. అతను కొంత సైన్యాన్ని కూడా ఉంచుకున్నాడు. గంగాధర్ రావు మరణించినప్పుడు మరియు రాణి తన దత్తపుత్రుడిని గుర్తించాలని ప్రయత్నిస్తున్నప్పుడు, సదాశివ నారాయణ్ కూడా ఝాన్సీ సింహాసనంపై తన హక్కును నిరూపించుకోవాలని వాదించాడు మరియు మల్కం కూడా అతని హక్కును సిఫార్సు చేశాడు. గంగాధరరావు మరణానంతరం ఈ సందర్భంగా ప్రస్తావించారు. ఇదే సదాశివ నారాయణ్ ఝాన్సీని 1857 జూన్ 13న ఝాన్సీకి 21 కి.మీ.ల దూరంలో సరైన అవకాశంగా భావించి తీసుకెళ్లాడు. m. దూరంగా కరేరా కోటపై దాడి చేసింది. ఈ దాడిలో అతను విజయం సాధించాడు. అతను బ్రిటిష్ వారి తానేదార్ మరియు తహసీల్దార్‌లను అక్కడి నుండి తరిమికొట్టడం ద్వారా కోటను తన ఆధీనంలోకి తీసుకున్నాడు. ఆ తర్వాత చుట్టుపక్కల వారి నుంచి బలవంతంగా డబ్బు వసూలు చేసి 'మహారాజ్ సదాశివరావు నారాయణ్' పేరుతో పట్టాభిషేకం చేయించుకున్నాడు. దీంతో మళ్లీ తానే ఝాన్సీ రాష్ట్రానికి అసలైన వారసుడని చెప్పుకోవడం మొదలుపెట్టాడు. అతను ఈ అంశంపై తన ఆర్డినెన్స్‌ను తీసివేసి, సమీపంలోని అన్ని గ్రామాలలో ప్రచారం చేశాడు. దీని కోసం, అతను రాజ్‌పూర్‌లోని తానేదార్ గులాం హుస్సేన్‌కు తన ఆజ్ఞను పంపాడు - "మేము మిమ్మల్ని రాజ్‌పూర్‌కు తానేదార్‌గా నియమిస్తాము, కాబట్టి మేము మహారాజ్ సదాశివరావు ఝాన్సీ యొక్క రాజ్‌పూర్ అని ఈ విషయాన్ని ప్రతి గ్రామంలో వ్యాప్తి చేయమని మీరు ఆదేశించారు. సింహాసనాన్ని అధిష్టించారు." కానీ గులాం హుస్సేన్ ఈ ఆజ్ఞను పాటించడానికి నిరాకరించడంతో, అతను (సదాశివరావు) మళ్లీ "గులాం హుస్సేన్‌ను తొలగించి, అతని ఆస్తిని జప్తు చేయమని ఆదేశించాడు." దీని కారణంగా చుట్టుపక్కల ప్రజలు చాలా బాధపడ్డారు. విషయం మహారాణి లక్ష్మీబాయికి చేరుకుంది. కాబట్టి ఆమె కరేరాపై సైన్యంతో దాడి చేసింది. పూర్తి. సదాశివరావు వారి ముందు నిలబడలేక పారిపోయాడు. నార్వరానికి వెళ్లి తన ప్రాణాలను కాపాడుకున్నాడు. అక్కడికి వెళ్ళిన తరువాత, అతను మళ్ళీ తన శక్తిని పెంచుకోవడానికి ప్రయత్నించడం ప్రారంభించాడు మరియు కొన్ని రోజుల తర్వాత అతను నార్వార్ (గ్వాలియర్ రాచరిక రాష్ట్రం) ప్రక్కనే ఉన్న ఝాన్సీ ప్రాంతంపై దాడి చేసి అక్కడ దోపిడీ చేయడం ప్రారంభించాడు. అందువల్ల, రాణి యొక్క సైన్యం మళ్లీ అతనిని ఎదుర్కోవడం ప్రారంభించింది. ఈసారి పట్టుబడ్డాడు. పట్టుబడిన తరువాత, అతను ఝాన్సీ కోటలో బంధించబడ్డాడు

నాథే ఖాన్‌ను ఎదుర్కోవడం

ఝాన్సీని బ్రిటీష్ వారి ప్రభావం కంటే తక్కువగా చూడటం మరియు మహారాణి లక్ష్మీబాయిని అబ్లాగా భావించడం, ఓర్చాలో తిరుగుబాటుదారుడు దివాన్ నాథే ఖాన్ ఝాన్సీని స్వాధీనం చేసుకోవడం మంచి అవకాశంగా భావించాడు. అతను సదాశివ నారాయణ్ కంటే రాజకీయాలకు అనుభవజ్ఞుడైన మరియు శక్తివంతమైన శత్రువు. నాతే ఖాన్ తన 20 వేల సైన్యంతో ఝాన్సీపై దాడి చేయడంతో రాణి అప్పటికే చాలా కష్టంతో యుద్ధం నుండి బయటపడింది. అతడిని ఎదుర్కోవడం అంత తేలికైన పని కాదు. అందువల్ల, రాణి మధ్య భారతదేశంలోని ఆంగ్ల రాజకీయ ఏజెంట్ నుండి సహాయం కోరడం సముచితమని భావించి, ఈ మేరకు సందేశంతో అతని వద్దకు ఒక దూతను పంపింది. ఈ విషయం తెలుసుకున్న నాథే ఖాన్ దూతను దారిలో చంపేశాడు. అందువల్ల, మహారాణి లక్ష్మీబాయికి అక్కడి నుండి సహాయం లభించలేదు. దీంతో రాణి ముందు తీవ్ర సమస్య తలెత్తినా, ఆమె ధైర్యం కోల్పోకుండా ఝాన్సీని కాపాడుకునే ప్రయత్నం చేసింది. మరోవైపు ఎలాంటి పోరాటం లేకుండా విజయం సాధిస్తే బాగుంటుందని నాథే ఖాన్ భావించాడు. అందుకే రాణికి సందేశం పంపాడు - "మీరు ఝాన్సీ కోటను, ఝాన్సీని మాకు అప్పగించండి. బ్రిటీష్ వారు మీకు ఇచ్చే గౌరవాన్ని మేము కొనసాగిస్తాము

రాణి నాథే ఖాన్ ప్రతిపాదనను అంగీకరించలేదు మరియు పరిస్థితిని ఎలా ఎదుర్కోవాలో తన సిబ్బందితో చర్చించింది. ఆ సమయంలో ఝాన్సీకి వనరులు లేవు, నాథే ఖాన్ వనరులు కలిగి ఉన్నారు. వీటన్నింటినీ పరిగణనలోకి తీసుకున్న కొందరు ఉద్యోగులు నాథే ఖాన్ ప్రతిపాదనను అంగీకరించాలని సూచించారు. మీ ఉద్యోగులు అక్కడ ఉన్న జాగీర్దార్లందరూ ఆయనకు మద్దతు ఇచ్చేందుకు అంగీకరించారు. వెంటనే అతడిని ఎదుర్కొనేందుకు సన్నాహాలు చేశారు. కోటను స్వాధీనం చేసుకున్నప్పుడు, బ్రిటిష్ వారు అక్కడ ఉంచిన పాత ఫిరంగులను భూమిలో పాతిపెట్టారు. అతడిని తొలగించారు. వాటికి మరమ్మతులు చేశారు. కర్మాగారంలో మందుగుండు సామగ్రి తదితరాలను వేగంగా తయారు చేయడం ప్రారంభించారు. సామంతులందరూ తమ సైన్యాలతో చేరుకున్నారు. రెండవ రోజు ఉదయం, రాణి దివాన్ జవహర్ సింగ్‌ను కమాండర్‌గా చేసి, రంకంకణ్‌ను కట్టి, మగ దుస్తులలో కోట

యొక్క ప్రధాన బురుజుకు చేరుకుంది. కోటపై ఫిరంగులు ఏర్పాటు చేయబడ్డాయి మరియు పురాతన జెండా మరియు పీష్వాల యూనియస్ జాక్ ఎగురవేయబడ్డాయిరాణి నోటి నుండి ఇంత పిరికి మాట విని చాలా నిరుత్సాహపడింది. ఆగ్రహించిన ఆమె.. "మహిళనైన నీ మానవ జీవితానికి అవమానం, ధైర్యం, సహనంతో నా కర్తవ్యాన్ని నిర్వర్తించాలనుకుంటున్నాను, మగవాడిగా నువ్వు ఇలాంటి పిరికి మాటలు మాట్లాడుతున్నావు. ఈ నిస్సహాయ ప్రపంచంలో ఏదో ఒకరోజు అందరూ చనిపోవాల్సిందే. మన రాష్ట్రానికి ఉపయోగపడి కర్తవ్య నిర్వహణలోనే జీవితాన్ని ముగించుకుంటే మనకు ఇహలోకంలో, పరలోకంలో కీర్తి రాదా? నేను ఎప్పుడూ యుద్ధం నుండి పైదొలగాలని అనుకోను.

రాణి సేవకులు చాలా మంది ఓర్చా రాష్ట్రానికి చెందినవారు. వారిలో కొందరు నా ఖాస్‌ను కలిశారని చెబుతున్నారు. అదే ఉద్యోగులు నాతే ఖాస్ ప్రతిపాదనను అంగీకరించమని రాణికి సలహా ఇచ్చారు. కానీ రాణి అతని సలహాను తిరస్కరించింది. దీని తరువాత, అతను తన ప్రతిపాదన గురించి నాథే ఖాస్‌కు ఒక లేఖ రాశాడు, ఈ క్రింది పదాలు ముఖ్యంగా గమనించదగినవి- "నేను వీర్ శ్రేష్ఠ శివరావు భౌ యొక్క వీర్వంశ్ ప్రతినిధిని మరియు మహారాజ్ గంగాధర్ రావు భార్యను. అందుచేత, ప్రతి అహంకారపూరిత శత్రువును ఎలా తగ్గించాలో నాకు బాగా తెలుసు."

ఈ లేఖను అందుకున్న నాథే ఖాస్ కోపంతో నిండిపోయాడు మరియు ఝాన్సీ కోటపై దాడి చేయమని తన సైనికులను ఆదేశించాడు. ఈ ఫలితం గురించి రాణికి ఇప్పటికే తెలిసిపోయింది, కాబట్టి నాథే ఖాస్‌కు లేఖ రాసిన తర్వాత, ఆమె తన విశ్వసనీయ ఉద్యోగులను మరియు ఝాన్సీ రాష్ట్రానికి చెందిన పెద్ద జాగీర్దార్‌లను ఆహ్వానించి ఒక సమావేశాన్ని పిలిచింది. ఈ బుందేలా జాగీర్దార్లలో ఓర్చా రాజా అల్లుడు దేవాస్ దలీప్ సింగ్, అతని స్నేహితుడు దేవాస్ రఘునాథ్ సింగ్, ఝాన్సీ రాష్ట్రానికి చెందిన దేవాస్ జవహర్ సింగ్, థోర్నీ వాలే మొదలైనవారు ఉన్నారు. సభలో వారిని ఉద్దేశించి రాణి ఇలా చెప్పింది - "మీరు ఓర్చా రాజు బంధువులు మరియు ఝాన్సీ రాష్ట్రానికి చెందిన 44వ సింహాసనం సేవకులు. దయచేసి ఈ ఊబిలో నాకు సహాయం చేయండి. నేను చనిపోతానని నిర్ణయించుకున్నాను, కానీ నా గౌరవనీయమైన భర్త మరియు అతని సుప్రసిద్ధ పూర్వీకుడు వీరశ్రేష్ఠ శివరావ్ భావు యొక్క పవిత్ర వంశాన్ని నార్పశు నాథే ఖాస్ ముందు నమస్కరించడం ద్వారా నేను ఎన్నటికీ కళంకం చేయను. ఇప్పుడు మీరు ఈ విషయంపై ఏమి నిర్ణయించుకుంటారు. జీవితం మరియు మరణం యొక్క

ఈ ప్రశ్నలో మీరు నాకు మద్దతు ఇస్తారు మరియు అమర కీర్తిని పొందండి లేదా " అక్కడ ఉన్న జాగీర్దార్లందరూ ఆయనకు మద్దతు ఇచ్చేందుకు అంగీకరించారు. వెంటనే అతడిని ఎదుర్కొనేందుకు సన్నాహాలు చేశారు. కోటను స్వాధీనం చేసుకున్నప్పుడు, బ్రిటిష్ వారు అక్కడ ఉంచిన పాత ఫిరంగులను భూమిలో పాతిపెట్టారు. అతడిని తొలగించారు. వాటికి మరమ్మతులు చేశారు. కర్మాగారంలో మందుగుండు సామగ్రి తదితరాలను వేగంగా తయారు చేయడం ప్రారంభించారు. సామంతులందరూ తమ సైన్యాలతో చేరుకున్నారు. రెండవ రోజు ఉదయం, రాణి దివాన్ జవహర్ సింగ్‌ను కమాండర్‌గా చేసి, రంకంకణ్‌ను కట్టి, మగ దుస్తులలో కోట యొక్క ప్రధాన బురుజుకు చేరుకుంది. కోటపై ఫిరంగులు ఏర్పాటు చేయబడ్డాయి మరియు పురాతన జెండా మరియు పీష్వాల యూనియన్ జాక్ ఎగురవేయబడ్డాయి

మరోవైపు, నాథే ఖాన్ సైన్యం కూడా కోట వైపు కదులుతోంది. శత్రుసైన్యం ఫిరంగి పరిధిలోకి వచ్చిందని రాణి చూసిన వెంటనే, ఫిరంగి గులాం గౌస్ ఖాన్‌ను కాల్చమని ఆదేశించింది. నాథే ఖాన్ సైన్యం ఫిరంగి కాల్పుల ముందు ఆగలేక వెనుదిరిగింది. నాథే ఖాన్ రాత్రి తన సైన్యాన్ని నాలుగు భాగాలుగా చేసి కోటను చుట్టుముట్టాడు మరియు కోటపై అన్ని వైపుల నుండి ఫిరంగుల వర్షం ప్రారంభమైంది. దీంతో కోట ఓర్చా గేటు విరిగిపోయే ప్రమాదం ఉంది. ఇది చూసిన రాణి స్వయంగా అక్కడికి వెళ్లి సైనికులను ప్రోత్సహించడం ప్రారంభించడంతో సైనికులు రెట్టించిన ఉత్సాహంతో శత్రువులను ఎదుర్కోవడం ప్రారంభించారు. పెరుగుతున్న శత్రు ప్రభావాన్ని చూసి, రాణికి నమ్మకస్తుడైన వీర్ లాలా భా బక్షి, కోట యొక్క ప్రసిద్ధ ఫిరంగి 'కడక్ బిజిలీ'ని బురుజుపై అమర్చాడు. దాని నుండి షెల్స్ విడుదలయ్యాయి. ఇది అనుకూలమైన ప్రభావాన్ని చూపింది. శత్రువుల ఒత్తిడి తగ్గుతుంది. కొంత సేపటికి విపక్ష సైన్యం చెల్లాచెదురైపోయి, నాథేఖాన్ ఆపినా ఆగలేదు, తర్వాత మళ్లీ నాథేఖాన్ సమీకరించాడు. కొన్ని రోజులు అతని సైన్యం ఏదో ఒకవిధంగా పోరాడుతూనే ఉంది. ఈ యుద్ధంలో దేవాన్ రఘునాథ్ సింగ్ కోటకు అవతలివైపు సైన్యానికి నాయకత్వం వహిస్తున్నాడు. అతను తన కొండపై నుండి నాథే ఖాన్ సైన్యంపై భారీ ప్రాణనష్టం చేసాడు. ఎట్టకేలకు నాథేఖాన్ ఇక సహించలేక ఓడిపోయి వెనుదిరిగాడు. తన యుద్ధ సామాగ్రిని కూడా అక్కడే వదిలేయాల్సి వచ్చింది. ఈ విధంగా, విజయశ్రీతో పాటు, రాణి కూడా ఈ యుద్ధంలో సమృద్ధిగా యుద్ధ సామగ్రిని పొందింది. ఈ విజయం తరువాత, రాణి మరోసారి ఒక సమావేశాన్ని నిర్వహించింది, ఇందులో యుద్ధంలో సహాయం చేసిన సామంతులు, పరాక్రమం ప్రదర్శించిన యోధులు

మొదలైన వారిని అనేక విలువైన బహుమతులతో సత్కరించారు. నాథే ఖాన్‌కు వ్యతిరేకంగా విజయానికి సంబంధించిన వివరణాత్మక బ్రోచర్‌ను సిద్ధం చేసిన తర్వాత, మహారాణి లక్ష్మీబాయి దానిని అప్పటి బుందేల్‌ఖండ్ రాజకీయ ఏజెంట్ హామిల్టన్‌కు పంపారు. ఈ బ్రోచర్‌తో హామిల్టన్‌కు వెళ్తున్న వ్యక్తిని దారిలో నాథే ఖాన్ మనుషులు పట్టుకుని చంపారు. ఫలితంగా, ఈ బ్రోచర్ దాని గమ్యాన్ని చేరుకోలేకపోయింది.

నాథే ఖాన్ నీచత్వం

రాణి లక్ష్మీబాయి బలహీనంగా ఉందని, అందుకే అతను ఝాన్సీపై దాడి చేశాడని నాథే ఖాన్ భావించాడు, కాని రాణి తన తెలివితో అతని కోరికను విఫలమైంది. దీంతో ఆయన తీవ్ర అవమానానికి గురయ్యారు. అతను ఉదాత్త స్వభావం ఉన్నవాడు కాదు, తన వీరోచిత శత్రువు యొక్క లక్షణాలను గౌరవించేవాడు లేదా యుద్ధరంగంలో మాత్రమే ప్రత్యర్థిని తన శత్రువుగా భావించేవాడు, అతను చాలా చాకచక్యంగా మరియు నీచ స్వభావం ఉన్న వ్యక్తి. అలా రాణితో జరిగిన యుద్ధంలో ఓడిపోయాక, ఆమెకు ఏదో విధంగా హాని చేయాలని ఆలోచించడం మొదలుపెట్టాడు. రాణి అతనితో జరిగిన యుద్ధంలో విజయం సాధించిన వివరాలను బుందేల్‌ఖండ్‌లోని రాజకీయ అధికారికి పంపినప్పుడు, ఆ వివరాలను తీసుకువెళుతున్న దూత దారిలో అతని మనుషులచే చంపబడ్డాడని పైన వ్రాయబడింది. అతను మెసెంజర్ నుండి అందుకున్న వివరణను చదవగానే అతను ఒక భయంకరమైన ప్రణాళికను రూపొందించాడు. ఝాన్సీలో బ్రిటీష్ వారి ఊచకోతకు కారణమైన నేరాన్ని రాణి తలపై వేయాలని అతను భావించాడు. దీని వల్ల బ్రిటిష్ వారి ఆగ్రహానికి గురికావలసి వస్తుంది. ఫలితంగా, తన అవమానానికి పరోక్షంగా ప్రతీకారం తీర్చుకోవడానికి, మహారాణి లక్ష్మీబాయి బ్రిటిష్ వారిపై తిరుగుబాటుదారుగా మారిందని, అందుకే ఆమెను అణిచివేసేందుకు అతను (నాథే ఖాన్) యుద్ధం చేస్తున్నాడనే ఉద్దేశ్యంతో హామిల్టన్‌కు లేఖ రాశాడు. రాణి సూచనతో ఝాన్సీలో బ్రిటిష్ వారి ఊచకోత జరిగింది.

నాథే ఖాన్ యొక్క ఈ మోసపూరిత పథకం పనిచేసింది. బ్రిటిష్ వారు రాణిని తమ శత్రువుగా భావించారు, ఇది అనివార్యంగా యుద్ధానికి దారితీసింది. ఇది తదుపరి అధ్యాయాలలో వివరించబడుతుంది. ఈ అంశాన్ని వివరిస్తూ, మార్టిన్ ఇలా వ్రాశాడు-తిరుగుబాటుదారుల

సైన్యం ఝాన్సీని విడిచిపెట్టినప్పుడు, ఆమె (మహారాణి లక్ష్మీ బాయి) ఆ భూభాగాన్ని తన అధీనంలోకి తీసుకుంది, కానీ ఆ సమయంలో దాతియా మరియు డెహ్రీ పాలకులు మాకు సహాయం చేయడానికి వేలు కూడా ఎత్తలేదు. ఝాన్సీ పరేడ్‌కి ఓర్చా సరిహద్దు కేవలం ఒకటిన్నర మైళ్ల దూరంలోనూ, డాటియా రాష్ట్ర సరిహద్దు ఆరు మైళ్ల దూరంలోనూ ఉన్నందున, వారు మాకు సులభంగా సహాయం చేయగలరు. వారు తమ సరిహద్దులో సైన్యంతో సహా మన సైన్యం యొక్క చర్యను చూస్తున్నారు. సైన్యాన్ని సమీకరించారు. , రాణి లక్ష్మీబాయి యుద్ధానికి సిద్ధపడదని, ఆమె రాజ్యాన్ని తేలిగ్గా లాక్కొస్తామని భావించి ఆమెపై దాడి చేశాడు, కానీ ఈ హీరోయిస్ ఆమె పళ్లను పుల్లగా మార్చింది.

నాథే ఖాస్ కోరిక మేరకు బ్రిటిష్ వారు మహారాణి లక్ష్మీబాయిని తమ శత్రువుగా భావించారా లేక బ్రిటిష్ వారిని భారతదేశం నుండి తరిమికొట్టాలని మహారాణి నిశ్చయించుకున్నారా అనేది ఇప్పుడు వివాదంలోకి రావలసి ఉంటుంది. ఇది వివాదానికి మరియు పరిశోధనకు సంబంధించిన అంశం. కాబట్టి అటువంటి అనిశ్చిత పరిస్థితిలో, మేము అందుబాటులో ఉన్న వివరాల ద్వారా వెళ్ళాలి

ప్రత్యక్ష రూపంలో కూడా, మహారాణి లక్ష్మీ బాయి తనను తాను బ్రిటిష్ వారి శ్రేయోభిలాషిగా చూపించుకుంది, అయితే దీని తరువాత, బ్రిటిష్ వారు చొరవ తీసుకున్నప్పుడు, ఆమె కూడా వారిని ఎదుర్కోవటానికి వెనుకాడలేదు

అధ్యాయం.5

సమరంగంలో వీరాంగన

మానవ జీవితంలో పరిస్థితులు చాలా ముఖ్యమైన పాత్ర పోషిస్తాయి. మహారాణి లక్ష్మీబాయి జీవిత పాత్రను గమనిస్తే, ఈ పరిస్థితుల యొక్క చాలా విచిత్రమైన రూపం మన ముందుకు వస్తుంది. మోరోపంత్‌లోని ఏడేళ్ల అమాయక బాలిక, సాధారణ ఆర్థిక స్థితి ఉన్న వ్యక్తి, ఝాన్సీకి చెందిన పెద్ద నరేష్ గంగాధర్ రావు భార్య రాణి లక్ష్మీబాయి అవుతుంది, పరిస్థితుల కారణంగా, ఆమె పద్దెనిమిదేళ్ల వయసులో వితంతువు అవుతుంది, ఆపై ఆమె తన హక్కును పొందేందుకు బ్రిటిష్ ప్రభుత్వానికి దరఖాస్తు చేసింది.ఆమెకు ఎలాంటి ఫలితం లభించలేదు, ఆ తర్వాత పరిస్థితుల కారణంగా, ఆమె ఆకస్మికంగా ఝాన్సీకి తాత్కాలిక నిర్వాహకురాలిగా మారి, యుద్ధం చేసి, చివరికి ఆమె శక్తివంతమైన బ్రిటిష్ శక్తితో పోరాడవలసి వస్తుంది. ఈ పోరాటం అతని జీవితంలో అత్యంత ముఖ్యమైన సంఘటన అయినప్పటికీ, ఈ పోరాటానికి వెళ్ళే ముందు, తాత్కాలిక నిర్వాహకుడిగా అతని ఇతర రచనలలో కొన్నింటిని పేర్కొనడం సముచితమని మేము భావిస్తున్నాము.

రాణి పాలన

ఝాన్సీలో తిరుగుబాటు తర్వాత, మహారాణి లక్ష్మీబాయి బ్రిటిష్ ప్రభుత్వ ప్రతినిధిగా దాదాపు పది నెలల పాటు పాలించారు. ఈ సమయంలో, అతను రాష్ట్రంలో పూర్తి క్రమాన్ని కొనసాగించడానికి ప్రయత్నించాడు. ఇందుకోసం సైన్యంలో కొత్త రిక్రూట్‌మెంట్ కూడా చేశాడు. ఆమె భర్త జీవితకాలంలో, ఆమె ఈ విధంగా పాలనను ప్రత్యక్షంగా అనుభవించలేదు, అయినప్పటికీ ఆమె చేయగలిగినంత బాగా నిర్వహించింది. ఆయన కృషి వల్ల రాష్ట్రంలో అనతికాలంలోనే సుఖశాంతులు నెలకొని ఉన్నాయి. అంత తక్కువ కాలంలోనే కొన్ని ఫ్యాక్టరీలను కూడా స్థాపించాడు. భర్త మరణానంతరం రాణి జీవితం సన్యాసినిలా మారిందని ఇంతకు ముందు వ్రాయబడింది; భజన-పూజలు మాత్రమే అతని జీవితంలో భాగమయ్యాయి. ఆ సమయంలో అతని వైఖరిని అంచనా వేయడం ద్వారా, అతని ఈ జీవిత చరిత్రను నిరాసక్తతకు సూచికగా మాత్రమే పిలుస్తారు. అదే సమయంలో వారు కలిగి ఉన్నారు

పాలనకు సంబంధించిన బాధ్యత ఏమీ లేదు, కానీ ఇప్పుడు పాలన బాధ్యత వచ్చినప్పుడు, అతను తన జీవనశైలిని మార్చుకున్నాడు. ఆమె రోజూ ఉదయం ఐదు గంటలకు నిద్రలేచేది. తర్వాత స్నానం మొదలైన తర్వాత శుభ్రమైన తెల్లటి చీర కట్టుకునేది. ఆ తర్వాత భూమి పూజ ఆయన జీవన విధానంలో అంతర్భాగమైంది. అప్పట్లో గానం, కథ చెప్పడం లాంటివి ఉండేవి. అప్పుడు ఉద్యోగులు తదితరులు ఆయనకు స్వాగతం పలికేందుకు వచ్చేవారు. ఒక ఉద్యోగి ఒక రోజు కూడా పలకరించడానికి రాకపోతే, రెండవ రోజు రాణి ఖచ్చితంగా అతను లేకపోవడానికి కారణం అడుగుతుంది. దీని తరువాత వారి ఆహారం మరియు విశ్రాంతి సమయం అవుతుంది. ఈలోగా ఎవరైనా ఆమెను దర్శనం చేసుకోవడానికి వచ్చి ఉంటే, ఆమె విశ్రాంతి తీసుకోలేదు. బహుమతిలో వచ్చిన విలువైన వస్తువులు ఉంచబడ్డాయి; మిగిలినది యాచకులు, పేదలు మొదలైన వారికి దానం చేశారు. మధ్యాహ్నం మూడు గంటలకు కోర్టుకు వెళ్లి వివాదాలను చూసి వినేవారు. ఈ కాలంలో, రాణి పర్దాను వదులుకుంది. ఆమె స్వయంగా సింహాసనంపై కూర్చొని ఉద్యోగుల మాట విని, ఆదేశాలు ఇచ్చి న్యాయం చేసేది, అయితే రాజులు కూర్చునేలా కోర్టులో అందరి ముందు కూర్చునేదని దీని అర్థం అర్థం చేసుకోకూడదు. ఆయన కూర్చోవడానికి కోర్టులో ప్రత్యేక తరహా గదిని తయారు చేశారు. కోర్టులో కూర్చున్న వారు ఆయనను చూడలేకపోయారు. అతని గది ప్రవేశద్వారం వద్ద రెండు ఈటెలతో సైనికులు నిలబడతారు మరియు అతని దివాన్ లక్ష్మణ్ రావు గదిలో అతని పక్కన కూర్చునేవాడు. రాణి ఏది ఆదేశించినా, దివాన్ లక్ష్మణ్ రావు రాశారు. టేలర్ ఈ విషయంపై రాశాడు-

మహారాష్ట్ర బ్రాహ్మణురాలైనప్పటికీ, ఆమె పర్దాలో ఉండటానికి ఇష్టపడలేదు. ఆమె తన భర్త యొక్క సింహాసనంపై ఎల్లప్పుడూ కూర్చుని, నివేదికలు మరియు పిటిషన్లు వింటూ మరియు ఆదేశాలు ఇస్తూ ఉంటుంది. ఆమె తన స్థానానికి తగినట్లుగా ఓర్పు మరియు వివేకంతో ప్రవర్తించింది.

మహారాణి లక్ష్మీబాయి వయస్సు కేవలం ఇరవై రెండు సంవత్సరాలు, కానీ ఆమె తెలివితేటలు చాలా ప్రత్యేకమైనవి. సమర్పించిన ప్రతి కేసును సూక్ష్మంగా పరిశీలించిన తర్వాతే ఆమె ఏదైనా నిర్ణయం తీసుకునేది. ఈ విషయంలో శ్రీ పరస్నిస్ మాటలు గమనించదగినవి-

లక్ష్మీబాయి తెలివి చాలా పదునైనది. వారి ముందున్న కేసు ఆమె దానిని క్షుణ్ణంగా పరిశీలించి స్వయంగా నిర్ణయించుకునేది. అతని సమర్థతకు అందరూ సంతోషించారు."

వారి జీవనశైలి, స్వభావం మొదలైన వాటి యొక్క వివరణాత్మక వర్ణన కూడా ఈ కాలంలో అందుబాటులో ఉంది. రాణి స్వభావంతో మతపరమైనది. ఆమె తన కులదేవి మహాలక్ష్మి ఆలయాన్ని క్రమం తప్పకుండా సందర్శించేది; కొన్నిసార్లు ఆమె గుర్రంపై, కొన్నిసార్లు పల్లకిలో వెళ్లేది. గుడికి వెళ్లే దారిలో ఎవరైనా పేదవాడు కనిపిస్తే, రాణి ఖచ్చితంగా ఏదో ఒకటి ఇచ్చేది. ఒకసారి ఆమె గుడి నుంచి తిరిగి వస్తుండగా దారిలో నిలబడిన బిచ్చగాళ్లు పెద్దగా అరవడం మొదలుపెట్టారని చెబుతారు. రాణి తనతో పాటు నడుస్తున్న దివాన్ లక్ష్మణ్ రావుని దీనికి కారణం అడిగితే - "వీరంతా బిచ్చగాళ్ళు, ఇది చలికాలం, చలికాలంతో బాధపడుతున్నారు, కాబట్టి వారి బాధలను తొలగించమని నేను మిమ్మల్ని అభ్యర్థిస్తున్నాను." , ఇది విన్న రాణి అదే సమయంలో ప్రతి బిచ్చగాడికి ఖజానా నుండి కడుపు నిండా భోజనం పెట్టాలని, ప్రతి ఒక్కరికి దుప్పటి, మిర్జాయ్ మరియు టోపీ ఇవ్వాలని ఆర్డర్ ప్రసారం చేసింది. ఈ రాణి హయాంలో ఝాన్సీలో ఏ బిచ్చగాడు కూడా సంతోషంగా లేడు.

ఇది మాత్రమే కాదు, ఈ పాలనలో జరిగిన రెండు యుద్ధాల నుండి కూడా అతని దయ యొక్క రుజువు కనిపించింది. ఆ యుద్ధంలో గాయపడిన సైనికులను స్వయంగా చూసుకున్నాడు. ఆమె యొక్క ఈ లక్షణాలను వివరిస్తూ, శ్రీ పరస్నిస్ తన 'మహారాణి లక్ష్మీ బాయి' పుస్తకంలో రాశారు-

మహారాణి లక్ష్మీబాయి చాలా దయగలది. యుద్ధంలో గాయపడిన పురుషులను ఆమె స్వయంగా చూసేది, వారి శరీరాలను తాకడం మరియు ఔషధం-నీరు మరియు లేపనం-కట్టు కోసం ఏర్పాటు చేసింది. ఈ దయ కారణంగానే అతని ప్రజలు అతనిని తల్లిలా గౌరవించారు. లక్ష్మీబాయి చాతుర్యం, ఔదార్యం, దయ మొదలైన లక్షణాలను చూస్తుంటే, ఆ భీకర తిరుగుబాటు సమయంలో ఝాన్సీని రక్షించకుండా, కోటను ఆమె అధీనంలోకి తీసుకోకుంటే, ఆ ప్రాంతం చేతుల్లోకి వెళ్లిపోయేదని చెప్పాలి. తిరుగుబాటుదారులు, కానీ దురదృష్టవశాత్తు అప్పటి నుండి, మహారాణి లక్ష్మీబాయి పాలన ముగింపు మరియు దానితో ఆమె జీవిత ముగింపు సమయం కూడా సమీపించింది.

రాణికి గుర్రపు స్వారీ అంటే చాలా ఇష్టం; దీంతో పాటు గుర్రాలపై కూడా మంచి అభిరుచి కలిగి ఉన్నాడు. ఝాన్సీలో ఎవరైనా గుర్రాన్ని కొంటే దాన్ని కొనే ముందు మహారాణి దగ్గరి నుంచి తెచ్చుకుంటారు చూపించడానికి తెస్తుంది ఒకసారి ఒక గుర్రపు వ్యాపారి రెండు గుర్రాలతో రాణి వద్దకు వచ్చాడు. అతను గుర్రాలను రాణికి చూపించి వాటికి ధర నిర్ణయించమని కోరాడు. దీనిపై రాణి, గుర్రాలను చూసి ఇలా చెప్పింది. - "ఒక గుర్రం విలువ వెయ్యి రూపాయలు మరియు మరొకటి యాభై రూపాయలు మాత్రమే." ఇది గుర్రపు వ్యాపారి వారితో ఏకీభవి.

మహారాణి లక్ష్మీబాయి ఈ కాలంలో ప్రజల ముందుకు వచ్చారు. అందుచేత వారి వేషధారణ వగైరా వివరణ కూడా పుస్తకాల్లో కనిపిస్తుంది. గిల్లెన్ తన పుస్తకం 'క్వీన్'లో ఈ క్రింది విధంగా పేర్కొన్నాడు - "ఆమె దుస్తులు స్త్రీల మాదిరిగానే ఉన్నప్పటికీ, ఆమె వంటి ఉన్నత స్థాయి మహిళ నుండి భిన్నంగా ఉంది." అతని తలపై ఎర్రటి సిల్క్ క్యాప్ ఉంది, అందులో ముత్యాలు మరియు ఆభరణాల తీగలు పొదిగబడ్డాయి. కనీసం లక్ష రూపాయల విలువైన చిన్న డైమండ్ హారం అతని మెడను అలంకరించింది. ఆమె బాడీ ముందు తెరిచి ఉంది, దాని కారణంగా ఆమె సమతుల్య మరియు పూర్తి ఛాతీ కనిపించింది. ఈ చోలీ నడుము వరకు వచ్చేది మరియు బంగారు బ్రోకేడ్ బెల్ట్‌తో బాగా కట్టబడింది. ఈ నడుము బెల్ట్‌లో అద్భుతంగా చెక్కబడిన రెండు వెండి పూత పూసిన పిస్టల్స్ ఉంచబడ్డాయి. వీటితో పాటు, పదునైన కొన విషం-ఆరిపోయిన ఒక వంపుతిరిగిన ప్రోబోస్సిస్ ఉండేది. అతని చిన్న గాయం కూడా ప్రాణాంతకం. నిరాడంబరమైన చీరకు బదులుగా, ఆమె వదులుగా ఉండే పైజామా ధరించింది

బలమైన శత్రువును ఎదుర్కొంటారు

ఇక్కడ రాణి ఝాన్సీ పాలనను సజావుగా నడుపుతోంది. తిరుగుబాటులో బ్రిటీష్ వారికి సహాయం చేయడం ద్వారా బ్రిటీష్ వారు తన పట్ల సంతృప్తి చెందారని మరియు ఆమె తన ఝాన్సీని తిరిగి పొందుతారని బహుశా ఆమె ఆలోచిస్తూ ఉండవచ్చు, కానీ మరోవైపు, బ్రిటిష్ వారు వ్యతిరేక నిర్ణయం తీసుకున్నారు. అతను మహారాణి లక్ష్మీబాయిని దోషిగా

పరిగణించాడు మరియు బ్రిటిష్ పాలన యొక్క ప్రత్యర్థులకు ఝాన్సీ బలమైన కోటగా మారిందని కూడా అతను అర్థం చేసుకున్నాడు. బ్రిటిష్ వారు వీటన్నింటిని ఎలా అంగీకరించారో ఖచ్చితంగా చెప్పలేము. శ్రీ శాంతినారాయణ్ దీనికి కారణం నాథే ఖాన్ పంపిన ఫిర్యాదు లేఖ అని భావించారు, అయితే ఈ విషయం కూడా సులభంగా అంగీకరించబడదు. ఆంగ్లేయులు ఆయన లేఖకు మాత్రమే అంత ప్రాధాన్యత ఇచ్చారా? ఇస్తావా? ఏది ఏమైనా బ్రిటిష్ ప్రభుత్వం ఝాన్సీలో జరిగిన తిరుగుబాటుకు కారణం మహారాణి అని చెప్పింది. అందుకే వారిపై యుద్ధ నిర్ణయం తీసుకున్నారు. యూరప్‌లో జరిగిన అనేక యుద్ధాల్లో పాల్గొన్న సర్ హ్యూ రోజ్‌ను ఆమెపై యుద్ధానికి నాయకత్వం వహించేందుకు ఇంగ్లండ్ నుంచి పిలిపించారంటే బ్రిటీష్‌వారు రాణిని చూసి ఎంత భయపడ్డారో అంచనా వేయవచ్చు. అందుకే ఆయనను యుద్ధ బోధకుడిగా పరిగణించారు. సర్ హ్యూస్ 1857 సెప్టెంబర్ 16న లండన్ నుండి బొంబాయి చేరుకున్నారు. అక్కడ అతను భారత ప్రభుత్వ కమాండర్-ఇన్-చీఫ్ మరియు బుందేల్‌ఖండ్ రాజకీయ ఏజెంట్ హామిల్టన్‌తో భవిష్యత్ యుద్ధం గురించి చర్చించి యుద్ధానికి ప్రణాళికలు రూపొందించాడు.

రాణి యొక్క పనికిమాలిన సలహాదారుల ఆత్మహత్య చర్య

మహారాణి లక్ష్మీబాయికి అర్హత కలిగిన ఉద్యోగులు లేరని మునుపటి అధ్యాయంలో ప్రస్తావించబడింది. ఈ సమయంలో అతని క్రింద పనిచేస్తున్న వ్యక్తులు పూర్తిగా బాధ్యతారాహిత్యంగా నిరూపించబడ్డారు, దాని కారణంగా అతను ఈసారి కూడా కోలుకోలేని నష్టాన్ని చవిచూడవలసి వచ్చింది. బ్రిటీష్ దాడి జరగబోతోందన్న వార్త ఝాన్సీకి అందింది, కానీ రాణి యొక్క ఉదాసీనత సేవకులు దానికి ఎటువంటి ప్రాముఖ్యత ఇవ్వలేదు. పాత అనుభవజ్ఞులైన ఆ ఇద్దరు వారిని కూడా అప్రమత్తం చేసినా ఫలితం లేకపోయింది. అప్పుడు గంగాధరరావుగారి కాలంలో ఆయనకు న్యాయనిర్ణేతగా ఉన్న ముసలి నానా భూపాత్కర్ ఏకాంతంలో రాణితో ఇలా అన్నాడు - "నేను ఝాన్సీ సింహాసనానికి సేవకురాలిని. సమయం అనుకూలంగా లేదు. మీరు పదేపదే అన్ని వివరాలను బ్రిటిష్ వారికి తెలియజేసినప్పటికీ, వారు సురక్షితమైన ప్రభుత్వానికి చేరుకుంటారని ఖచ్చితంగా చెప్పలేము. కాబట్టి, ఝాన్సీ తిరుగుబాటుతో మీకు ఎలాంటి సంబంధం లేదని, ప్రభుత్వ అనుమతితో ఝాన్సీని

నిర్వహిస్తున్నారని సమర్థంగా చెప్పగలిగే న్యాయవాదిని భారత ప్రభుత్వానికి పంపడం మంచిది. ఈ విషయాన్ని సకాలంలో ప్రభుత్వానికి తెలియజేయకపోతే, దాని పరిణామాలు చాలా తీవ్రంగా ఉంటాయి.

అనుభవజ్ఞుడైన ముసలి భోపాట్కర్ చెప్పిన ఈ విషయం సరైనదే, కాబట్టి రాణి ఇంగ్లీష్ భాషపై పూర్తి అధికారం ఉన్న గ్వాలియర్ మరియు ఇండోర్ రాజకీయ ఏజెంట్ల వద్దకు సమర్థుడైన మరియు అనుభవజ్ఞుడైన న్యాయవాదిని పంపాలని మంత్రులకు సూచించారు. మంత్రులు రాణి ముందు అంగీకరించారు, కానీ దీని కోసం ఒక యువకుడిని పంపారు. ఖచ్చితంగా అతని ఈ చర్య క్షమించరాని నేరం; విచక్షణారహితంగా ఆత్మహత్య చేసుకుంది. ఆ యువకుడు చాలా చాకచక్యంగా మారిపోయాడు; అతను గ్వాలియర్ వెళ్ళలేదు; ఇండోర్ మాత్రమే కాదు. అతను గ్వాలియర్ సంస్థానంలోని ఇసాగఢ్‌కు వెళ్లి రామచంద్ర బాజీరావు ఇంట్లో ఉన్నాడు. అంతే కాదు రాణిని చీకట్లో ఉంచేందుకు అక్కడి నుంచి పనులు జరుగుతున్నాయని తప్పుడు లేఖలు రాస్తూనే రాణికి తాను పనిచేస్తున్నానన్న నమ్మకం ఏర్పడింది.

బ్రిటిష్ సన్నాహాలు

మరోవైపు, బ్రిటిష్ వారు పూర్తి శక్తితో యుద్ధానికి సిద్ధమయ్యారు. యుద్ధాన్ని ప్లాన్ చేసిన తరువాత, కమాండర్-ఇన్-చీఫ్ మొత్తం సైన్యాన్ని రెండు భాగాలుగా విభజించాడు. వీటిలో ఒక భాగాన్ని హురోస్ కింద మరియు మరొక భాగాన్ని విట్లాక్ కింద ఉంచారు. బొంబాయి, మద్రాసు మరియు హైదరాబాద్ (నిజాం) సైన్యాలు హురోస్ ఆధీనంలో ఉన్నాయి. హురోస్ 1857 డిసెంబర్ 17న ఈ సైన్యాన్ని తన ఆధీనంలోకి తీసుకుని రెండు భాగాలుగా విభజించాడు. మొదటి విభాగంలో, అతను బొంబాయికి చెందిన 3వ రిసాలా, 86వ ప్లాటూన్‌లోని రెండు విభాగాలు, బొంబాయి స్థానిక పదాతిదళం, హైదరాబాద్ కాంటింజెంట్‌కు చెందిన ఫుట్ ప్లాటూన్, భోపాల్ ఆర్టిలరీ మరియు మద్రాస్ సాపర్స్ కంపెనీని ఉంచాడు. వీటిలో, మొదటి భాగాన్ని మౌలో మరియు రెండవ భాగాన్ని సెహోర్‌లో ఉంచారు. జనవరి 6, 1858న, హ్యూరోస్ రాబర్ట్ హామిల్టన్‌తో కలిసి సెహోర్‌కు బయలుదేరాడు. దారిలో అతనికి

భోపాల్ బేగం పంపిన ఎనిమిది వందల మంది సైనికులు కూడా కనిపించారు. వారిని తన వెంట తీసుకొని ధీరులు సాగరం వైపు వెళ్లారు.

రహత్‌గఢ్‌లో హీరోకి తొలి విజయం

సాగర్ వెళ్లే మార్గంలో సాగర్ నుంచి దాదాపు 39 కి.మీ దూరం ప్రయాణించారు హీరోలు. m. మొదట రహత్‌ఘర్ కోటపై దాడి చేశాడు. ఆ సమయంలో కోట తిరుగుబాటు ముస్లింల ఆధీనంలోకి వచ్చింది. వారు అక్కడ మంచి భద్రతా ఏర్పాట్లు చేశారు, కానీ వారి సంఖ్య చాలా తక్కువగా ఉంది. ఇంకా నాలుగు రోజులు అతను బ్రిటీష్ వారిని భీకరంగా ఎదుర్కొన్నాడు. చివరికి కోట వదిలి పారిపోవాల్సి వచ్చింది. ఇది హురోజ్ తన ప్రచారంలో సాధించిన మొదటి విజయం. రహత్‌ఘర్- విజయం తర్వాత, హురోజ్ సైన్యంతో పాటు అక్కడి నుండి దాదాపు 24 కి.మీ. m. దూరంలోని బరోడియా గ్రామానికి చేరుకున్నారు. అక్కడ బాన్పూర్ రాజు కొంతమంది తిరుగుబాటుదారులకు ఆశ్రయం ఇచ్చాడు. హురోస్ సైన్యం అక్కడ కూడా విజయం సాధించింది, కానీ అతని సైన్యానికి కెప్టెన్ అయిన నెవిల్ కూడా అక్కడ చంపబడ్డాడు.

మహాసముద్రాలను హీరో జయించడం మొదలైనవి.

రహత్‌ఘర్ మరియు బరోడియాలో విజయం సాధించిన తరువాత, అతను ముందుకు సాగాడు మరియు ఫిబ్రవరి 3, 1858న సాగర్‌పై దాడి చేశాడు. తిరుగుబాటుదారులను అక్కడి నుండి కూడా తరిమికొట్టారు మరియు అక్కడ కోటలో చిక్కుకున్న బ్రిటిష్ వారిని విడిపించారు. సాగర్‌ను తన ఆధీనంలోకి తీసుకున్న తరువాత, హురోస్ అక్కడి నుండి 40 కిలోమీటర్ల దూరంలో ఉన్న గడ్కోట అనే కోటకు చేరుకున్నాడు. ఈ కోటను బెంగాల్ 51వ మరియు 52వ ప్లాటూన్ తిరుగుబాటుదారులు స్వాధీనం చేసుకున్నారు. హురోస్ కోటపై దాడి చేసి ఆకస్మికంగా స్వాధీనం చేసుకున్నాడు.

ఈ విధంగా, అతను త్వరలోనే నర్మదా నదికి ఉత్తరాన ఉన్న చాలా పెద్ద ప్రాంతాన్ని తన ఆధీనంలోకి తీసుకున్నాడు. ఇప్పుడు బుందేల్ ఖండ్ వైపు వెళ్లాలని అనుకున్నాడు. బ్రిటీష్

వారు ఝాన్సీని బుందేల్‌ఖండ్‌లోని తిరుగుబాటుదారుల ప్రధాన కోటగా భావించారు, కాబట్టి కమాండర్-ఇన్-చీఫ్, సర్ కోలిన్ కాంప్బెల్, ఝాన్సీని స్వాధీనం చేసుకునే వరకు, ఉత్తర భారతదేశంలో తిరుగుబాటుదారులను పూర్తిగా అణచివేయలేమని ఇప్పటికే చెప్పారు. జరుగుతుంది . తిరుగుబాటుదారులు సాగర్ నుండి కాన్పూర్ వరకు అన్ని ప్రాంతాలను స్వాధీనం చేసుకున్నందున ఝాన్సీని చేరుకోవడం అంత తేలికైన పని కాదు. అక్కడికి చేరుకునే మార్గం కూడా కష్టంగా ఉండడంతో తిరుగుబాటుదారులు చక్కటి భద్రతా ఏర్పాట్లు చేశారు. హీరోస్‌కు యుద్ధ రంగాలలో మంచి అనుభవం ఉంది. అందువలన, అతను తన సైన్యాన్ని అనేక చిన్న భాగాలుగా విభజించి, వివిధ ఘాట్ల గుండా వెళ్ళమని ఆదేశించాడు. అతనే చిన్న సైన్యంతో దామన్‌పూర్ ఘాట్ వైపు వెళ్ళాడు. అతను ఈ ఘాట్ వద్ద తిరుగుబాటుదారులను ఎదుర్కోవలసి వచ్చింది. అక్కడ అతని గుర్రం చంపబడింది మరియు అతను గాయపడ్డాడు. ఈ యుద్ధంలో చాలా మంది బుందేలా నాయకులు ప్రాణాలు కోల్పోవలసి వచ్చింది.

షాఘర్ విలీనం

అక్కడి నుండి తిరుగుబాటుదారులను ఓడించిన తరువాత, ఆంగ్ల సైన్యం సరాయ్ కోట సమీపంలోకి చేరుకుంది. అతను అక్కడ షాఘర్ రాజు తోటలో తన శిబిరాన్ని ఏర్పాటు చేశాడు. రెండవ రోజు, తిరుగుబాటుదారులు మురోవర్ గ్రామంలో కవాతు చేయడం ద్వారా నాశనం చేశారు. బుందేల్‌ఖండ్ రాజకీయ ఏజెంట్ షాఘర్‌ను బ్రిటిష్ రాజ్యంలో విలీనం చేస్తున్నట్లు ప్రకటించారు. ఇంగ్లీషు సైన్యం సారాయి కోటపై ఫిరంగులు పెట్టింది. షాఘర్ రాజు అప్పటికే పారిపోయాడు, కానీ అతని నాయకులలో చాలామంది బంధించబడ్డారు మరియు ఉరితీయబడ్డారు. వీరిలో ఒక జ్యోతిష్కుడు కూడా పట్టుబడ్డాడు, ఈ ముహూర్తంలో తిరుగుబాటు ఖచ్చితంగా విజయం సాధిస్తుందని రాజుకు ముహూర్తాన్ని చెప్పాడు. బ్రిటీష్ సైన్యంతో కవాతు చేస్తున్న డాక్టర్ లో, శుభ ముహూర్తాలలో పనిచేసే జ్యోతిష్కుల మూఢనమ్మకాలను ఈ విధంగా అపహాస్యం చేశాడు

బాన్పూర్ నుండి వెళ్ళిన హురోస్ సైన్యంలోని భాగం తక్కువగా పోరాడవలసి వచ్చింది. షాఘర్ ఓటమి వార్త విన్న రాజు తన కుటుంబంతో పారిపోయాడు. హామిల్టన్ మార్చి 10న

బాన్‌పూర్‌ని ఆంగ్లేయుల రాష్ట్రంగా ప్రకటించాడు. దీనిపై కూడా, మార్చి 11న, మేజర్ బైలో అక్కడ ఉన్న ప్యాలెస్‌లోని కొంత భాగాన్ని ఫిరంగితో పేల్చి, మిగిలిన భాగాన్ని తగులబెట్టాడు. అక్కడ చాలా మంది తిరుగుబాటుదారులు మకాం వేశారు. భారీ ఆంగ్ల సైన్యాన్ని చూసి పారిపోయారు. అక్కడ స్వాధీనం చేసుకున్న తరువాత, హురోజ్ మార్చి 17న బెత్వాను దాటి చందేరి యొక్క పురాతన కోటను స్వాధీనం చేసుకున్నారు. దీని తరువాత అతను ఝాన్సీకి బయలుదేరాడు మరియు మార్చి 19 న సైన్యంతో పాటు ఝాన్సీ నుండి 22 కి.మీ. m. చందేరికి వెళ్లి తన క్యాంపును ఏర్పాటు చేసుకున్నాడు

ఝాన్సీ సర్కిల్

మార్చి 20, 1857న, ఝాన్సీకి వెళ్లే మార్గాలను అడ్డుకోవడానికి హురోస్ ఒక ఫిరంగిని మరియు కొంత అశ్వికదళాన్ని పంపాడు. దీని తరువాత, అతను స్వయంగా బయలుదేరడానికి సన్నాహాలు ప్రారంభించాడు. అప్పుడే ఆయనకు గవర్నర్ జనరల్ నుంచి లేఖ అందింది, ముందుగా చర్ఖారీకి వెళ్లమని ఆదేశిస్తూ. చరఖారీ రాజు బ్రిటిష్ వారికి స్నేహితుడు. అతనిపై తాత్యా తోపే దాడి చేశాడు. అందువల్ల, దీనిని రక్షించడం అవసరమని ముందుగా చెప్పబడింది. బుందేల్‌ఖండ్ రాజకీయ ఏజెంట్ హామిల్టన్‌కు కూడా ఇలాంటి లేఖ వచ్చింది. ఈ లేఖ అతనికి సందిగ్ధతను సృష్టించింది. సైన్యం చేరుకున్న ప్రదేశానికి ఝాన్సీ కేవలం 22 కి.మీ. m. ఇది చాలా దూరంలో ఉంది, అయితే చరఖారి దూరం సాధారణంగా 129 కి.మీ. m. ఉంది . హామిల్టన్ మొదట ఝాన్సీని నియంత్రించడం చాలా ముఖ్యమైనదిగా భావించాడు, కాబట్టి అతను దాని ప్రాముఖ్యతను వివరిస్తూ గవర్నర్ జనరల్‌కు ఒక లేఖ రాశాడు. దీని తర్వాత, మార్చి 20న, హురోస్ తన పరివారంతో కలిసి ఝాన్సీ వైపు బయలుదేరాడు

మహారాణి లక్ష్మీబాయి స్పందన

ఈ వార్త తెలియగానే ఝాన్సీలో భయాందోళన నెలకొంది. రాణి సభికులు తీవ్ర దిగ్భ్రాంతికి గురయ్యారు. అనుభవజ్ఞుల కొరత ఏర్పడింది. ఇప్పుడు ఏం చేయాలనే అంశంపై చర్చ

మొదలైంది. నానా భోపాట్కర్ సలహా మేరకు, కొంతమంది అనుభవజ్ఞుల సలహా కోసం గ్వాలియర్‌కు పంపబడ్డారు. బ్రిటిష్ వారితో యుద్ధం చేయవద్దని అక్కడి ప్రజలు సలహా ఇచ్చారు. ఒక వ్యక్తిని హురోజ్‌కి పంపాలి, అతను అక్కడికి వెళ్లి పరిస్థితి మొత్తాన్ని వివరించి స్నేహపూర్వకంగా ఉంటాడు. ఝాన్సీ కోర్టులోని కొందరు వ్యక్తులు ఈ సలహాతో ఏకీభవించలేదు. దీనికి కారణం ఝాన్సీలోని చాలా మంది ప్రజలు బ్రిటిష్ వారి పట్ల అసంతృప్తిగా ఉండటమే. కాబట్టి పోరాడాలని సూచించారు. ఆ సమయంలో రాణి కోటలో నివసించేది. గతంలో గ్రహించిన అనుభవం లేని వ్యక్తులు వారిని సంప్రదించడానికి అనుమతించబడలేదు. రాణి తన విశ్వసనీయ సలహాదారులతో ఈ చర్చలు జరిపింది.

ఈ వార్త తెలియగానే ఝాన్సీలో భయాందోళన నెలకొంది. రాణి సభికులు తీవ్ర దిగ్భ్రాంతికి గురయ్యారు. అనుభవజ్ఞుల కొరత ఏర్పడింది. ఇప్పుడు ఏం చేయాలనే అంశంపై చర్చ మొదలైంది. నానా భోపాట్కర్ సలహా మేరకు, కొంతమంది అనుభవజ్ఞుల సలహా కోసం గ్వాలియర్‌కు పంపబడ్డారు. బ్రిటిష్ వారితో యుద్ధం చేయవద్దని అక్కడి ప్రజలు సలహా ఇచ్చారు. ఒక వ్యక్తిని హురోజ్‌కి పంపాలి, అతను అక్కడికి వెళ్లి పరిస్థితి మొత్తాన్ని వివరించి స్నేహపూర్వకంగా ఉంటాడు. ఝాన్సీ కోర్టులోని కొందరు వ్యక్తులు ఈ సలహాతో ఏకీభవించలేదు. దీనికి కారణం ఝాన్సీలోని చాలా మంది ప్రజలు బ్రిటిష్ వారి పట్ల అసంతృప్తిగా ఉండటమే. కాబట్టి పోరాడాలని సూచించారు. ఆ సమయంలో రాణి కోటలో నివసించేది. గతంలో గ్రహించిన అనుభవం లేని వ్యక్తులు వారిని సంప్రదించడానికి అనుమతించబడలేదు. రాణి తన విశ్వసనీయ సలహాదారులతో ఈ చర్చలు జరిపింది.

మేము మా సైన్యంతో ఇక్కడికి చేరుకున్నామని రాణి లక్ష్మీబాయికి సమాచారం అందించబడింది. రెండు రోజులలో మీరు మీ ఎనిమిది మంది మంత్రులతో పాటు నిరాయుధులను చేసి మాతో కలిసి శిబిరంలో చేరడం మీ ఆసక్తిని కలిగిస్తుంది భవిష్యత్తు గురించి ఎలాంటి నిర్ణయం అయినా తీసుకోవచ్చు. మీతో పాటు ఉన్న ఎనిమిది మంది వ్యక్తుల పేర్లు ఈ క్రింది విధంగా ఉన్నాయి

1. దేవాన్ లక్ష్మణ్ రావు, రాష్ట్ర మంత్రి, 2. దివాన్ జవహర్ సింగ్, 3. దేవాన్ రఘునాథ్ సింగ్, 4. సర్దార్ లాలా భౌ బక్షి, 5. సర్దార్ మోరోపంత్ తాంబే, 6. సర్దార్ నానా భోపాట్కర్, 7. సర్దార్ గులాం గౌస్ఖాన్. ఈ ఆజ్ఞను పాటించకుంటే కఠిన శిక్ష తప్పదు.

సర్ హ్యూ యొక్క కమాండర్-ఇన్-ఛార్జ్

ఇక్కడ స్పష్టంగా చెప్పండి, ఎనిమిది మందిని మాత్రమే పిలిచారు, కానీ ఎనిమిదో వ్యక్తి పేరు ఏ పుస్తకంలోనూ కనిపించలేదు. ఇలా పిలవడం వల్ల హీరోలు తమను అరెస్ట్ చేయాలన్నారు. దూత వెళ్ళిపోయాడు. దీని తరువాత రాణి యుద్ధం చేయవలసి ఉంటుందని నిర్ణయించుకుంది. ఈ నిర్ణయం తీసుకోవడానికి ముందు, అతను ప్రతిపాదనను తిరస్కరిస్తూ హ్యూరోస్‌కు లేఖ కూడా పంపాడు. ఈ లేఖలోని క్రింది పంక్తులు ముఖ్యంగా గమనించదగినవి-

మీరు మీ లేఖలో కాల్ చేయడానికి ఎటువంటి కారణాన్ని పేర్కొనలేదు, ఇది మీ బహిరంగ అవమానంగా మేము భావిస్తున్నాము. దీంతో పాటు మీరు పెట్టిన షరతును ఆత్మగౌరవం ఉన్న ఏ హీరో అంగీకరించడు. బ్రిటీష్ ప్రభుత్వం తన శ్రేయోభిలాషి పాత స్నేహితులను ఎందుకు అవమానిస్తున్నదో మనం అర్థం చేసుకోలేకపోతున్నాం. అలాంటప్పుడు మీ క్యాంపుకు వస్తే ద్రోహం చేయబోమని ఎలా నమ్ముతాం. కారణం, బ్రిటీష్ ప్రభుత్వం ఢిల్లీ మొఘల్ చక్రవర్తితో ఇంతకుముందు ఇలా ప్రవర్తించింది, కానీ మా వైపు నుండి మేము ఎటువంటి వివాదాన్ని సృష్టించకూడదనుకుంటున్నాము లేదా మేము ఇంతకు ముందు అలా చేయలేదని మేము మీకు హామీ ఇస్తున్నాము. కాబట్టి, మీరు కోరుకుంటే, మా రాష్ట్రంలోని పురాతన ఆచారం ప్రకారం, మా దివాన్ సాహిబ్‌ను సాయుధ అంగరక్షకులతో మీ శిబిరానికి పంపడానికి మేము సిద్ధంగా ఉన్నాము, తద్వారా అతను మీతో సరైన ఒప్పంద నిబంధనలను నిర్ణయించుకుంటాడు.

మేము మీ శిబిరానికి రావడం గురించి, హిందూ మతం మరియు సంస్కృతి ప్రకారం, ఏ స్త్రీ అయినా దీని గురించి మీరు తెలుసుకోవాలి ఇలాంటి వ్యక్తిని కలవడానికి ఎప్పుడూ వెళ్లలేను. కాబట్టి మా నుండి కూడా దీనిని ఆశించవద్దు. ,

రాణి ద్వారా యుద్ధ నిర్ణయం

ఈ లేఖను యూరోలకు పంపిన తరువాత, మహారాణి బ్రిటిష్ వారిపై యుద్ధం ప్రకటించారు. కటువుగా అన్నాడు - "ఎవడు ఏ కారణం చేతనైనా యుద్ధంలో పాల్గొనకూడదని, ప్రాణం కాపాడుకోవడానికి ఎక్కడికైనా పారిపోవచ్చు

రాణి తీసుకున్న ఈ నిర్ణయంపై వివిధ చరిత్రకారులు అనేక విషయాలు రాశారు. జైలుకెళతామన్న భయంతోనే బలవంతంగా ఈ నిర్ణయం తీసుకున్నాడని కొందరు భావిస్తున్నారు. ముఖానికి తెల్లటి రంగు వేసుకుని వచ్చిన నాథే ఖాన్ సైన్యాన్ని ఆంగ్లేయ సైన్యాన్ని తప్పుబట్టారని కొందరు నమ్ముతున్నారు. రాణి కొంత మందిని బ్రిటీష్ వారి వద్దకు సంధి కోసం పంపిందని, అయితే బ్రిటిష్ వారు వారిని ఉరి తీశారని కొందరు రాశారు. కాబట్టి ఈ యుద్ధం నిర్ణయించబడింది.

మహారాణి లక్ష్మీబాయి ఎందుకు ఈ నిర్ణయం తీసుకుందన్న వివాదంలోకి రావడం అనవసరం, ఎందుకంటే యుద్ధానికి ప్రాముఖ్యత ఉంది; నిర్ణయం కాదు. నిర్ణయం తీసుకున్న తర్వాత, రాణి యుద్ధ సన్నాహాల్లో మునిగిపోయింది. కోట రక్షణకు ఏర్పాట్లు చేశాడు. ఈ కోట ఝాన్సీకి పశ్చిమాన ఒక చిన్న కొండపై ఉంది. అతను కోటలో ఒక శ్రేణిని చేసాడు. సర్దార్లందరూ వారి నిర్ణీత స్థలంలో నియమించబడ్డారు. కోట యొక్క ప్రాకారము (గోడ) 16 నుండి 20 అడుగుల వెడల్పు ఉంది, అది కూడా బాగా మరమ్మత్తు చేయబడింది. ప్రతి టరెట్‌పై తుపాకులు సర్దుబాటు చేయబడ్డాయి. అతిపెద్ద టవర్ పొడవు మరియు వెడల్పు 20-20 అడుగులు మరియు దాని ఎత్తు 62 గజాలు అని చెప్పబడింది. ఝాన్సీ రాష్ట్రంలోని ప్రముఖ ఫిరంగులు 'కడక్ బిజిలీ', 'భవానీ శంకర్', 'ఘన్ గర్జన్', 'నల్దార్'లను ఇందులో అమర్చారు. కోట చుట్టూ ఉన్న కందకం పూర్తిగా నీటితో నిండిపోయింది. అతనిలో ఆరిపోయిన విషం, ఈటెలు చొప్పించబడ్డాయి. కోటలో యుద్ధం, ఆహారం మొదలైన వాటికి తగిన ఏర్పాట్లు చేశారు. రాణి దగ్గర ఏ బంగారు, వెండి ఆభరణాలు ఉన్నాయో వాటిని కరిగించి నాణేలుగా మలిచారు, నిధుల కొరత వల్ల పనులు ఆగవు. ఇనుము, ఇత్తడి అందుబాటులో ఉన్నంత వరకు మందుగుండు సామాగ్రి, తుపాకులు మొదలైన వాటిని కూడా యుద్ధ సామగ్రిగా తయారు చేశారు. ఈ కార్య క్ర మంలో ఝాన్సీ మ హిళ లు కూడా పాల్గొన్నారు.

యుద్ధం ప్రారంభమవుతుంది

మార్చి 21, 1858 తెల్లవారుజామున, హురోస్ ఝాన్సీకి చాలా దగ్గరగా చేరుకున్నాడు. అతను ఎత్తైన కొండపై టెలిస్కోప్‌ను ఉంచాడు మరియు అక్కడ నుండి కోట మరియు మొత్తం నగరాన్ని పరిశీలించాడు. కోటకు సహాయం అందించే ప్రదేశాలను దిగ్బంధించారు. అన్ని

ప్రధాన ప్రదేశాల్లో ఫిరంగులను ఏర్పాటు చేశారు. అదే సమయంలో చందేరికి చెందిన బ్రిగేడియర్ స్టువర్ట్ కూడా సైన్యంతో పాటు అక్కడికి చేరుకున్నాడు. హురోసే నగరంలోని ప్రతి చోటా, కోట గోడ చుట్టూ సైనికులు తలదాచుకునేందుకు గుంతలు తవ్వి, సైన్యం ఉన్నచోట వైర్లు వేసి, యుద్ధ వార్త ఒక చోట నుంచి మరో చోటికి త్వరగా చేరేలా చేశాడు. హురోస్ దుర్భిణితో కోట కార్యకలాపాలను గమనిస్తున్నాడు. అతను ఇలా వ్రాశాడు - "కోట లోపల, స్త్రీలు కూడా పురుషుల మాదిరిగానే పని చేస్తున్నారు" - "కోటలో ముందు నిర్మాణ మరియు మందుగుండు సామగ్రిని మోసే పని స్త్రీలు చేస్తున్నారు." అతని సైన్యంతో పాటు వచ్చిన డాక్టర్ లో కూడా కోట కార్యకలాపాలను గమనించాడు. మెచ్చుకోలుగా రాశారు-

"మేము వచ్చిన వెంటనే, వారు కోట యొక్క దక్షిణ ద్వారానికి తూర్పున ఉన్న గోడపై చాలా వేగంగా మూడు ఫిరంగులను నిర్మిస్తున్నారని మేము చూశాము. వారు తేనెటీగలలా బిజీగా ఉన్నారు. మేము ఇంతకు ముందు భారతీయులను చూడలేదు. వారు త్వరగా ఈ ముందరిని పట్టుకున్నారు. ఇంజనీర్ల లాగా."

రెండు వైపులా వారి వారి పరిస్థితికి అనుగుణంగా ప్రిపరేషన్‌లో ఎలాంటి లోటు ఉండకూడదని చెప్పడం యొక్క అర్థం. యుద్ధం ప్రారంభించడంలో జాప్యం జరిగింది. ఆంగ్ల సైన్యం ఝాన్సీ సమీపంలోని అన్ని మైదానాలు మరియు చిన్న కొండలపై స్థానాలను చేపట్టింది మరియు ఝాన్సీ రాణి యొక్క మొత్తం సైన్యం కోట లోపల పూర్తిగా కట్టుబడి ఉంది. మార్చి 23, 1858 ఉదయం సూర్యోదయం అయిన వెంటనే, బ్రిటిష్ సైన్యం యొక్క బుగ్గలు మోగించాయి. ఈ యుద్ధం ప్రారంభం గురించి వివరిస్తూ, శ్రీ శాంతినారాయణ తన 'మహారాణి ఝాన్సీ' పుస్తకంలో రాశారు-మార్చి 23న సూర్యుడు ఉదయించగానే, వాతావరణంలో భీకర శబ్దం ప్రతిధ్వనించడం ప్రారంభించింది మరియు బలీయమైన మరియు మెజారిటీ హీరోల సైన్యం, విజయ మత్తులో, ఝాన్సీ కోటను ఇటుకతో బద్దలు కొట్టింది, ఇందులో మైనారిటీ, కానీ ధైర్యం - - సాహసోపేతమైన మరియు దేశభక్తి గల సైన్యానికి చెందినది. ప్రపంచం నుండి ఉనికిని తుడిచివేయడానికి, రణభేరి యొక్క ఉద్వేగభరితమైన స్వరాలపై అడుగులు వేస్తూ, ఆమె యుద్ధభూమిలో అన్ని వైపుల నుండి ముందుకు సాగడం ప్రారంభించింది. కోట దగ్గరికి చేరుకోగానే, ఈ బలమైన సైన్యం కోటపై నలువైపుల నుండి గుండ్లు వర్షం కురిపించడం ప్రారంభించింది మరియు ఈ ఫిరంగుల వెనుక, కాలినడకన ఉన్న సైనికులు మరియు గుర్రపు

సైనికులు కూడా కోట మరియు నగరం వైపు పది దిక్కుల నుండి సాధారణ వరుసలలో కదలడం ప్రారంభించారు. ,

ఆదేశం అందిన వెంటనే ఇంగ్లీషు సైన్యం కోటపై దాడి చేసింది, అయితే కోట ఫిరంగుల దాడికి వారి సిక్సర్లు తప్పాయి. అదే రాత్రి, బ్రిటీష్ వారి మూడవ యూరోపియన్ ప్లాటూన్ కోట గోడ దగ్గర ముందుంది. ఝాన్సీ కోటలో ఉంచిన 'ఘంగర్జన్' ఫిరంగి దానికదే ప్రత్యేకమైనది. అతని షెల్ విడుదలైనప్పుడు కూడా పొగలు పెరగలేదు, కాబట్టి ఫిరంగి సైన్యానికి కోలుకునే అవకాశం కూడా లేదు. అతని బుల్లెట్ల వల్ల వారు తీవ్రంగా నష్టపోవాల్సి వచ్చింది.

మార్చి 24న, ఫిరంగిలు నాలుగు ముగ్గులు వేయడం ద్వారా ఒక శ్రేణిని ఏర్పాటు చేశారు. వారి 24 మరియు 18 పౌండర్ తుపాకుల కారణంగా, ఝాన్సీకి చెందిన చాలా మంది గన్నర్లు చంపబడ్డారు, కాబట్టి కోట లోపల గన్నర్ల కొరత ఏర్పడింది. కోట ప్రాకారాలు కూడా భారీగా దెబ్బతిన్నాయి. అప్పుడు కూడా ఫిరంగి వారి లక్ష్యంలో విజయం సాధించలేదు, ఒక ఇల్లు గుచ్చుకునేవాడు బ్రిటిష్ వారికి కోటను జయించే మార్గాన్ని చెప్పాడు. అతను చెప్పినట్లుగా, బ్రిటిష్ వారు నగరానికి పశ్చిమాన ఒక ఫ్రంట్ నిర్మించారు మరియు అక్కడ నుండి నగరంపై షెల్లింగ్ ప్రారంభించారు. దీంతో నగరంలో కలకలం రేగింది. అక్కడ ఒక్కరు కూడా నడవడం కనిపించలేదు. రాణికి ఈ వార్త తెలియగానే చాలా బాధ కలిగింది. నగర ప్రజలను రక్షించేందుకు తన దృష్టి అంతా అక్కడే కేంద్రీకరించాడు. ఆ ఫిరంగి కూడా సర్దార్ గులాం గౌస్ఖాన్‌తో పాటు బ్రిటిష్ వారి 'గిర్నాలి' ఫిరంగి విధ్వంసం సృష్టించిన ప్రదేశాలకు వెళ్లింది.

ఈ ఫిరంగి యొక్క బంతి పైకప్పుపై పడిన ఇంటి అన్ని అంతస్తులను విరిగిపోతుంది. దాని బాల్స్‌లో చిన్న చిన్న కత్తులు, సూదులు మొదలైన వాటిని కూడా నింపారు, ఇది అక్కడక్కడ చిందులు వేసి చాలా మందిని చంపేది. అక్కడికి వెళ్ళిన తరువాత, రాణి నిరాశ్రయులకు తలుపులు తెరిచి, వారి భద్రతకు ఏర్పాట్లు చేసింది. మార్చి 25న, హ్యూర్స్ తమ మొత్తం బలగాలను కోటకు దక్షిణంగా మార్చారువైపు చూపారు చందేరి యుద్ధంలో విజయం సాధించిన మొదటి దళం కూడా అక్కడే నియమించబడింది. ఫిరంగిలు తమ పూర్తి శక్తిని వినియోగించుకున్నా విజయం సాధించలేదు. మార్చి 26న హుర్జ్ మరిన్ని దళాలను అక్కడికి పంపాడు. ఇరువైపుల నుంచి భీకర కాల్పులు జరిగాయి. బ్రిటీష్ వారి ఫిరంగి కోట యొక్క దక్షిణ బురుజుపై తీవ్రంగా కాల్పులు జరిపింది, దాని ఫలితంగా ఆ బురుజు యొక్క ఫిరంగి స్వర్గానికి వెళ్లి ఫిరంగి ఆగిపోయింది. దీంతో ఝాన్సీ సేన ముందు మరో సమస్య

తలెత్తింది. బ్రిటిష్ వారి ఫిరంగులు నిరంతరం గుండ్లు పేల్చుతూనే ఉన్నాయి. ఎవరైనా దక్షిణ గోపురం దగ్గరకు వెళ్లడానికి ధైర్యం చేసి ప్రాణాలు కోల్పోయారు. అక్కడికి వెళ్లేందుకు కూడా ప్రజలు భయపడుతున్నారు. దీనిపై రాణి ఆదేశానుసారం పశ్చిమ బస్తీకి చెందిన 'కడక్ బిజిలీ' అనే ఫిరంగిని అక్కడికి తీసుకొచ్చారు. గులాం గౌస్‌ఖాస్ దాన్ని సరైన స్థలంలో అమర్చి, బైనాక్యులర్‌తో ఫిరంగి ముందు భాగాన్ని పరిశీలించారు. మరియు వారిపై ఫిరంగి బంతుల వర్షం కురిపించారు. దీంతో ఫిరంగిల ముందు భాగం చెల్లాచెదురైంది. దీనిపై మొదటి ఫిరంగి కూడా నియంత్రించబడింది.

మార్చి 28 రాత్రి కూడా ఇలాంటి దాడుల కారణంగా కోటలోని ఫిరంగులు చాలాసార్లు పనిచేయడం మానేయాల్సి వచ్చింది.

మార్చి 29 మధ్యాహ్నం వరకు కోట లోపల నుండి ఎటువంటి కాల్పులు జరగలేదు, కాని మళ్లీ మధ్యాహ్నం 3.30 నుండి సాయంత్రం వరకు భారీ షెల్లింగ్ జరిగింది. అదే రాత్రి, ఫిరంగిలు కోటపై ఒకటిన్నర గుండెల గుండ్లు కురిపించారు, ఇది అక్కడ భారీ విధ్వంసం సృష్టించింది. అప్పుడు కూడా రాణి కొంచెం కూడా డిస్టర్బ్ కాలేదు. దాదాపు ఆమె పెద్ద యోధులందరూ చంపబడ్డారు, కానీ ఆమె చాలా ధైర్యంతో సైనికులను ప్రోత్సహిస్తూనే ఉంది. మార్చి 31 వరకు యుద్ధం కొనసాగింది. ఇరువైపులా సైన్యాలు ధైర్యంగా పోరాడాయి. ఫిరంగిస్ సైన్యం బాగా శిక్షణ పొందింది మరియు వారి కమాండర్లు యుద్ధంలో నిపుణులు. రాణి గొప్ప యోధురాలు అయినప్పటికీ, ఆమెకు యుద్ధాల గురించి ప్రత్యేక అనుభవం లేదు; అలాగే వారి సైనికులు ప్రత్యేకంగా శిక్షణ పొందలేదు. మిస్టర్

. పరస్నిస్ ఈ విషయంపై రాశారు- "బ్రిటీష్ సైన్యం యొక్క కమాండర్లు తమ విధులను నిర్వహించడంలో చాలా సమర్థవంతంగా ఉన్నారు మరియు వారి సైనికులు పాశ్చాత్య యుద్ధంలో నైపుణ్యం మరియు విధేయత కలిగి ఉన్నారు. ఇంగ్లీషు సైన్యంలో ఎలాంటి రుగ్మతలు లేవు. రాణి స్వయంగా ధైర్యంగా మరియు సహనంతో ఉన్నప్పటికీ, ఆమె సైన్యం నిర్వహణ అంత బాగా లేదు. అతని సైన్యంలో, వికృతమైన, యుద్ధ కళ గురించి తెలియని వారు ఎక్కువగా ఉన్నారు మరియు దోచుకున్న ఆస్తిని పొందాలనే ఆశతో యుద్ధంలో చేరిన వారు మాత్రమే ఉన్నారు. వారి పెద్ద నాయకులు మరియు అధికారులు బ్రిటిష్ వారిపై తిరుగుబాటు చేసిన వారిలో కారి ప్రజలు కూడా ఉన్నారు. ఏ పనీ సక్రమంగా ఎలా చేయాలో వారికి తెలియదు, అందుకే యుద్ధ నిర్వహణ భారమంతా లక్ష్మీబాయి యొక్క ధైర్యం మరియు ధైర్యం

మీద ఆధారపడి ఉంది. ఝాన్సీ సైన్యంలో సక్రమమైన నిర్వహణ మరియు విధి నిర్వహణ లేకపోవడం వల్ల రాణి యొక్క సహజ శక్తి అంతా వృధాగా పోవడంలో ఆశ్చర్యం లేదు. అయినప్పటికీ, తన కండర శక్తి మరియు తెలివితేటలతో, అతను పది-పదకొండు రోజుల పాటు ఆధిపత్య ఆంగ్ల సైన్యాన్ని తీవ్రంగా ఎదుర్కొన్నాడు మరియు పాశ్చాత్య యుద్ధ కళల నిపుణుల నుండి అతని ప్రత్యేకమైన ధైర్యాన్ని మరియు అద్భుతమైన ధైర్యాన్ని ప్రశంసించాడు.

రాణి సైనిక కార్యకలాపాలు మరియు ధైర్యాన్ని మెచ్చుకుంటూ మార్చి 30-31 నాటి యుద్ధాన్ని వివరిస్తూ, ఆ సమయంలో ఫిరంగి సైన్యంలో ఉన్న డాక్టర్ లో కూడా ఇలా వ్రాశారు-

మార్చి 30-31 తేదీలలో కూడా, బుల్లెట్ల వర్షం మరియు కోట యొక్క ప్రాకారాల విధ్వంసం 44 నిరంతరం కొనసాగింది. శత్రువు కూడా మాపై భయంకరమైన అగ్ని వర్షం కురిపిస్తూనే ఉన్నాడు. మేము అతని కోట మరియు ప్రాకారాల యొక్క అన్ని వైపులా భారీ నష్టాన్ని కలిగించినప్పటికీ, అతని నిరంతర సంరక్షణ మరియు భీకర యుద్ధాన్ని కొనసాగించాలనే సంకల్పం తగ్గలేదు. వారందరూ దృఢంగా మరియు దృఢంగా ఉన్నారు, దానికి విరుద్ధంగా, మేము చూపించిన మరియు కలిగించే ప్రతి భయం మరియు విపత్తు వారి ధైర్యాన్ని మరియు ప్రయత్నాలను పెంచడానికి నిరూపిస్తున్నట్లు అనిపించింది. ,

మార్చి 31 వరకు బ్రిటీష్ వారి సాధ్యమైన ప్రతి ప్రయత్నం తర్వాత కూడా, రాణి తన అద్భుతమైన ధైర్యసాహసాలతో బ్రిటిష్ వారిని తరలించడానికి అనుమతించలేదు, కోట దగ్గరికి వెళ్లడానికి కూడా అనుమతించలేదు. మార్చి 31 నాటి యుద్ధం బహుశా అత్యంత భయంకరమైనది. రాణి యొక్క సైనికుడు కూడా ఈ క్రింది మాటలలో వివరించాడు

ఎనిమిదో రోజు యుద్ధం చాలా భీకరంగా జరిగింది. రెండు వైపుల హీరోలు చాలా జాగ్రత్తగా పోరాడారు. తుపాకులు, రైఫిళ్లు, ఫిరంగుల మోతతో ఆకాశం దద్దరిల్లింది. నగరంలో వేలాది మంది మృత్యువాత పడ్డారు. కొందరు తమ ప్రాణాలను కాపాడుకునేందుకు రహస్య ప్రదేశాల్లో తలదాచుకునే ప్రయత్నం చేశారు. నగర గోడ కానీ నియమించబడిన అనేక మంది గన్నర్లు మరియు సైనికులు చంపబడ్డారు. వారి స్థానాల్లో కొత్త వారిని నియమించారు. ఈ యుద్ధాన్ని ఏర్పాటు చేయడంలో రాణి చాలా కష్టపడాల్సి వచ్చింది. ఎక్కడ ఎలాంటి కొరత, రుగ్మతలు ఉన్నా స్వయంగా అక్కడికి చేరుకుని ఏర్పాట్లు చేసేవారు. అందుకే అతని సైన్యంలోని ప్రజలు ఉత్సాహంగా, ఉత్కంఠతో పోరాడుతున్నారు. బ్రిటీష్ వారు ధైర్యంగా పోరాడినప్పటికీ 31వ తేదీ వరకు కోటలోకి ప్రవేశించలేకపోయారు

మార్చి 31 కోటకు అశుభ దినం. కహర్ కోటలోని సరస్సు నుండి నీటిని నింపుతున్నాడు. హురోజ్ బైనాక్యులర్ల సహాయంతో వారిని చూడగానే, వారు ఫిరంగుల వర్షం కురిపించారు. దీని కారణంగా చాలా మంది మరణించారు లేదా గాయపడ్డారు. ఇది చూసిన రాణికి కోపం వచ్చింది, ఆమె పశ్చిమ బురుజుపై ఉంచిన ఫిరంగులన్నింటినీ బ్రిటిష్ వారిపై గుండ్లు కాల్చమని ఆదేశించింది. దీని కారణంగా, బ్రిటిష్ వైపు నుండి షెల్లింగ్ కొంతకాలం ఆగిపోయింది. కోటలో నీటి ఏర్పాట్లు చేశారు. అప్పుడు బ్రిటిష్ వారు కోలుకున్నారు. వారు కూడా భారీగా కాల్పులు జరిపారు. దురదృష్టవశాత్తు, క్వీన్స్ ఆయుధశాలకు సమీపంలో ఒక షెల్ పేలింది, దీని వలన మందుగుండు సామగ్రిలో మంటలు చెలరేగాయి. ఈ మహా విధ్వంసం వల్ల - లీల పుట్టింది, కాని రాణికి మరలా దిక్కుతోచలేదు.

తాత్యా తోపే కేసు

తిరుగుబాటు విఫలం కావడంతో నానా సాహెబ్ పారిపోయాడు. దీని తర్వాత ఎక్కడికి వెళ్లాడో చరిత్ర స్పష్టంగా చెప్పలేకపోతోంది. పీష్వా బాజీరావుకు రావ్ సాహెబ్ మరియు నానా సాహెబ్ అనే ఇద్దరు దత్తపుత్రులు ఉన్నారని మొదటి అధ్యాయంలో వ్రాయబడింది. ఈ సమయంలో నానా సాహిబ్‌కు చిరునామా లేదు. బ్రిటీష్ వారిపై యుద్ధ నిర్ణయం తీసుకున్నప్పుడు, మహారాణి లక్ష్మీబాయి సహాయం కోరుతూ రావుకు లేఖ రాశారు. అదే సమయంలో, రావ్ సాహెబ్ తరపున ధైర్యవంతుడు తాత్యా తోపే తనకు సహాయం చేస్తున్నాడని రాణికి తెలిసింది. తాత్యా తోపే నానా సాహెబ్ యొక్క కమాండర్ ఇన్ చీఫ్. 1857 స్వాతంత్ర్య పోరాటంలో అతని పాత్ర చాలా ముఖ్యమైనది. కాన్పూర్‌ను విడిచిపెట్టినప్పుడు, నానా సాహెబ్ రావు సాహెబ్‌కు బాధ్యతలు అప్పగించారు. ఇప్పుడు తాత్యా తోపే తిరుగుబాటు నాయకుడు.

పనిచేస్తున్నాయి

వీర తాత్యా తోపే మహారాణి లక్ష్మీబాయికి సహాయం చేయడానికి ఇరవై వేల సైన్యంతో కల్పి నుండి బయలుదేరి ఝాన్సీ దగ్గరకు చేరుకున్నాడు. హీరోలకు ఈ సమాచారం అందింది. అతని సైన్యం మొత్తం ఈ సమయంలో కోట ముట్టడిలో బిజీగా ఉంది. అతను యుద్ధాలు చేయడంలో చాలా నైపుణ్యం కలిగి ఉన్నాడు. అందువల్ల, మార్చి 31 రాత్రి, అతను నిశ్శబ్దంగా మొదటి బ్రిగేడ్‌లోని కొంతమంది సైనికులను తాత్యా తోపే రహదారి వైపు పంపాడు మరియు

ఓర్చా రహదారిపై రెండు 24-పౌండర్ తుపాకులను ఉంచాడు. ఈ పని ఇంత రహస్య రూపంలో మరియు కోట లోపల కూడా గుర్తించబడకుండా చాలా జాగ్రత్తగా జరిగింది. ఈ విధంగా, హీరోస్ చాలా తెలివిగా పనిచేసింది. తాత్యా తోపే ధైర్యసాహసాలు ఆయనకు బాగా తెలుసు. తాత్యా తోపే యొక్క సమర్థ నాయకత్వంలో, తిరుగుబాటుదారులు 1857 తిరుగుబాటులో భారీ విజయాన్ని సాధించారు. ఇంగ్లండ్‌లోని ప్రముఖ వార్తాపత్రిక 'డైలీ న్యూస్' అతని గురించి రాసింది

'తాత్యా తోపే మరాఠా బ్రాహ్మణుడు. అవును, అతను ఏ ఉన్నత వంశానికి చెందినవాడు కాదు 44 . అతని వయస్సు సాధారణంగా 25 సంవత్సరాలు. అతను చాలా ధైర్యవంతుడు, ఔత్సాహిక, సహనం, తీవ్రమైన, ధైర్య యోధుడు. అతని శరీరం ఆకారంలో, బాగా నిర్మించబడింది. అతను మధ్యస్థ ఎత్తు. అతని నుదిటి విశాలంగా, ఎత్తుగా మరియు సరసమైన రంగులో ఉంటుంది. అతను ఎల్లప్పుడూ సాధారణ దుస్తులు ధరిస్తాడు మరియు అతని ఆహారం కూడా సరళంగా ఉంటుంది. అతని పని దోపిడీకి పాల్పడడం, దోచుకోవడం మరియు చంపడం. అతను చదువుకోనప్పటికీ, అతను చాలా తెలివైనవాడు మరియు తెలివైనవాడు. అతనికి తన సహచరుల పట్ల ప్రత్యేక ప్రేమ ఉంది, అందుకే వేలాది మంది వీర యోధులు అతనితో నివసిస్తున్నారు. అతను ఎప్పుడూ ఒంటరిగా ఉండడు; 20-25 మంది యోధులు అంగరక్షకులలా అతనితో ఎప్పుడూ ఉంటారు. తన వక్కల మాయాజాలంతో ఎవరినైనా అదుపులో పెట్టుకోగలడు. ముఖ్యంగా పేదలకు దానం చేయడం, ధనవంతులను దోచుకోవడం ఆయనకు చాలా ఇష్టం. రాత్రి పగలు గుర్రంపై స్వారీ చేసినా అలసిపోడు. అతను ఒక రోజులో గుర్రంపై 150 మైళ్ళు పరుగెత్తడం సాధారణం. అతను తనను తాను నానా సాహెబ్ ప్రతినిధిగా భావించుకుంటాడు.

డిసెంబర్ 4, 1857న, లండన్‌లోని మరో వార్తాపత్రిక 'టైమ్స్'లో భారతీయ కరస్పాండెంట్ రస్సెల్ నుండి ఒక లేఖ కూడా ప్రచురించబడింది, ఇది బ్రిటీష్వారిలో ప్రబలంగా ఉన్న తాత్యా తోపే యొక్క భీభత్సానికి మంచి పరిచయాన్ని ఇస్తుంది-మా చమత్కారమైన స్నేహితుడు తాత్యా తోపే చాలా తెలివైనవాడు మరియు కఠినమైనవాడు, నేను అతనిని మెచ్చుకోకుండా ఉండలేను. అతను మన అనేక నగరాలను నాశనం చేశాడు, సంపదను దోచుకున్నాడు, యుద్ధ సామాగ్రి దుకాణాలను ఖాళీ చేశాడు, సైన్యాన్ని సేకరించి వాటిని కత్తిరించాడు. రాజుల నుండి ఫిరంగులు లాక్కున్నారు మరియు ఓడిపోయారు మరియు మళ్లీ దోచుకున్నారు

మరియు ఓడిపోయారు. అతను తన వేగవంతమైన కదలికలో మెరుపు కంటే వేగంగా ఉంటాడు. చాలా వారాల పాటు అతను రోజుకు 30-30, 40-40 మైళ్ల వేగంతో నడుస్తాడు. ఎదుటి సైన్యం ముందున్నప్పుడు కూడా అది మెరుపులాగా వెనుకకు చేరుతుంది. బహుశా అత్యుత్తమ విమానం కూడా తన యంత్రాలతో అంత వేగాన్ని చూపించలేకపోవచ్చు. పర్వతాల అధిరోహణలో, నదులు మరియు కాలువల ప్రవాహంలో, గుహలు, లోయలు, చిత్తడి నేలలు, అటూ ఇటూ కదులుతూ, పైకి క్రిందికి వెళ్ళేటప్పుడు అతన్ని ఎవరూ ఆపలేరు. అతను చాలా క్లిష్టమైన మరియు చుట్టుపక్కల మార్గాల్లో డేగలా మా వాహనాలపైకి దూసుకుపోతాడు మరియు మా బాంటే మెయిల్‌ను తీసుకువెళతాడు. కొన్నిసార్లు ఒక గ్రామాన్ని దోచుకుని కాల్చివేస్తారు, దాని మోసాన్ని ఎవరూ పట్టుకోలేరు.

తాత్యా తోపే వంటి విపత్తును ఎదుర్కోవడం, హురోజ్ మొదటి మరియు అత్యంత ముఖ్యమైన పనిగా భావించడం అని చెప్పడం యొక్క అర్థం

తాత్యా తోపేతో బ్రిటిష్ యుద్ధం

యూరోలు సైన్యాన్ని పంపారు. మరోవైపు తాత్యాతో పాటు గ్వాలియర్‌లోని ఆగంతుక సైన్యం కూడా ఉంది. బ్రిటిష్ వారి వద్ద సైన్యం చాలా తక్కువగా ఉందని తాత్యాకు తెలిసింది. అతను (తాత్యా) కాన్పూర్‌లో బ్రిటిష్ తెలివైన కమాండర్ జనరల్ బిందామ్ సైన్యాన్ని ఘోరంగా ఓడించాడు. కాబట్టి ఝాన్సీలో కూడా బ్రిటిష్ వారిని ఓడించడం ఖాయమని ఆయన నమ్మారు. అతని వ్యక్తిగత సైన్యం ఈ సమయంలో బెత్వా ఒడ్డున ఉంది, చర్ఖారిలో విజయం తర్వాత అతను తన శక్తి గురించి గర్వపడ్డాడు. కాబట్టి వీర తాత్యా తోపే సైన్యం మొత్తం విజయంతో నిండిపోయిందని మనం చెప్పగలం. యుద్ధంలో శత్రువును బలహీనంగా భావించడం ఆత్మహత్యే.

ఏప్రిల్ 1, 1858న, తాత్యా తోపే సైన్యంలో కొంత భాగం పూర్తి వేగంతో ఝాన్సీ వైపు కదిలింది. ఇక్కడ ఫిరంగి సైన్యం పూర్తిగా సిద్ధమైంది. తాత్యా తోపే సైన్యం కుడివైపున వారి బుల్లెట్ల పరిధిలోకి వచ్చిన వెంటనే

కెప్టెన్ లైట్‌ఫుట్ సైన్యం మరియు కుడివైపు నుండి కెప్టెన్ ప్రీతిజాస్ సైన్యం మరియు ఎడమవైపు నుండి హుయ్‌రోజ్ ఫిరంగులు ఏకకాలంలో దాడి చేశాయి. ఆకస్మికంగా జరిగిన ఈ భీకర

దాడికి తాత్యా తోపే సైన్యం భయపడి అక్కడికి పరుగెత్తడం ప్రారంభించింది. ఈ అవకాశాన్ని సద్వినియోగం చేసుకున్న బ్రిటిష్ వారు షెల్లింగ్‌ను కొనసాగించారు. తాత్యా తోపే సైన్యానికి కోలుకునే అవకాశం కూడా లేకపోవడంతో పారిపోయింది. మరోవైపు తాత్యా సైన్యంలో కొందరు బెత్వా ఒడ్డున ఉన్న అడవిలో దాక్కున్నారు. దురదృష్టవశాత్తు, తిరుగుబాటుదారుడి ద్రోహం హీరోస్ దృష్టికి వచ్చింది

తాత్యాతోపే ఓటమి

యూరోలు ఇంగెల్‌డ్రప్‌కు నాలుగు ఫిరంగులు మరియు ఫీల్డ్ బ్యాటరీని ఇవ్వడం ద్వారా కెప్టెన్ లైట్‌ఫుట్‌ను బెట్వా ఒడ్డున ఉన్న అడవి వైపు పంపారు. తమవైపు వస్తున్న ఫిరంగి సైన్యాన్ని చూసి తాత్యా సైన్యం అక్కడికి కదలకుండా అడవికి నిప్పంటించింది. దీనిపై, ఫిరంగి సైన్యం బెత్వా ఒడ్డున సురక్షిత ప్రదేశాలలో ముందుభాగాన్ని నిర్మించింది. అప్పుడు ఇద్దరి మధ్య భీకర యుద్ధం జరిగింది. ఇరువైపుల నుంచి గుళ్లు పేల్చడం మొదలుపెట్టారు. బ్రిటిష్ సైన్యం సురక్షితమైన ప్రదేశంలో ఉంది. అందుకే అతనికి నష్టం తక్కువ. బ్రిటీష్ సైన్యం చాలా ధైర్యంతో నదిని దాటి ముందుకు వెళ్లి దాడి చేసింది. తాత్యా తోపే సైన్యం ఉండడం కష్టంగా మారింది. అందుకే పారిపోయింది. ఈ యుద్ధంలో, అతను తన ఫిరంగులతో చేతులు కడుక్కోవలసి వచ్చింది; తుపాకులు చాలా బరువైనవి, వారు వాటిని తొందరలో తమతో తీసుకువెళ్లలేరు; ఫిరంగుల చక్రాలు నది ఇసుకలో కూరుకుపోయాయి. బ్రిటిష్ వారు తాత్యా పారిపోతున్న సైన్యాన్ని పదహారు మైళ్ల దూరం వెంబడించి, వారి యుద్ధ సామగ్రిని కూడా స్వాధీనం చేసుకున్నారు. ఈ విధంగా, హురోస్ ఝాన్సీ కోటను ఇంకా జయించలేదు.

కానీ వీర్వార్ తాత్యా తోపేను ఓడించిన తర్వాత అతను చాలా సంతోషించాడు. బ్రిటీష్ సైన్యం తాత్యా తోపేతో పోరాడుతున్నప్పుడు, ఆ విషయం రాణికి కూడా కోటలో తెలియడంతో, ఆ సమయంలో కోట నుండి బ్రిటిష్ సైన్యంపై ఎందుకు గుండ్లు పేల్చలేదని ఇక్కడ చూస్తే ఆశ్చర్యం వేస్తుంది. అలా చేయడం ఆమె కర్తవ్యం. ఝాన్సీకి సమయం చాలా ఉపయోగకరంగా ఉండేది ఈ విషయంలో గిలియస్ తన 'రాణి' పుస్తకంలో మహారాణి లక్ష్మీబాయి మరియు తాత్యా తోపే మధ్య జరిగిన సంభాషణను ఉటంకించారు. బహుశా ఈ డైలాగ్ తరువాత వ్రాసి ఉండవచ్చు లేదా మరేదైనా చోట జరిగింది. ఈ డైలాగ్ ఇలా ఉంది- తాత్యా తోపే - రాణి! మేము బ్రిటిష్

వారితో పోరాడుతున్నప్పుడు మీ కోటలోని ఫిరంగులు ఎందుకు మౌనంగా ఉన్నాయి? అలా కాకపోతే మనం ఎప్పటికీ ఓడిపోయేవాళ్లం కాదు. రాణి - ధైర్య కమాండర్! ఆ సమయంలో లలితావాది అనే బ్రాహ్మణుడు ఇది పేష్వాయి సైన్యం అంటూ మన ఫిరంగుల నుండి మంటలను ఆపేశాడు. వాళ్లు తుపాకులు పేల్చేది దాడి చేయడానికి కాదని, మమ్మల్ని కోట నుంచి బయటకు రప్పించడానికేనని చివరి వరకు చెప్పాడు.

ఈ లలితావాడిని అప్పట్లో కోట బురుజు మీద నియమించారు. అతను రాణికి ద్రోహం చేసాడు లేదా అతని మూర్ఖత్వం కారణంగా పీష్వా సైన్యాన్ని బ్రిటిష్ వారి మిత్రపక్షంగా తీసుకున్నాడు. అతని అభ్యర్థన మేరకు మాత్రమే కోట నుండి ఫిరంగులను కాల్చడం ఆపివేయబడింది, లేకపోతే, బ్రిటిష్ వారు మొదటిసారి తాత్యా తోపే సైన్యంతో పోరాడినప్పుడు, కోటలోని ఫిరంగుల నుండి బ్రిటీష్ వారిపై గుండ్లు పేలితే, అప్పుడు ఆంగ్ల సైన్యం ఎదుర్కోవలసి ఉంటుంది. రెండు వైపులా యుద్ధం. మీతో ఉండటం కష్టంగా ఉండేది. కోట తుపాకులు ఆగిపోవడంతో, తాత్యా తోపే సైన్యాన్ని ఓడించడానికి అతనికి మంచి అవకాశం లభించింది. ఈ విషయంలో, హీరోలతో కలిసి ఉన్న డాక్టర్ సిల్వెస్టర్ కూడా తన ఆశ్చర్యాన్ని వ్యక్తం చేస్తూ ఇలా రాశారు-

పీష్వా సైన్యం ముట్టడి చేసిన వారిని బయటి నుండి కాపాడుతున్నప్పుడు కోటలోని ప్రజలు అకస్మాత్తుగా మాపై ఎందుకు దాడి చేయలేదని మేము ఊహించలేము?

ఝాన్సీ నగర్‌లోకి ప్రవేశించండి

తాత్యా తోపేను ఓడించిన తర్వాత, హురోస్ మళ్లీ తన దృష్టిని ఝాన్సీ కోటపై కేంద్రీకరించాడు. మార్చి 23 నుంచి ఏప్రిల్ 3 వరకు ఎంత ప్రయత్నించినా ఫిరంగి కోటను గెలవలేకపోయింది. అందుకే కోటపై త్రిముఖ దాడికి ప్లాన్ చేశాడు. పశ్చిమ పార్శ్వానికి మేజర్ గౌల్, దక్షిణ పార్శ్వానికి లెఫ్టినెంట్ కల్నల్ లిడెల్, బ్రిగేడియర్ స్టీవార్ట్ మరియు కెప్టెన్ రాబిన్సన్, మరియు ఎడమ పార్శ్వానికి లెఫ్టినెంట్ కల్నల్ లోత్ మరియు మేజర్ స్టీవార్ట్ నాయకత్వం వహించారు కు అప్పగించారు పూర్తి సన్నద్ధతతో, అందరూ తమ తమ సైన్యాలతో తమ నిర్దేశిత ప్రాంతాలకు చేరుకున్నారు. ఏప్రిల్ 3వ తేదీ మధ్యాహ్నం 3 గంటల సమయంలో మూడు వైపుల నుండి ఏకకాలంలో కోటపై దాడి జరిగింది. వీరిలో మొదటి బలగాలు ఎలాగో కోట సమీపంలోకి చేరుకుని ప్రాకారాలు ఎక్కడానికి మెట్లు వేసి దానిపైకి ఎక్కే ప్రయత్నం మొదలుపెట్టాయి.

తుపాకులు మరియు కత్తులతో పోరాడుతున్న రెండవ మరియు మూడవ సైన్యాలు నగరంలోకి ప్రవేశించడానికి ప్రయత్నించడం ప్రారంభించాయి.

కోట ప్రాకారంలో కాపలా కాస్తున్న ఝాన్సీ వీరులు శత్రువులు మెట్లు ఎక్కేందుకు ప్రయత్నించడం చూసి, అలారం ఎత్తారు. దీంతో కోట లోపల ఉన్న సైన్యం అప్రమత్తమైంది. ఈ సమయంలో కోట పరిస్థితి చాలా తీవ్రంగా మారింది. పదకొండు రోజులుగా నిరంతరాయంగా కాల్పులు జరపడంతో అపారమైన ప్రాణ, ఆస్తి నష్టం జరిగింది. కోట యొక్క ప్రాకారాలు కూడా చాలా చోట్ల దెబ్బతిన్నాయి. వీర్ తాత్యా ఓటమి వార్తతో అక్కడ కూడా నిస్పృహ వ్యాపించింది. ఇది అతనిపై మానసిక ప్రభావాన్ని కూడా చూపింది, ఎందుకంటే తాత్యా వంటి వీరుడిని ఏ సాధారణ సైన్యం ఓడించలేదు, కాబట్టి అతను తన ఓటమి అనివార్యమని ఆలోచించడం ప్రారంభించాడు. మహారాణి లక్ష్మీబాయికి తన సైనికుల ఈ మనోభావాలు తెలియవు. అయినా ధైర్యం కోల్పోలేదు. డేంజర్ బగల్ మోగగానే అందరూ కోటలో గుమిగూడారు. అందరి ముఖాల్లో భయం, నిస్పృహ భావం స్పష్టంగా కనిపించాయి.. రాణి ఒక నాయిక మతాన్ని అనుసరించి వారితో ఇలా చెప్పింది

"వీర్ యోధులారా! మేము ఈ యుద్ధాన్ని పీష్వా లేదా మరెవరి సహాయంతో ప్రారంభించలేదని మీకు బాగా తెలుసు, మీరు ఇప్పటివరకు గెలిచిన యుద్ధాలలో విజయాలు పీష్వా సహాయంతో సాధించబడలేదు. శక్తితో విజయం సాధించారు. మా మతాన్ని అనుసరించడానికి, మా స్వాతంత్ర్యం మరియు ఆత్మగౌరవాన్ని కాపాడుకోవడానికి మేము ఈ యుద్ధం యొక్క అగ్నిలో దూకుతున్నాము, మీరు ఇప్పటివరకు ఓర్పుతో మరియు పరాక్రమంతో మీ పేరును ఎలా పెంచుకున్నారో, అదే విధంగా మీకు ఇప్పుడు ధైర్యం ఉంది. వారితో పోరాడండి ఝాన్సీని రక్షించుకోవాల్సిన బాధ్యత మీపై ఉంది. మన పవిత్రమైన లక్ష్యం కోసం మనం బహుశా చివరి త్యాగం చేయాల్సిన సమయం ఆసన్నమైంది ఆది అవార్డులో ఇచ్చిన ఈ రాణి మాటలు ఆమె సైనికులకు కొత్త ధైర్యాన్ని అందించాయి. రాణి తన సైన్యాన్ని మూడు భాగాలుగా విభజించింది. అందరూ తమ తమ ప్రాంతాలకు వెళ్లి శత్రువులతో యుద్ధం చేయడం ప్రారంభించారు. గులాం గౌస్ఖాస్ బ్రిటిష్ వారిపై ఫిరంగులు కాల్చడం ప్రారంభించాడు. రాణి తన అంగరక్షకుడైన సైన్యంతో కలిసి కోట యొక్క ప్రతి ముందు భాగంలో యుద్ధాన్ని తనిఖీ చేయడం ప్రారంభించింది మరియు అవసరమైన యుద్ధ సామగ్రిని అందించడం ప్రారంభించింది. శత్రు సైన్యం కోటలోని ఒక భాగాన్ని నిరంతరం షెల్లింగ్ చేస్తూనే ఉంది. రాణి గౌస్ఖాస్‌కు అక్కడే గుండ్లు కాల్చమని

సంకేతం ఇచ్చింది. శత్రు ఫిరంగుల దాడి కారణంగా కోట ప్రాకారాలకు చాలా రంధ్రాలు పడ్డాయి. ఇరువర్గాల నుంచి పరస్పరం భీకర కాల్పులు జరిగాయి. విజయశ్రీ ఎవరిని పెళ్లి చేసుకుంటుందో అప్పట్లో ఎవరూ చెప్పలేకపోయారు.

నగరంలో కూడా ఫిరంగిలు భారీ గుండ్ల వర్షం కురిపించారు. అక్కడ 'RC మహల్' అనే పురాతన గణేష్ దేవాలయం ఉండేది, అందులో భాద్రపద మాసంలో గణేష్ చతుర్థి జాతర జరిగింది. ఈ జాతరలో ప్రతి కులానికి చెందిన స్త్రీపురుషులు ఎలాంటి అధిక-నీచ భావాలు లేకుండా పాల్గొనేవారు. ఆ దేవాలయం తోషా దెబ్బకు ధ్వంసమైంది. అక్కడ నలుగురు చనిపోయారు. దీంతో నగరంలో కలకలం రేగింది. ఈ వార్త తెలియగానే రాణికి కోపం వచ్చింది. అతను తన సైనికులను ఆదేశించాడు - "ఉరుములు, మెరుపులు, మహంకాళి, భవానీ శంకర్ మొదలైన వారి ద్వారా, ఫిరంగులన్నింటినీ నగరం యొక్క ప్రధాన ద్వారం వైపు కేంద్రీకరించి శత్రు సైన్యాన్ని వేయించాలి.

ఆజ్ఞను పాటించిన వెంటనే, అన్ని ఫిరంగులు కలిసి ఉరుములు, దీని ఫలితంగా శత్రువు వెనక్కి వెళ్ళవలసి వచ్చింది. అప్పుడు బ్రిటీష్ వారు నగరం యొక్క ప్రధాన ద్వారంపై భారీ దాడి చేశారు. గోడతోపాటు కోట బురుజుపై కూడా గుళ్ల వర్షం కురిపిస్తున్నాడు. లెఫ్టినెంట్ బాక్స్ మరియు లెఫ్టినెంట్ బెనెస్ నిజంగా అపారమైన శౌర్యాన్ని ప్రదర్శించారు. భారీ బుల్లెట్ వర్షంలోనూ నిచ్చెనను అరచేతిలో పెట్టుకుని నగర గోడ ఎక్కే ప్రయత్నం మొదలుపెట్టారు. ఝాన్సీ హీరోల బుల్లెట్లు తమ పని ముగించుకున్నాయి. దీని తరువాత, లెఫ్టినెంట్ డిక్ మరియు లెఫ్టినెంట్ మిక్ జి. జాన్, అసాధారణమైన ధైర్యాన్ని ప్రదర్శిస్తూ, గోడ ఎక్కి తమ సైన్యాన్ని పిలవడం ప్రారంభించారు. ఝాన్సీ సైన్యం కూడా తమ పనిని పూర్తి చేసింది. దీని తరువాత, లెఫ్టినెంట్ బోనస్ మరియు ఫాక్స్ కూడా ధైర్యం చేశారు, కాబట్టి వారు కూడా చంపబడ్డారు. మరోవైపు, కోటకు దక్షిణంగా మరియు తీసుకోండి. డిక్ అక్కడ నోరు తినవలసి వచ్చింది బ్రోక్‌మన్ నాయకత్వం వహించాడు. 25వ మరియు 26వ పదాతిదళానికి చెందిన బ్రిగేడియర్ స్టీవార్డ్ మరియు కల్నల్ లోత్ నగరం యొక్క ఓర్చా గేట్‌ను స్వాధీనం చేసుకోవడంలో విజయం సాధించారు. ఇది చూసి నగరంలో మిగిలిపోయిన ఝాన్సీ సైన్యం తమ ప్రాణాలను విడిచిపెట్టి శత్రుసైన్యాన్ని క్యారెట్లు, ముల్లంగిలాగా కోయడం మొదలుపెట్టారు, అయితే కొద్దిమంది ఝాన్సీ సైనికులు అపారమైన శత్రు సైన్యాన్ని ఎంత దూరం ఎదుర్కోగలిగారు. ఎట్టకేలకు శత్రువులు అక్కడికి చేరుకున్నారు. దీని తరువాత, శత్రువులు

ముందుకు వెళ్లి రాజభవనాన్ని స్వాధీనం చేసుకోవాలని ఆలోచించడం ప్రారంభించారు. ఈ విజయంలో ఎలాజీ బుందేలే ఝాన్సీకి ద్రోహం చేసి బ్రిటిష్ వారికి సహాయం చేశాడు. అతని సహాయంతో, శత్రువులు గోడపై నిచ్చెనలు వేయగలిగారు. అతని పని కోసం, అతనికి ఆంగ్ల ప్రభుత్వం రెండు గ్రామాల జాగీరు ఇచ్చింది. ఈ యుద్ధాన్ని తన కళ్లతో వివరిస్తూ డాక్టర్ లో తన 'సెంట్రల్ ఇండియా' అనే పుస్తకంలో రాశారు-

మన సైన్యం నగరం యొక్క ప్రధాన ద్వారానికి దారితీసే రహదారి వైపు కవాతు చేస్తున్నప్పుడు, శత్రువుల సైనికుల బాకా శబ్దం గాలి మొత్తం నిండిపోయింది, దానితో పాటు గుండ్లు, తూటాలు, బాణాలు, ఈటెలు, యుద్ధ విమానాలు మాపైకి వచ్చాయి. ప్రహరీగోడలు భీకరంగా వర్షం పడటం మొదలయింది, దాని ఫలితం మన సైన్యం నాశనం తప్ప మరొకటి కాదు.ఈ మృత్యు వానలో మనం దాదాపు రెండు వందల గజాల దూరం ముందుకు వెళ్ళవలసి వచ్చింది.చివరికి వారు గోడ దగ్గరకు చేరుకుని మూడు చోట్ల నిచ్చెనలు కూడా వేశారు. , కానీ కోటగోడ మీద నుంచి బుల్లెట్ల వర్షం కురుస్తున్న బుల్లెట్ల మాటల్లో, వీర యోధుల గుండెలు పిండేసే అరుపులతో, మన వీరులకు అక్కడ ఉండే ధైర్యం లేదని, ఎక్కడ తలదాచుకోవడానికి చోటిచ్చినా గుళ్ల వర్షం కురిపించింది. వారి తలలు, వారు పారిపోవాల్సి వచ్చింది, అయినప్పటికీ, మన వీర సైన్యంలోని కొంతమంది యోధులు దానిని అధిరోహించగలిగారు. వారిని చూసి, మరికొందరు కూడా తమ ప్రాణాలను పట్టించుకోకుండా దానిపైకి ఎక్కడానికి ప్రయత్నించారు.కానీ పెద్ద సంఖ్యలో ఎక్కడం భారం , మెట్లు విరిగి ఒకరిపై ఒకరు దూసుకు వచ్చారు. అదే సమయంలో ఎవరో బగల్ మోగించారు. కాబట్టి మన వీరులు యుద్ధరంగం నుండి వైదొలగవలసి వచ్చింది. తన సైన్యం వెనక్కి వెళ్లి పారిపోవడాన్ని చూసి, మేజర్ బ్రాక్‌హోమ్ పరాక్రమంతో రాణి సైన్యంలోకి ప్రవేశించి యుద్ధం ప్రారంభించాడు మరోవైపు బ్రిగేడియర్ స్టువర్ట్ మరియు కల్నల్ లోత్ కూడా వారి 25వ మరియు 26వ ప్లాటూన్‌లతో ఓర్చా గేట్ వైపు ముందుకు సాగారు. ఝాన్సీ సైనికులు చాలా తక్కువ, అయినప్పటికీ వారు పోరాడుతూనే ఉన్నారు, కానీ పేద ప్రజలు ఎంతకాలం పోరాడతారు? అంతిమంగా, అతను అపారమైన సైన్యం ముందు వెనక్కి తగ్గవలసి వచ్చింది. ఇంతలో, దక్షిణ యుద్ధభూమిలో ఆంగ్ల-సైన్యం యొక్క వీరులు మళ్లీ ధైర్యంగా తమ నిచ్చెనలను గోడపై ఉంచారు మరియు వారు మళ్లీ వాటిని ఎక్కడం ప్రారంభించారు. ఈసారి కూడా బుందేల వీరులు చాలా కత్తులు ప్రయోగించారు, కానీ లెక్కలేనన్ని ఆంగ్ల సైన్యాల ముందు ఆ పిడికెడు వీరులు ఎవరూ

నిలబడలేకపోయారు. తెల్లవారు మరియు స్థానిక సైనికులు గోడ దూకి నగరంలోకి ప్రవేశించారు. ,

ఈ విధంగా, పన్నెండవ రోజు శత్రువుల సైన్యం ఝాన్సీ నగరంలోకి ప్రవేశించడంలో విజయం సాధించింది. ఇది రాణికి పెద్ద దెబ్బ. నగరంలోకి ప్రవేశించడం ద్వారా బ్రిటిష్ వారికి సగం విజయం లభించింది. ఇప్పుడు కోటను కైవసం చేసుకునేందుకు ప్లాన్ చేయడం మొదలుపెట్టారు.

ఝాన్సీ ఓటమి

నగరంలోకి ప్రవేశించిన తరువాత, వీరులు మహారాణి లక్ష్మీబాయి ప్యాలెస్‌ను స్వాధీనం చేసుకునేందుకు ముందుకు సాగారు. మరోవైపు, అక్కడ ఉన్న కాపలాదారులు కోట గోడ నుండి నగరం వైపు చూస్తే, అక్కడ వేలాది తెల్లవారు తిరుగుతున్నారు. మరియు ఒక కోలాహలం ఉంది. ఇది చూసిన రాణి కొంత సేపటికి చలించిపోయినా, మరుసటి క్షణంలో తనని తాను కంట్రోల్ చేసుకుంది. Mr. పరస్నిస్ తన పరిస్థితిని మాటల్లో వివరిస్తూ ఇలా వ్రాశారు-

అతను నగరానికి దక్షిణం వైపు చూసినప్పుడు, నగరం లోపల వేలాది తెల్లవారి కదలడం మరియు పట్టణవాసుల ఆర్తనాదాలను చూసి అతను ఒక క్షణం సహనం కోల్పోయాడు. అతని ముఖంలో నిరాశ మరియు భయం యొక్క సంకేతాలు కనిపించడం ప్రారంభించాయి. ఈ దుర్ఘటనలో కూడా హృదయానికి బలం చేకూర్చుకుంటూ, ఈ దేహం అశాశ్వతమని, ఏదో ఒకరోజు త్యజించవలసి వస్తుందని భావించాడు; అలాంటప్పుడు యుద్ధంలో వెనుదిరిగిన మనుషుల్లా పిరికితనం చూపించడం చాలా అవమానకరం; వారికి వేగం లేదు. ,

కాబట్టి రాణి లక్ష్మీబాయి తన అంగరక్షక సైనికులతో ఇలా చెప్పింది - "రణవీర్స్ ఇప్పుడు ఎక్కువ ఆలోచించడానికి సమయం లేదు: హీరోలకు తగిన ధైర్యాన్ని చూపించే చివరిసారిగా చనిపోయే సమయం వచ్చింది. క్రూరమైన శత్రువు చేతిలో ఖైదీగా ఉరి తీయబడటం కంటే, సింహాల వంటి శత్రు సమూహాన్ని సంహరించి వీర్గతి చేయడం చాలా సముచితం మరియు ప్రశంసనీయం. కాబట్టి రండి, ముందుకు సాగండి, శత్రువులను సంహరిస్తూ అమరత్వం పొందండి, తద్వారా కుల కవులు మీ శౌర్య పరాక్రమాలను ప్రశంసించి ఆనందిస్తారు.

దీని తరువాత, ఆమె త్వరగా ఆయుధాలు కట్టుకుని కోట నుండి దిగింది. దాదాపు ఒకటిన్నర వేల మంది ఆఫ్ఘన్ సైనికులు కూడా అతనిని అనుసరించారు. అతను కోట ద్వారం నుండి బయలుదేరిన వెంటనే, అతను నగరం యొక్క దక్షిణం వైపు నుండి ప్రవేశించిన బ్రిటిష్ వారిపై దాడి చేశాడు. రాణి చేతిలో నగ్న కత్తితో గుర్రం మీద ముందుకు వెళుతోంది మరియు ఆమె వెనుక ఆఫ్ఘన్ సైనికులు నడుస్తున్నారు. ఆఫ్ఘన్ సైనికులు శ్వేతజాతీయులను నరికి నేలపై పడవేయడం ప్రారంభించారు. ఎదురుగా అఫ్ఘాన్‌లుగా ఉన్న వారి సమయాన్ని చూసి తెల్లవారు అక్కడక్కడ వీధుల్లో పరుగెత్తారు మరియు అక్కడి నుండి రాణి మరియు ఆమె సైనికులపై కాల్పులు ప్రారంభించారు. ఇంతలో మరింత బ్రిటీష్ సైన్యం కూడా అక్కడికి వచ్చింది. ఆ సైన్యం కూడా రహస్యంగా కాల్పులు ప్రారంభించింది. ఈ విచిత్రమైన పరిస్థితులను చూసి, రాణి యొక్క 75 ఏళ్ల అధిపతి అతనితో ఇలా అన్నాడు: "ఇలా బహిరంగ మైదానంలో జీవితంతో ఆడుకోవడం మంచిది కాదు. శ్వేతజాతీయులు కవర్ నుండి కాల్పులు జరుపుతున్నారు. వేల సంఖ్యలో ఫిరంగి నగరంలోకి ప్రవేశించింది. కాబట్టి మీరు కోటకు వెళ్లి మీ భవిష్యత్తు ప్రణాళికల గురించి ఆలోచిస్తే మంచిది. ,

ముసలి శ్రేయోభిలాషి సలహా రాణికి సముచితంగా అనిపించింది. కాబట్టి ఆమె శత్రువులను చంపి కోట వైపు తిరిగి తన సైనికులతో సురక్షితంగా తిరిగి కోట వద్దకు వచ్చి భవిష్యత్తు కార్యక్రమాన్ని ఆలోచించడం ప్రారంభించింది.

మహారాణి యొక్క కల్పి - నిష్క్రమణ నిర్ణయం

కోటలో, రాణి నగరం యొక్క ప్రతి కార్యకలాపాల గురించి సమాచారాన్ని పొందుతోంది. తన సైన్యం పతనమవడం చూసి కోటలోని తన రాజభవనానికి వెళ్లింది. ఆ సమయంలో అతని దుఃఖానికి అంతు లేదు. అతను ఆమె తన దివాంఖానా వద్దకు వెళ్లి భవిష్యత్తు ప్రణాళికల గురించి ఆలోచిస్తూ కూర్చుంది. నగర పరిస్థితి చూసి జాలి, కోపం కలగలిసిపోయింది. దాదాపు అరగంట పాటు ఎవరితోనూ ఏమీ మాట్లాడని పరిస్థితి ఆమెకు ప్రతికూలంగా మారింది. అదే సమయంలో, అతను తన ప్రధాన గన్నర్ గులాం గౌస్ఖాన్ మరియు కోట యొక్క ప్రధాన ద్వారం యొక్క కాపలాదారు అయిన కునార్ ఖుదా బక్ష్ మరణ వార్తను అందుకున్నాడు. ఇది అతనికి మరింత బాధ కలిగించింది. అతని కళ్ల నుంచి కన్నీళ్లు కారుతున్నాయి. వారి ముందు ఏమి

ఉండాలి లేదా ఉండకూడదు? అనే అనుమానం తలెత్తింది. కానీ ఈ రకమైన సందేహం ఏ సమస్యను పరిష్కరించలేకపోయింది. అతను వెంటనే ఏదో ఒక నిర్ణయం తీసుకున్నాడు మరియు తన యుద్ధం నుండి బయటపడిన అన్ని మిత్రులకు, సలహాదారులకు తన చివరి సందేశాన్ని ఇచ్చాడు – పిలిచారు

"ఈరోజు వరకు మీరు శత్రువులతో భీకర యుద్ధం చేసి ఝాన్సీని రక్షించారు, కానీ ఇప్పుడు మేము విజయం సాధిస్తాము అనే సంకేతాలు లేవు. మన గొప్ప యోధులు, సర్దార్లు, గొలందజ్ యుద్ధంలో ఉపయోగపడారు. నగరం యొక్క ప్రాకారాలు మరియు అన్ని ద్వారాల కాపలాదారులు చంపబడ్డారు, బ్రిటీష్ వారు నగరాన్ని తమ ఆధీనంలోకి తీసుకున్నారు మరియు వారు ప్రతి చోటా పోస్టలను ఏర్పాటు చేసారు. ఇప్పుడు వారు కోటపై దాడి చేసి దానిని తమ ఆధీనంలోకి తీసుకోవడం సులభం. వారు కోటను అధిరోహిస్తారు మరియు మమ్మల్ని బందీగా తీసుకెళ్ళండి, అప్పుడు మన ప్రాణాలను ఎలా తీస్తారో తెలియదు.అందుకే నేను మందుగుండు సామాగ్రి గదికి వెళ్లి నిప్పంటించుకుని ఆత్మహత్య చేసుకోవాలని నిర్ణయించుకున్నాను.అవి అపవిత్రం అవ్వనివ్వను.కాబట్టి కోరుకునే వారు నాతో ప్రాణ త్యాగం చేయి, ఇక్కడే ఉండు, మిగిలిన వాళ్ళు రాత్రికి కోట నుండి దిగి తమ ప్రాణాలను కాపాడుకోవడానికి ప్రయత్నించాలి. మహారాణి లక్ష్మీబాయి ఈ మాటలు విని ప్రజలు ఆశ్చర్యపోయారు. దీనిపై ఒక పెద్దాయన ఇలా అన్నాడు –

"బాయి సాహిబ్! మీరు శాంతించండి. ఝాన్సీకి వచ్చిన విపత్తును నాశనం చేసే మార్గం మాకు లేదు, గత జన్మలో చేసిన సంచిత కర్మల ప్రకారం ప్రపంచంలోని అన్ని పనులూ ఫలిస్తాయి. ఆత్మహత్య ప్రకారం హిందూ మత గ్రంధాలు మహా పాపులని లెక్క.ఇవన్నీ చూసుకుని నీలాంటి యోధ రాణి ఆత్మహత్య చేసుకోవడం తగదు.మన పూర్వ జన్మలలో చేసిన అకృత్యాల ఫలితాన్ని ఈ జన్మలో అనుభవిస్తాం. ఉన్నాయి ఈ జన్మలో కూడా పాపాలు చేయడం వల్ల వచ్చే జన్మలో పాపాలు పోగుపడకూడదు. ఈ దుఃఖాన్ని శాంతియుతంగా భరించాలి. మీరు ధైర్యవంతురాలైన మహిళ, మీరు ఆత్మహత్య ఆలోచనను మీ హృదయంలో తీసుకురాకూడదు, కానీ ఈ విపత్తు నుండి బయటపడటానికి మీరు ఇతర మార్గాల గురించి ఆలోచించాలి. కోటలో ఉండడం సముచితమని మీకు అనిపించకపోతే, మీరు ఈ రాత్రికే కోట నుండి బయటపడి శత్రువుల చుట్టుముట్టిన నుండి బయటపడాలి. పీష్వా సైన్యం కల్పి వద్ద ఆగిపోయింది, మీరు అక్కడికి వెళ్లి అతన్ని కలవండి. దురదృష్టవశాత్తు మీరు కూడా దారిలో

బలిదానం చేసుకుంటే, ఆత్మహత్య చేసుకోవడం కంటే యుద్ధరంగంలో ప్రాణత్యాగం చేసి స్వర్గాన్ని పొందడం మేలు

పాత సలహాదారు చెప్పిన ఈ మాటలు అర్థవంతంగా ఉన్నాయని రాణి గుర్తించింది, కాబట్టి ఆమె కూడా అదే చేయాలని నిర్ణయించుకుంది. సాయంత్రం, అతను తన సహోద్యోగులను మరియు సేవకులందరినీ తన వద్దకు పిలిచి, వారికి అవార్డులు ఇచ్చి, కోట నుండి రహస్య మార్గంలో బయలుదేరమని ఆదేశించాడు. రాణి కూడా అక్కడి నుంచి బయలుదేరేందుకు సిద్ధమైంది.

వీడ్కోలు తాకడం

అక్కడ నుండి బయలుదేరే ముందు, రాణి తన ప్రియమైన వారందరికీ బహుమతిగా ఇచ్చిన తర్వాత వారితో ఇలా చెప్పింది - "ఎవరి వద్ద ఏదైనా తేలికపాటి విలువైన ఆభరణాలు లేదా రత్నాలు ఉంటే, అతను ఎటువంటి సంకోచం లేకుండా వాటిని తన జేబుల్లో, తన నడుముపై, గుర్రపు జీనులలో పెట్టుకోవచ్చు లేదా దాచుకోవచ్చు. బండిల్ మరియు కట్టండి, తద్వారా అది దేశంలో లేదా విదేశాలలో సజీవంగా ఎక్కడికి చేరినా, డబ్బు లేకపోవడం వల్ల బాధపడకూడదు

దీని తరువాత, రాణి బయలుదేరడానికి సిద్ధంగా ఉన్నప్పుడు, అక్కడ ఒక ప్రత్యేకమైన పదునైన దృశ్యం సృష్టించబడింది. ఈ వీడ్కోలు సమయంలో ఆమె వృద్ధ పరిచారికలు తమ భావోద్వేగాలను అదుపు చేసుకోలేకపోయారు, అందరూ ఏడ్చారు, అందరూ మహారాణి పాదాలను తాకి, ఆపై ఆమెకు వీడ్కోలు పలికి, తన ప్రియమైన ఝాన్సీకి వీడ్కోలు చెప్పి, ఝాన్సీ రాణి కోట నుండి బయలుదేరింది. అనిశ్చిత భవిష్యత్తు. శాశ్వతంగా పోయింది. అతని అనుమతి తీసుకున్న తరువాత, అతనితో పాటు అతని సేవకులు కొందరు కూడా వెళ్లారు. తండ్రి మోరోపంత్ కూడా వెంట నడుస్తూ ఉన్నాడు. ప్రజలంతా సాయుధ గుర్రాలపై వెళ్తున్నారు. వెళ్ళేముందు అందరూ ఖజానాలోంచి డబ్బు సంచులు తమ గదుల్లో కట్టారు. మిగిలిన ఖజానా ఏనుగు తొండంలో ఉంచబడింది, దానితో ఒక చిన్న సైన్యం కూడా కదులుతోంది. రాణి తండ్రి మోరోపంత్ కూడా ఖజానాతో ఉన్నారు.

కోట నుండి సుమారు రెండు వందల మంది రాణికి తోడుగా వచ్చారు. ఈసారి రాణి పురుషుల దుస్తులను ధరించింది; శరీరంపై ఉడుము, తలపై తలపాగా, నడుముకు కత్తి వేలాడుతూ ఉన్నాయి. ఆమె తెల్లటి రంగు గుర్రం మీద కూర్చుంది.రాణీ తన దగ్గర డబ్బు ఉంచుకోవడం

సరికాదు. అతని ఏడెనిమిదేళ్ల దత్తపుత్రుడు దామోదర్ రావును వీపుపై గుడ్డతో కట్టేశారు. కోట నుండి బయలుదేరిన వెంటనే అందరూ 'హర్ హర్ మహాదేవ్', 'జై శంకర్' అని అరుస్తూ నడవడం మొదలుపెట్టారు. ఝాన్సీ రాణి నిష్క్రమణ వార్త ఎవరికి వచ్చినా, అందరూ ఆమెను చూసేందుకు కన్నీళ్లతో దారిలో నిలబడ్డారు. అది చూసి అతని హృదయం ద్రవించిపోయింది, అయితే ఎలాంటి ఆలస్యమైనా అందరికీ ప్రాణాంతకం కాగలదు కాబట్టి రాణి మౌనంగా ఉండి గుర్రాన్ని ముందుకు కదిలేలా చేసింది.

దీని తరువాత, రాణి కేవలం ఒక పనిమనిషి, ఒక బావ మరియు పది నుండి పన్నెండు మంది గుర్రాలతో ఒంటరిగా వెళ్ళింది. బహుశా ప్రజలంతా కలిసి వెళ్లడం సముచితంగా భావించి ఉండేది కాదు. నగరం యొక్క ఉత్తర ద్వారం వద్ద కాపలాదారులు ఆమెను ఆపినప్పుడు, ఆమె తన గుర్రంపై ముందుకు దూసుకెళ్లింది, "తెహ్రీ యొక్క ఈ సైన్యం హురూజ్‌కు సహాయం చేస్తుంది". తెహ్రీ సైన్యం కూడా బ్రిటిష్ వారికి సహాయం చేయడానికి వచ్చింది. కొంతమంది సైనికులు వారిని వెంబడించారు, కాబట్టి వారు చంపబడ్డారు

రాణి పారిపోయిన విషయం హీరోజ్‌కి తెలియగానే, చేతిలోని చిలుకలు ఎగిరిపోయాయి. రాణి యొక్క ఈ ధైర్యసాహసాన్ని, చాతుర్యాన్ని మెచ్చుకోకుండా అతను జీవించలేడు. అతను వెంటనే రాణిని అనుసరించమని లెఫ్టినెంట్ వాకర్‌ను ఆదేశించాడు. వాకర్ నిజాంషాహి సైన్యంలోని ఒక ప్లాటూన్ తీసుకొని రాణిని పట్టుకోవడానికి వెళ్ళాడు, కాని రాత్రంతా 20-25 మైళ్ళు పరిగెత్తినప్పటికీ, అతను రాణిని పట్టుకోవడంలో విఫలమయ్యాడు. ఈ విధంగా, శత్రువుల శ్రేణి నుండి రాణి తప్పించుకోవడం నిజంగా ఆశ్చర్యం కలిగించింది. ప్రముఖ ఆంగ్ల చరిత్రకారుడు మెడోస్ టేలర్ ఈ విషయం గురించి ఇలా వ్రాశారు - "ఆ రాత్రి ఈ ప్రయాణం వారందరికీ తమ ప్రాణాలను పణంగా పెట్టడానికి ఒక గొప్ప అవకాశం బ్రిటీష్ రిసాలా మరియు హైదరాబాద్ కాంటింజెంట్ ఆర్మీ, '14 డ్రాగన్లు' అనే పేరుతో, నగరాన్ని జాగ్రత్తగా కాపాడుతున్నాయి. వారితో ఎక్కడైనా ఢీకొంటే ఖచ్చితంగా మరణానికి దారి తీస్తుంది. అయితే వీళ్లందరి కళ్లలో దుమ్ము దులుపుకుని ఆ వీరబృందం ఎలా సురక్షితంగా బయటపడిందనేది ఇప్పటి వరకు బయటికి రాని మిస్టరీ. క్వీన్స్ గైడ్‌లు చాలా తెలివైనవారు మరియు వారి కష్టమైన పనులలో నైపుణ్యం కలిగి ఉంటారు అనడంలో సందేహం లేదు. అప్పుడు రాణి చాలా నిర్భయ మరియు అద్భుతమైన రైడర్. కాబట్టి ఆమె మెరుపు వేగంతో విశాలమైన మైదానం వైపు వెళ్ళింది, దానికంటే ఆమెకు కొంత భద్రత ఉంటుంది. ,

కోటపై బ్రిటిష్ అధికారం

ఏప్రిల్ 5వ తేదీ రెండవ తేదీ ఉదయం, లెఫ్టినెంట్ బేగ్రీ కోటపై దాడి చేయడానికి వెళ్ళాడు, కానీ అతను ఎవరిపై దాడి చేస్తాడు, ప్రజలందరూ రాత్రికి రాత్రే అక్కడి నుండి వెళ్లిపోయారు. కోటలోకి అడుగుపెట్టగానే ఆంగ్ల సైన్యానికి ఎక్కడ చూసినా నిశ్శబ్దం. అక్కడ ఏ మనిషి పేరు కూడా లేదు. ఏప్రిల్ 5, 1858న ఎలాంటి పోరాటం లేకుండానే ఝాన్సీ కోటపై బ్రిటీష్ వారికి హక్కు లభించగా, గత పదమూడు రోజులుగా నిరంతర పోరాటం చేసినా రాణి సైన్యం వారిని కోటలోకి వెళ్లనివ్వలేదు.

మోరోపంత్ యొక్క విచారకరమైన ముగింపు

రాణి ఝాన్సీ నుండి సురక్షితంగా బయటపడింది, కానీ ఆమెతో పాటు కోట నుండి బయటకు వచ్చిన సైనికులను బ్రిటిష్ సైన్యం చుట్టుముట్టింది. వారిలో అతని ఆఫ్ఘన్ మరియు బుందేలా సైనికులు కూడా ఉన్నారు. ఆ వీరులు తమ ప్రాణాలను త్యాగం చేయడం ద్వారా శత్రువులను ఎదుర్కొన్నారు, కానీ వారు చాలా తక్కువ, స్వల్ప పోరాటం తరువాత, బ్రిటిష్ వారు వారిని నిర్దాక్షిణ్యంగా చంపారు

రాణి తండ్రి మోరోపంత్ ఏనుగులో రాగి డబ్బును తీసుకెళ్ళి రాణి వెంట పరుగెత్తాడు. దారిలో, అతను చాలా చోట్ల శత్రువులను ఎదుర్కొన్నాడు, ఏనుగుతో పారిపోవడం చాలా కష్టమైన పని. అతని సహచరులు చాలా మంది యుద్ధంలో మరణించారు. మోరోపంత్ కూడా తన కాలిపై కత్తితో గాయపడ్డాడు. ఇంకా రెండవ ధైర్యం ఉదయానికి డాటియా చేరుకున్నారు. అక్కడ పన్వాడి ఇంట్లో ఆశ్రయం పొందాడు. ఈ వార్త అందిన వెంటనే, దాతియా రాజు అతన్ని ఖైదీగా చేసి, ఝాన్సీకి బ్రిటిష్ వారి వద్దకు పంపి, అతని డబ్బు మొత్తాన్ని స్వాధీనం చేసుకున్నాడు. ఝాన్సీకి చేరుకున్నప్పుడు, బుందేల్‌ఖండ్ రాజకీయ ఏజెంట్ రాబర్ట్ హామిల్టన్ మరియు హురోస్ అదే రోజు మధ్యాహ్నం రెండు గంటల సమయంలో రాజమహల్ ముందు అతన్ని ఉరితీశారు.

బ్రిటిష్ వారు ఝాన్సీని దోచుకున్నారు

వారు నగరంలోకి ప్రవేశించిన వెంటనే, బ్రిటిష్ వారు హింస మరియు దోపిడి యొక్క నగ్న ఉద్వేగాన్ని సృష్టించారు. ఇక్కడ, మహారాణి లక్ష్మీబాయి తప్పించుకున్న కారణంగా, అతని కోపం ఝాన్సీపై విధ్వంసంలా చెలరేగింది. ఈ సమయంలో ఝాన్సీ హీరోగా, నిరాడంబరంగా, ఓడిపోయింది. ఫిరంగి మగ పిశాచాలను ఎదుర్కోవడానికి అక్కడ ఎవరూ లేరు. అందువల్ల, వారు జూన్, 1857లో బ్రిటిష్ వారి ఊచకోతకి అమాయక ఝాన్సీ నివాసితుల నుండి ప్రతీకారం తీర్చుకోవడం ప్రారంభించారు. ఝాన్సీ వాసులు ఎవరైనా కనిపిస్తే కాల్చిచంపేవారు. నగరంలోని పలు ప్రాంతాలకు నిప్పు పెట్టారు.

ఝాన్సీ నగరం మొత్తంలో బ్రిటీష్ వారికి ఏ పురుషుడు దొరికినా చంపేశారని చెప్పడంలో అర్థం. కాల్పులు జరిపి అమాయక ప్రజలు తమ ప్రాణాలను కాపాడుకునేందుకు ఎక్కడపడితే అక్కడ దాక్కున్నారు. బ్రిటిష్ సైనికులు నగరాన్ని దోచుకోవడం ప్రారంభించారు. అతను వెళ్ళిన ప్రతి ఇంట్లో, కుటుంబ సభ్యులు డబ్బు మొత్తం అతనికి ఇవ్వాలి. లేకుంటే తెల్లదొరలు అతడిని తల నరికి చంపేయడం లేదా మెడకు ఉచ్చు బిగించి చెట్టుకు ఉరివేసి ఇంటిని దోచుకుని నిప్పంటించి ఉండేవారు. ఒకసారి దోచుకున్న వ్యక్తి మరోసారి వారి చేతిలో పడితే కాల్చి చంపేవాడు. కానీ తెల్లవారు ఏ స్త్రీని లేదా బిడ్డను చంపలేదు. అవును తెల్లవారితే తమను అవమానిస్తారనే భయంతో చాలా మంది మహిళలు ఆత్మహత్యలు చేసుకున్నారు. దీనితో పాటు, బ్రిటీష్ వారు ఒక వ్యక్తిని కాల్చివేసినప్పుడు, అతని భార్య అతనిని రక్షించడానికి ముందు నిలబడి చంపబడింది. ఆ తర్వాత ఆమె భర్తను కూడా తెల్లదొరలు చంపి ఉంటారు. శత్రువైనా, మిత్రుడైనా ఎవ్వరి సద్గుణాలైనా మెచ్చుకోవాల్సిందే, అందుకే కొందరిని కాపాడుతూ తనలోని మానవతా గుణాలను పరిచయం చేసిన ఆ అజ్ఞాత శ్వేత అధికారిని ఈ రోజు జరిగిన ఓ సంఘటన చూసి కొనియాడాల్సిందే. ఈ విధ్వంసం సమయంలో కొంతమంది తమ ప్రాణాలను కాపాడుకోవడానికి నగరం నుండి బయటకు వచ్చారు.

ఒక తోటలోకి వెళ్ళాడు. తెల్లవారు కూడా అక్కడికి చేరుకున్నప్పుడు, భయపడిన ఆ వ్యక్తులు వారితో - "మేము ఈ నగరవాసులం. తిరుగుబాటుతో మాకు సంబంధం లేదు. మేము పూర్తిగా అమాయకులం. దయచేసి మాకు ప్రాణం ఇవ్వండి." ఆ ప్రజల మాటలు బ్రిటిష్ ఆర్మీ అధికారి హృదయాన్ని దయతో నింపాయి. ఆ ప్రజల రక్షణ కోసం తోట గేటుకు తాళం వేసి అక్కడ కాపలా పెట్టాడు. అలాంటి దాతృత్వానికి ఉదాహరణలు చరిత్రలో చాలా అరుదుగా కనిపిస్తాయి.

దీనితో పాటు, బ్రిటీష్ వారికి దోపిడి మరియు దహనం చేయడానికి పూర్తి స్వేచ్ఛ ఉన్నప్పటికీ, ఇంకా మహిళలతో అసభ్యంగా ప్రవర్తించకూడదని, దీని కోసం ప్రతి తెల్ల సైనికుల సమూహానికి సైన్యంలోని ఉన్నతాధికారుల నుండి కఠినమైన ఆదేశాలు ఉన్నాయని కూడా చెప్పబడింది. దోచుకున్నారు.ఇద్దరు భారతీయ సైనికులను కూడా ఉంచారు, ఎవరైనా శ్వేతజాతి సైనికుడు ఒక మహిళ యొక్క నమ్రతను అపహరించడానికి ప్రయత్నిస్తే, ఆ సైనికుడిని వెంటనే కాల్చివేయాలని ఆదేశించబడింది. ఇలా ప్రవర్తిస్తూ సైనికుడిని కాల్చిచంపిన వ్యక్తిపై చర్యలు తీసుకోవడం లేదు

బంగారం, వెండి, వజ్రాలు, రత్నాలు మొదలైన ఈ దోపిడీలో బ్రిటీష్ వారికి కోట్లాది రూపాయల ఆస్తి వచ్చింది. దేవాలయాలు మరియు మసీదులను కూడా విడిచిపెట్టలేదు. ఈ విషయాన్ని హెన్రీ సిల్వర్‌స్టన్ వ్యంగ్యంగా వివరిస్తూ - "బుద్ధుడు ముగిసిన వెంటనే, మన అధికారులు మరియు సైనికులు తమ కుతూహల సంతృప్తి కోసం అక్కడ మరియు ఇక్కడ వెతకడం ప్రారంభించారు. ఈ రాగంలో, వారు ప్రతి ఇంట్లోకి ప్రవేశించి చీకటి మూలలను వెతకడం ప్రారంభించారు, కానీ కాదు. ఏదైనా దోచుకోవడం కోసం కానీ పరిశోధనల దాహం తీర్చుకోవడానికే.. అనుమానం వచ్చిన చోటల్లా గోడలు, మట్టి తవ్వారు.. నా దృష్టిలో ఈ రకరకాల దోపిడిలో భక్తిపరుడైన సత్యవంతుడికీ కూడా ఒక రకమైన వస్తువు లేదు.దోపిడీ చాలా సరైనది మరియు సహజమైనదిగా పరిగణించబడుతుంది మరియు అవి దేవతల విగ్రహాలు, ఇవి దేవాలయాల శిథిలాలలో ప్రతిచోటా పడి ఉన్నాయి.

మూడు రోజుల పాటు నగరాన్ని దోచుకోవడం బ్రిటిష్ వారి వంతు, నాల్గవ రోజు ఈ అవకాశం మద్రాసీ ప్లాటూన్‌కు లభించింది. డబ్బు ప్రజల వద్ద లేదు, కాబట్టి అతను రాగి, ఇత్తడి మొదలైనవాటిని దోచుకున్నాడు.

ఈ గొప్ప విధ్వంసం యొక్క ఉద్వేగం మొత్తం ఝాన్సీ నగరంలో కలకలం సృష్టించింది. ధనవంతుల కాలనీ ఉన్న అతిపెద్ద ప్రాంతం, హల్వాయిపురా అగ్నిప్రమాదంలో ధ్వంసమైంది. అతను కాల్చి చంపబడ్డాడు. మరోవైపు, నగరాన్ని స్వాధీనం చేసుకున్న తర్వాత, హురోస్ మరియు కల్నల్ లోభ్ 86వ ప్లాటూన్‌తో ఝాన్సీ రాజమహల్‌ను స్వాధీనం చేసుకోవడానికి ముందుకు సాగారు. రాణికి నమ్మకస్తులైన కొందరు హీరోలను అక్కడ నియమించారు. వారు అసమానమైన పరాక్రమంతో శత్రు దళాన్ని ఎదుర్కొన్నారు, కానీ వారు చాలా తక్కువ సంఖ్యలో ఉన్నారు. బ్రిటీష్ వారు దూరం నుండి దాగి వారిపై కాల్పులు జరిపి ప్యాలెస్ చుట్టూ

ఉన్న ఇళ్లకు నిప్పు పెట్టారు. ఆ మంట రాజభవనానికి చేరుకుంది. అందువల్ల, రాణి సేవకులు శత్రువుల భారీ సైన్యం ముందు ఎక్కువసేపు నిలబడలేకపోయారు. రాణి రాజభవనం మంటల్లో కాలిపోయింది. అక్కడికి అడుగుపెట్టగానే బ్రిటీష్ వాళ్ళు దొరికిన వారిని చంపేశారు. రాజభవనంలోని గుర్రపుశాలలో యాభై మంది సైనికులు దాక్కున్నారు. అవకాశం వచ్చిన వెంటనే ఫిరంగిలపై దాడికి దిగారు. ఒకసారి బ్రిటీష్ వారు అతని ముందు భయపడిపోయారు. అయితే ఎంతకాలం వారు భారీ ప్లాటూన్‌ను ఎదుర్కొంటారు. బ్రిటిష్ సైన్యం వారందరినీ చంపేసింది. ఆనందంతో నృత్యం చేస్తూ, ఫిరంగిలు తమ 'యూనియస్ జాక్'ని భగ్నప్రయ్ రాజ్‌ప్రసాద్‌పై ఎగురవేశారు.

రాజభవనంపై జరిగిన ఈ దాడి దోపిడీ జరిగిన రెండో రోజున చెప్పబడింది. స్వాధీనం చేసుకున్న తర్వాత అక్కడ కూడా దోచుకున్నారు. అక్కడ ఝాన్సీ రాజవంశం యొక్క అనేక తరాల నుండి సేకరించిన విలువైన రత్నాలు ఖజానాలో భద్రపరచబడ్డాయి. పన్నా గనుల నుండి అనేక అమూల్యమైన వజ్రాలు కూడా అక్కడ భద్రపరచబడ్డాయి. బ్రిటిష్ వారు దోచుకోదగిన వస్తువులను దోచుకున్నారు మరియు మిగిలిన వాటిని నాశనం చేశారు. తిరిగి పొందగలిగే సంపద మాత్రమే దోచుకోబడింది, కానీ అక్కడ ఉన్న గ్రంథాలయం అమూల్యమైన చేతివ్రాత వ్రాతప్రతులతో పాటు బూడిదైంది, ఇందులో రఘునాథరావు నుండి ఝాన్సీ యొక్క మొదటి మరాఠా పాలకుడు గంగాధరరావు వరకు అన్ని రాజులు సేకరించిన పుస్తకాలు ఉన్నాయి. పాలకులు అవిశ్రాంతంగా శ్రమించి, విపరీతమైన డబ్బును వెచ్చించి అక్కడక్కడ నుండి సేకరించారు.

ఎనిమిది రోజుల క్రూరమైన క్రూరత్వం మరియు క్రూరమైన దోపిడీ తరువాత, బ్రిటిష్ వారు క్షమాపణలు చెప్పారు. అప్పుడు రోడ్డుపై పడి ఉన్న మృతదేహాలను దహనం చేయవచ్చు. అనంతరం వేలాది మంది పట్టణవాసులు రోడ్లను శుభ్రం చేశారు. ఆయా ప్రాంతాల్లోని మంటలు ఆర్పివేయబడ్డాయి మరియు అక్కడక్కడ చనిపోయిన జంతువులను నగరం వెలుపల గుంతలలో పూడ్చిపెట్టారు. క్షమాపణ తర్వాత మరుసటి రోజు, ప్యాలెస్ ముందు మార్కెట్ నిర్వహించబడింది. అప్పుడు ప్రజలు తమ సొంత అవసరాలకు వస్తువులను కొనుగోలు చేశారు. నగరంలో జరిగిన దోపిడీ సైన్యం ఆదేశాల మేరకే జరిగింది. కాబట్టి అన్ని వస్తువులను దోచుకున్నారు

ఇంగ్లీష్ కంటోన్మెంట్‌లో వేలం వేయబడింది. ఏనుగులు, గుర్రాలు మరియు యుద్ధ సామగ్రిని సింధియా ప్రభుత్వం కొనుగోలు చేసింది మరియు ఇతర సామాగ్రిని ఇతర సేఠ్‌లు, జాగీర్దార్లు మొదలైనవారు తీసుకున్నారు. ఝాన్సీపై బ్రిటిష్ అధికారాన్ని తిరిగి స్థాపించిన తర్వాత, హురోస్ కోటను మేజర్ రాబర్ట్‌సన్‌కు అప్పగించాడు. బ్రిటీష్ వారు యుద్ధంలో గాయపడిన వారి సైనికుల కోసం ఆసుపత్రిని తెరిచారు మరియు పూర్తి మతపరమైన సంప్రదాయంతో

ఈ యుద్ధంలో 36 మంది బ్రిటిష్ అధికారులు, 307 మంది సైనికులు మరణించారు. ఝాన్సీల మొత్తం 5000 మంది చనిపోయారు. బహుశా ఇందులో బ్రిటీష్ వారి దోపిడీలో మరణించిన వారి సంఖ్య కూడా ఉంటుంది

అధ్యాయం.6

కల్పి వేసవి

ఝాన్సీ నుండి పారిపోయిన తర్వాత, మహారాణి లక్ష్మీబాయి 1858 ఏప్రిల్ 5వ తేదీ ఉదయం 'భందర్' అనే గ్రామానికి చేరుకున్నారు. అక్కడ స్నానం చేసి చిన్న దామోదర్ రావుకు తినిపించి తినిపించాడు. ఆమె కల్పికి వెళ్లేందుకు సిద్ధమైంది. ఈ సమయంలో అతని వద్ద కత్తి తప్ప సైన్యం లేదా ఆయుధం లేదు. అప్పుడే అతడిని వెంబడిస్తున్న లెఫ్టినెంట్ బౌకర్ భాందర్‌కు అతి సమీపంలోకి చేరుకున్నాడని సమాచారం అందింది. దాంతో రాణి మళ్లీ దామోదర్ రావుని వీపు మీద కట్టేసి నడవడం మొదలుపెట్టింది. ఇక్కడ శత్రువులు వారిని తీవ్రంగా వెంబడించడం ప్రారంభించారు, కాని రాణి అటువంటి పరిస్థితిలో అక్కడ ఎక్కువసేపు ఉండడం ఆత్మహత్యగా భావించి త్వరగా వెళ్లిపోయింది. బ్రిటీష్ వారు అతని గుడారానికి చేరుకున్నప్పుడు, అది ఖాళీగా కనిపించింది. కొట్లాటలో, బౌకర్ స్వయంగా గాయపడ్డాడు. కాబట్టి అతను తిరిగి వెళ్ళవలసి వచ్చింది. మార్టిస్ 'బ్రిటీష్ ఇండియా'లో రాశారు-

లెఫ్టినెంట్ బౌకర్ తన కరపత్రంతో మహారాణిని అనుసరించి, ఝాన్సీకి 21 మైళ్ల దూరంలో ఆమెను చుట్టుముట్టాడు. అతను దూరంగా ఒక టెంట్ వేయడం చూశాడు, కానీ అతను అక్కడికి చేరుకున్నప్పుడు, టెంట్ ఖాళీగా కనిపించింది. అల్పాహారం యొక్క కొన్ని మిగిలిపోయిన అస్త్ మాత్రమే అక్కడ పడి ఉన్నాడు. ఫలహారాలు తీసుకుంటుండగా రాణి అక్కడి నుంచి అదృశ్యమైందని తెలిసింది.లెఫ్టినెంట్ బౌకర్ మళ్లీ వారిని వెంబడించడం ప్రారంభించాడు మరియు కొంత దూరంలో రాణి తన నలుగురు సహచరులతో కలిసి పరిగెత్తడం చూసింది, అయితే ఈ పరుగులో అతనే తీవ్రంగా గాయపడ్డాడు, కాబట్టి అతను వేటను విడిచిపెట్టవలసి వచ్చింది మరియు తిరిగి వచ్చింది.

ఖచ్చితంగా రాణి యొక్క ఈ చర్య ఆమె అసాధారణ తెలివితేటలకు ప్రతిబింబం. శ్రీ పరస్నిస్ తన ప్రశంసలో ఇలా వ్రాశారు

వాస్తవానికి ఇది రాణి యొక్క పోరాట నైపుణ్యాలను పరీక్షించడానికి సమయం. ఒకటి

మరోవైపు, లాకర్ల వంటి అనుభవజ్ఞులైన బ్రిటీష్ వీరులు వారితో పాటు వారు ఎంచుకున్న రైడర్‌లతో పరుగెత్తుతున్నారు మరియు మరోవైపు వారికి ఎదురుగా, ఒక బ్రాహ్మణుడు అక్కడ

నుండి సురక్షితంగా పారిపోవడానికి ప్రయత్నిస్తున్నాడు. ఇది ఒక అద్భుతమైన దృశ్యం. అటువంటి సమయంలో విజయం కోసం ఆశించడం రాణికి అసాధ్యమైన ప్రయత్నమే అయినప్పటికీ, తన అతీంద్రియ ధైర్యం, దృఢ సంకల్పం, అద్భుతమైన శౌర్యం మరియు అద్వితీయమైన పోరాట పటిమతో ఆమె రాస్షూర్ ఆంగ్ల యోధుడిని కూడా పుల్లగా మార్చింది. మిస్టర్ బో కర్ తన గుర్రంపై దూసుకెళ్లి లక్ష్మీ బాయిని మోసుకెళ్లిన వెంటనే

కల్పికి చేరుకుంటాయి

ఇలా కష్టపడుతూ రాణి 24 గంటలపాటు నిరంతరాయంగా గుర్రాన్ని పరిగెత్తుకుంటూ నదులు, లోయలు, అడవి లోయలు, చేరుకోలేని, చేరలేని మార్గాలను దాటుకుంటూ రాత్రి 12 గంటల ప్రాంతంలో కల్పి చేరుకుంది. కొద్దిరోజుల క్రితం వరకు రాజప్రసాద్‌కు చెందిన ఝాన్సీ మహారాణి వీరాంగన లక్ష్మీబాయి నేడు తన చిన్న దత్తపుత్రుడిని వీపున కట్టుకుని ఆశ్రయం కోసం ఇటు పరిగెత్తడం ఎంత విడ్డూరం. ఈ ఇరవై నాలుగు గంటల్లో దాదాపు 150 నుంచి 200 కిలోమీటర్ల ప్రయాణం చేశాడు

కల్పి అనే ఈ చిన్న చారిత్రక పట్టణం యమునా నది ఒడ్డున ఉంది. పూర్వం ఈ నగరంపై గోవింద్‌పంత్ బుందేలేకు అధికారం ఉండేది. తరువాత అది అతని వారసులలో ఒకరైన నానా గోవింద్ రావు ఆస్తిగా మిగిలిపోయింది. గోవింద్ రావ్ జలౌస్ పాలకుడు. 1806లో అతనితో కుదుర్చుకున్న ఒప్పందం ప్రకారం, బ్రిటిష్ ప్రభుత్వం దానిని తన అధీనంలోకి తీసుకుంది, అప్పటి నుండి అది బ్రిటిష్ వారి ఆధీనంలో ఉంది, ఈలోగా, 1825లో, నానా పండిట్ తిరుగుబాటు చేసి, ఒకసారి దానిని స్వాధీనం చేసుకున్నాడు, అయితే బ్రిటిష్ వారితో అప్పటి ఝాన్సీ పాలకుడు రామచంద్రరావు సహాయంతో అతను దానిని తిరిగి స్వాధీనం చేసుకున్నాడు. ఇది రెండవ అధ్యాయంలో చర్చించబడింది. 1857 జూన్ నెలలో, ఝాన్సీ మరియు కాన్పూర్‌లలో తిరుగుబాటు జెండాను ఎగురవేసి తిరుగుబాటు సైనికులు కల్పికి వచ్చినప్పుడు, కల్పి సైన్యం కూడా తిరుగుబాటు చేసింది. తిరుగుబాటు జరగడంతో డిప్యూటీ కలెక్టర్ మున్సి శివప్రసాద్‌ను అక్కడి నుంచి బహిష్కరించారు. అప్పటి నుంచి తిరుగుబాటుదారులకు మాత్రమే అక్కడ హక్కు ఉంది. ఇక్కడి కోట చాలా సురక్షితంగా ఉండేది. అందువల్ల, నానా సాహెబ్ సోదరుడు రావు సాహెబ్ కూడా ఈ సమయంలో ఇక్కడ

ఉన్నారు. ఆ సమయంలో, కల్పి మాతృభూమి యొక్క స్వాతంత్ర్యాన్ని ఆరాధించే తిరుగుబాటుదారుల బలమైన కోట. తగినన్ని యుద్ధ సామగ్రిని, భద్రతా ఏర్పాట్లు చేశాడు. అందుకే భవిష్యత్తు పోరాటాన్ని సక్రమంగా నిర్వహించేందుకు రాణి ఇక్కడికి వచ్చింది.

కల్పి చేరుకున్నప్పుడు, మహారాణి లక్ష్మీ బాయిని పీష్వారావు సాహెబ్ సరిగ్గా గౌరవించారు. ఆయన బసకు తగిన ఏర్పాట్లు చేశారు. ఇక్కడికి చేరుకున్న రెండో రోజున రాణి పీష్వారావు సాహెబ్‌ను కలుసుకుంది. ఆ సమయంలో అతని కళ్లలో నీళ్లు తిరిగాయి. తన శత్రు హంతక కత్తిని అతని ముందు ఉంచి, ఆమె ఇలా చెప్పింది- "మీ పూర్వీకులు ఈ ఖడ్గాన్ని మాకు ఇచ్చారు. ఈయన పుణ్యం వల్ల నేనూ, మన పూర్వీకులు కూడా ఈరోజు వరకు సక్రమంగా వాడేవాళ్ళం కానీ ఇప్పుడు నీ సహాయం, దయ ఇప్పుడు లేవు కాబట్టి ఈ నీ ఖడ్గాన్ని వెనకేసుకో. మహారాణి యొక్క ఈ ప్రకటన అతని ఝాన్సీ యుద్ధాన్ని సూచిస్తుంది, ఇందులో రావు సాహెబ్ తనకు సహాయం చేయడానికి ధైర్యవంతుడు తాత్యా తోపేను పంపాడు. దురదృష్టవశాత్తు, తాత్యా ఝాన్సీని చేరుకోలేకపోయాడు, మహారాణి యొక్క ఈ ప్రకటనపై, రావు సాహెబ్ ఇలా అన్నారు –

ఝాన్సీ పాలకుల సంప్రదాయం ప్రకారం; తన కీర్తికి తగ్గట్టుగా శౌర్యాన్ని పరిచయం చేశాడు. శక్తివంతమైన శక్తివంతమైన బ్రిటిష్ సైన్యాన్ని చాలా తక్కువగా పరిగణించి, వారితో భీకర యుద్ధం చేశాడు. ఈ సమయంలో మీ ధైర్యసాహసాలను, పోరాట పటిమను అందరూ కొనియాడుతున్నారు. మీరు మా సైన్యంలో ధైర్యవంతులు మరియు ఆత్మగౌరవం కలిగిన వారైతే, మా లక్ష్యం త్వరలో ఫలవంతమవుతుంది. మన పూర్వీకుల కాలంలో సింధియా, హోల్కర్, గైక్వాడ్, బుందేలే మొదలైన సర్దార్లందరూ దేశం కోసం యుద్ధంలో తమ ప్రాణాలను సైతం వదులుకోవడానికి సిద్ధంగా ఉండేవారు. మీలాంటి హీరోల సహకారం మాకు కూడా అందితే మళ్లీ అదే సమయం వస్తుందనడంలో సందేహం లేదు. కాబట్టి మీరు మళ్ళీ ఈ కత్తిని అంగీకరించి, మునుపటిలా మాకు సహాయం చేయండి. ,

రావ్ సాహెబ్ ఆజ్ఞ మేరకు రాణి మళ్ళీ కత్తిని ఎత్తుకుని ఒంటిమీద పెట్టుకుంది. నానా సాహెబ్‌తో పాటు, రావు సాహెబ్ కూడా రాణికి చిన్ననాటి స్నేహితుడు మరియు సన్నిహిత సోదరుడు. కాబట్టి సోదరి తన సోదరుడికి అన్ని విధాలుగా సహాయం చేస్తానని వాగ్దానం చేసింది భవిష్యత్తులో ఇరుపక్షాల నుంచి ఎలాంటి అపార్థాలు ఉండవని కూడా చెప్పారు. అపార్థం

కారణంగా, తాత్యా తోపే ఝాన్సీకి వెళ్లినప్పుడు కోటలో బ్రిటిష్ వారికి సహాయకుడిగా పరిగణించబడాలని అతని సూచన.

కల్పిలో సన్నాహాలు

తన సోదరుడి నుండి సహాయం చేస్తానని వాగ్దానం చేసిన తరువాత, రాణి మళ్లీ బ్రిటిష్ వారితో యుద్ధానికి నిశ్చితార్థం చేసుకుంది. మిస్టర్. పరస్నిస్ ఈ విషయంలో వ్రాశారు
రావ్ సాహెబ్ ఆజ్ఞతో రాణి కత్తిని ఎత్తుకుని తన ఒంటిలో ఉంచుకుంది. రంషూర్ మరియు ప్రతాపి ఆంగ్ల సైన్యంతో యుద్ధం చేస్తే ఫలితం ఎలా ఉంటుందో ఆమెకు బాగా తెలిసినప్పటికీ, ఆ మాట గుర్తుకు తెచ్చుకుని రాణి ఆజ్ఞను అంగీకరించింది. పీష్వా మరియు బహిరంగంగా పోరాడాలని నిర్ణయించుకున్నాడు.
బ్రిటీష్ వారిపై తిరుగుబాటు మంటలు ఇంకా చల్లారలేదు, స్వాతంత్ర్య ప్రియులైన భారతీయులు రాణి యొక్క ఈ తీర్మానం గురించి తెలుసుకున్నప్పుడు, చాలా మంది రాజులు మరియు చక్రవర్తులు ఈ పుణ్యకార్యంలో ఆమెకు సహాయం చేయడానికి సిద్ధంగా ఉన్నారు. బన్పూర్ నరేష్, బండా నవాబ్ మరియు అనేక మంది సామంతులు వారికి సహాయం చేయడానికి తమ సైన్యాన్ని పంపడం ప్రారంభించారు. కొద్దిరోజుల్లోనే సైన్యాలన్నీ కల్పి చేరుకున్నాయి. శిక్షణ ప్రారంభించారు. రాణి తాత్యా తోపేని భవిష్యత్ యుద్ధానికి కమాండర్‌గా చేసింది

బ్రిటిష్ వారి కమ్మరి మరియు కొంచ్ విజయం

రాణి సన్నాహాలు గురించి తెలుసుకున్న హురోస్ కల్పిపై దాడి చేయాలని నిర్ణయించుకున్నాడు. దీని కోసం, అతను తన క్రింద ఉన్న సైన్యాన్ని అనేక భాగాలుగా విభజించాడు మరియు ప్రతి భాగం యొక్క నియంత్రణను మేజర్ గాల్, మేజర్ ఆర్ మొదలైన వివిధ అధికారులకు అప్పగించాడు. దీని తరువాత, ఏప్రిల్ 25, 1852 న, కల్పిపై దాడి చేయమని వారిని ఆదేశించాడు. అప్పుడే ఝాన్సీని కైవసం చేసుకునేందుకు లక్ష్మీబాయి భారీ సైన్యంతో బయల్దేరబోతోందని, అందుకే బండా నవాబ్ మరియు బాస్ నరేష్ అని అతనికి సమాచారం అందింది

సైన్యంతో కలసి కంచ అనే గ్రామానికి చేరుకున్నారు. అందువల్ల, మే 5, 1858 న, బ్రిటిష్ దళాలు కొంచ్ వైపు కదిలాయి. లోహరి కోట కొంచ్ నుండి 15-16 కిలోమీటర్ల దూరంలో ఉంది. మరాఠాలు నిర్మించిన ఈ కోట చాలా సురక్షితంగా ఉంది. అందువల్ల, ముందుగా ఈ కోటపై నియంత్రణ సాధించడం సముచితమని బ్రిటిష్ వారు భావించారు. ఈ కోటను తన ఆధీనంలోకి తీసుకున్న తరువాత, కొంచ్‌పై దాడి చేయడంలో అతనికి ఎటువంటి ఇబ్బందులు కలగలేదు. కాబట్టి హురోజ్ మొదట ఈ కోటపై దాడి చేయడానికి మేజర్ గాల్‌ని పంపాడు. ఈ కోట ఈ సమయంలో తిరుగుబాటు సైనికుల ఆధీనంలో ఉంది మరియు దానిని రక్షించడానికి ఆఫ్ఘన్ సైనికులు అక్కడ ఉంచబడ్డారు. ఆదేశం అందిన వెంటనే గాల్ సైన్యం కోటపై దాడి చేసింది. రెండు వైపులా భీకర యుద్ధం జరిగింది, కానీ చివరకు ఆంగ్ల సైన్యం విజయం సాధించింది. ఇందులో ఇంగ్లీషు సైన్యానికి చెందిన ఇద్దరు అధికారులు, పలువురు సైనికులు చనిపోయారు. ఈ కోటను స్వాధీనం చేసుకున్న తరువాత, హురోస్ తన సైన్యాన్ని కొంచ్‌పై దాడి చేయమని ఆదేశించాడు. తన ప్రత్యర్థులు సైన్యం యొక్క వెనుక భాగాన్ని బలంగా ఉంచారనే వాస్తవం రోజ్‌కు తెలుసు. వ్యూహాత్మకంగా వ్యవహరించి, ప్రతిపక్ష సైన్యం వెనుక భాగంలో దాడి చేయమని తన సైనికులను ఆదేశించాడు. అందుకే బ్రిటిష్ వారు ఈ విధంగా తమ శ్రేణిని సృష్టించుకున్నారు. రెండవ రోజు సైన్యాన్ని 14 మైళ్ల దూరంలో ఉపసంహరించుకున్నారు. 1వ బ్రిగేడ్‌ను ఎడమవైపు స్థిర స్థానంలో ఉంచారు మరియు మిగిలిన వారిని నాగ్‌పురా గ్రామంలో నియమించారు. రెండవ దళాన్ని చునార్ గ్రామంలో వారి మధ్య ఉంచారు. కుడివైపున నిజాం సైన్యాన్ని మేజర్ ఆర్.కె. బ్రిటీష్ వారు కొంచ్ గ్రామాన్ని పూర్తిగా దిగ్బంధించారని చెప్పడం అంటే ఇదే. ఇక్కడ బ్రిటీష్ వారు పూర్తి శ్రేణిని సిద్ధం చేశారు, వారి ప్రత్యర్థులకు దాని గురించి పూర్తిగా తెలియదు. సహాయం కోసం గ్వాలియర్ నుండి సైన్యం వస్తుందని ఎదురు చూస్తూ కూర్చున్నారు. అతను ఈ సమయంలో చాలా చిన్న సైన్యాన్ని కలిగి ఉన్నాడు, అది కొంచ్‌లోని ఒక పొలంలో చెట్ల క్రింద విడిది చేయబడింది.

విశ్రాంతి తీసుకుంటున్న సైనికులు బ్రిటీష్ వారి రాక గురించి తెలియడంతో, వారు అప్రమత్తమై ఫిరంగులు కాల్చడం ప్రారంభించారు. ఈ తుపాకులు ముందు భాగంలో మాత్రమే పనిచేస్తున్నాయి, బ్రిటిష్ వారు అన్ని వైపుల నుండి వారిని చుట్టుముట్టారు. బ్రిటిష్ దళాలు ఫిరంగులు మరియు తుపాకులతో అన్ని వైపుల నుండి దాడి చేయడం ప్రారంభించాయి. ఈ

ఆల్ రౌండ్ దాడికి ప్రత్యర్థి సైన్యం సిద్ధంగా లేదు. ఫలితంగా అతను పారిపోవాల్సి వస్తుంది పరిష్కారం ఒక్కటే మిగిలింది.

ఆ సమయంలో చాలా వేడిగా ఉంది, అయినప్పటికీ బ్రిటిష్ వారు వ్యూహాత్మకంగా వ్యవహరించారు మరియు తిరుగుబాటుదారులను బలవంతంగా పారిపోయారు. తిరుగుబాటుదారులు తప్పించుకోవడానికి ప్రధాన కారణం క్రమబద్ధత లేకపోవడమే. ఆ సమయంలో వారి సంఖ్య 2000 మాత్రమే అయినప్పటికీ. తిరుగుబాటుదారులు పారిపోయిన తర్వాత, కొంచ్ కోటపై బ్రిటీష్ వారికి కూడా హక్కు వచ్చింది. ఈ యుద్ధంలో వేడి కారణంగా బ్రిటీష్ వారు ఎదుర్కొన్న ఇబ్బందులను హురోస్ ఆనాటి యుద్ధ కథనంలో వివరించాడు

తీవ్రమైన వేడి కారణంగా మన సైన్యానికి నష్టం జరగకపోతే, వారు శత్రువులను పూర్తిగా నాశనం చేసేవారు. తీవ్రమైన వేడి కారణంగా మన సైన్యంలోని పదకొండు మంది సైనికులు మరణించారు. చాలా మంది స్పృహతప్పి పడిపోయారు. వారి పరిస్థితిని నేనే తీసుకోవలసి వచ్చింది. వేడి కారణంగా గుర్రం నాలుగు సార్లు నీడకు వచ్చింది. వైద్యులు నా తలపై చల్లటి నీరు పోసి వేడిని తగ్గించడానికి మందులు ఇచ్చారు (లు), అప్పుడు నేను స్పృహలోకి వచ్చాను. " అతను కొనసాగించాడు. రాసింది-

ఈ చక్కటి సైనికులు ఎప్పుడూ దేని గురించి ఫిర్యాదు చేయలేదు. వారి బలం అలసట మరియు అలసట నుండి క్షీణిస్తున్నప్పటికీ, వారు ఫిర్యాదు చేయడం ద్వారా తమ అధికారులను చింతించలేదు. వారు ఎంత అలసిపోయినా, ఎంత తక్కువ నిద్రపోయారు, బగల్ మోగిన వెంటనే, వారు వెంటనే సిద్ధపడేవారు.శత్రువు చేతిలో ఓడిపోవడం లేదా వెన్ను చూపడం అవమానంగా భావించేవారు.మనలో శారీరక బలం తగ్గినా మనలోని ఉత్సాహం, మనోబలం, విధేయతా భావం ఎప్పటికీ తగ్గకూడదనే సంకల్పం అందరికీ ఉండేది. తరచుగా వారు చాలా బలహీనంగా మారారు, నడవడం కూడా వారికి కష్టంగా ఉంది, అయినప్పటికీ వారు దాని గురించి పట్టించుకోలేదు. మన సైనికులు విధిగా, ప్రశాంతంగా మరియు విధేయతతో ఉన్నారు."

ఈ చక్కటి సైనికులు ఎప్పుడూ దేని గురించి ఫిర్యాదు చేయలేదు. వారి బలం అలసట మరియు అలసట నుండి క్షీణిస్తున్నప్పటికీ, వారు ఫిర్యాదు చేయడం ద్వారా తమ అధికారులను చింతించలేదు. వారు ఎంత అలసిపోయినా, ఎంత తక్కువ నిద్రపోయారు, బగల్ మోగిన వెంటనే, వారు వెంటనే సిద్ధపడేవారు.శత్రువు చేతిలో ఓడిపోవడం లేదా వెన్ను

చూపడం అవమానంగా భావించేవారు.మనలో శారీరక బలం తగ్గినా మనలోని ఉత్సాహం, మనోబలం, విధేయతా భావం ఎప్పటికీ తగ్గకూడదనే సంకల్పం అందరికీ ఉండేది. తరచుగా వారు చాలా బలహీనంగా మారారు, నడవడం కూడా వారికి కష్టంగా ఉంది, అయినప్పటికీ వారు దాని గురించి పట్టించుకోలేదు. మన సైనికులు విధిగా, ప్రశాంతంగా మరియు విధేయతతో ఉన్నారు."

కల్పిపై దాడికి సన్నాహాలు

హురోస్ యొక్క ప్రధాన లక్ష్యం కల్పిని జయించడమే. కల్పిపై దాడి చేసే ముందు విషయాన్ని తీవ్రంగా ఆలోచించాడు. ఎక్కడి నుంచి దాడి చేయాలో నిర్ణయించుకోలేకపోయాడు. తగిన పరిశీలన తర్వాత, అతను హర్దోయ్ మరియు ఒర్రై మీదుగా కల్పికి చేరుకోవడం సముచితమని భావించాడు. అందువల్ల, ఈ మార్గం గుండా వెళ్లాలని అతను సైన్యాన్ని ఆదేశించాడు. ఈ మార్గంలో కూడా అతను చాలా చోట్ల తిరుగుబాటుదారులను ఎదుర్కోవలసి వచ్చింది. వీటన్నింటిని ఎదుర్కొంటూ సైన్యంతో ముందుకు సాగాడు. వేడిగాలులు ఉధృతంగా ఉన్నాయి. బ్రిటీష్ వారు కొంచ్‌లో కూడా దాని పర్యవసానాలను చవిచూశారు. ఈ మార్గంలో సైన్యంతో పాటు కల్నల్ మాక్స్‌వెల్‌ను కూడా పంపమని సురోజ్ కమాండర్-ఇన్-చీఫ్‌కి లేఖ రాశాడు. కాబట్టి హురోజ్‌కు సహాయం చేయడానికి 88వ ప్లాటూన్‌లోని రెండు భాగాలు, సిక్కు సైన్యం యొక్క ఒక ప్లాటూన్ మరియు ఒంటెల రిసాలా కూడా పంపబడ్డాయి. అన్ని సన్నాహాలు జరిగిన తర్వాత కల్పిని కూడా చుట్టుముట్టాలని ప్లాన్ చేశాడు

రాణి యొక్క తయారీ

కాంచ్ ఓటమి తరువాత, పీష్వారావు సాహెబ్ యొక్క సైనికులు మరియు జనరల్స్ అందరూ కల్పికి చేరుకున్నారు. అక్కడ జరిగిన పోరాటంలో మహారాణి లక్ష్మీబాయికి ఎలాంటి అధికారం ఇవ్వలేదు, దాని వల్ల ఆమె కలత చెందడం సహజం. భవిష్యత్ యుద్ధం యొక్క ఫలితం అదే విధంగా ఉండాలి, అది వారికి భరించలేనిది. అందుకు అతను రావు సాహెబ్‌తో ఇలా అన్నాడు- "కొంచెం యుద్ధంలో మీ ఏర్పాటు బాగాలేదు. ఇప్పుడు మీరు జాగ్రత్తగా ఏర్పాట్లు

చేసుకోండి. సరైన ఏర్పాట్లు లేకుండా సైన్యం విజయం సాధించడం అసాధ్యం. బ్రిటిష్ వారి వల్ల ఈ విజయాలు లభించాయి. మంచి ఏర్పాట్లు, అతని సైనికులు కూడా యుద్ధంలో నైపుణ్యం కలిగి ఉన్నారు మరియు ఆజ్ఞలను పాటిస్తారు, అతనికి ఒక ప్రధాన అధికారి ఉన్నారు, అందరూ అతని ఆదేశాల ప్రకారం ఏర్పాట్లు చేస్తారు, కాబట్టి మీరు మీ సైన్యాన్ని సజావుగా నిర్వహించకపోతే, కీర్తి: మిస్టర్‌ను పొందడం అసాధ్యం. ఉండాలి ప్రదేశాలలో ఫ్రంట్‌లు ఏర్పాటు చేయాలి మరియు అధిక నైపుణ్యం కలిగిన వ్యక్తులను అక్కడ నియమించాలి. ,

రాణి సలహా సముచితమని పేష్వారావు సాహిబ్ భావించాడు. దీంతో ఆయన సరైన స్థలాలను పరిశీలించారు. ఒక ఫ్రంట్‌లో బండా నవాబ్‌ను అతని సైన్యంతో పాటు నియమించారు, మరో ఫ్రంట్‌లో రుహెల్‌ఖండ్ నుండి తిరుగుబాటు సైనికులు మరియు బెంగాల్ స్థానిక పదాతిదళానికి చెందిన తిరుగుబాటు సైనికులు ఉన్నారు. ఫ్రంట్లలో ఫిరంగులు అమర్చబడ్డాయి.మార్గంలో ఆంగ్ల సైన్యాన్ని ఆపడానికి బుండెల్ సైన్యాన్ని నియమించారు అతని తరపున రావు సాహెబ్ పూర్తి ఏర్పాట్లు చేసినప్పటికీ. ఇప్పటికీ, రాణి కోరుకున్నట్లుగా, ఆ రకమైన ఏర్పాట్లు చేయలేము. ఆ సమయంలో రాణి ఆ ప్రజలందరిలో అత్యంత సమర్థత మరియు అనుభవజ్ఞుడైన సైన్యాధ్యక్షురాలిగా నిరూపించబడుతుందనడంలో సందేహం లేదు. కానీ అది రావు సాహెబ్ కావచ్చు, లేదా బండా నవాబు కావచ్చు లేదా మరేదైనా, వారందరూ పురుషాధిక్య సమాజంలోని సభ్యులు; యుద్ధం నిర్వహించే బాధ్యతను ఒక మహిళకు ఎలా అప్పగించారు? ఈ పనిని రావు సాహెబ్ తన చేతుల్లోనే ఉంచుకున్నాడు. రాణిని సంతృప్తి పరచడానికి, కేవలం 250 మంది ఎర్రని ధరించిన అశ్వికదళంతో కూడిన నామమాత్రపు సైన్యాన్ని ఆమె వద్ద ఉంచారు. దీని తరువాత అతను యుమ్నా వైపు ఉండాలని ఆదేశించాడు. దీనితో రాణి సంతృప్తి చెందలేదు; ఎట్టకేలకు ఆమె చాలా ఒప్పించిన తర్వాతే అంగీకరించింది. ఈ సమయంలో తాత్యా తోపే కూడా అక్కడ లేరు. అనారోగ్యంతో ఉన్న తన తండ్రిని చూసేందుకు చరఖారీకి వెళ్లాడు.

ప్రధాన యుద్ధం

మే 15, 1858 ఉదయం, బ్రిటిష్ సైన్యంలోని ఒక చిన్న భాగం కల్పి నుండి 9-10 కి.మీల దూరంలో కల్పిపై దాడి చేసింది. m. దూరంలోని గులవలి గ్రామానికి చేరుకున్నారు. ఈ

సమాచారం అందిన వెంటనే, పేష్వా యొక్క సర్దార్ అయిన ఛబిసే అతనిని ఎదుర్కోవాలని నిర్ణయించుకున్నాడు. చాలా తెలివిగా వ్యవహరించాడు. శత్రు సైన్యం యుద్ధభూమిలోకి దిగిన వెంటనే, ఛబిసే త్వరగా తన మార్గాన్ని మూసివేసింది, దీని కారణంగా బ్రిటిష్ సైన్యం యుద్ధ సామగ్రిని పొందడం మానేసింది. ఈ పోరాటంలో బ్రిటిష్ సైన్యం

25వ పదాతిదళానికి చెందిన పలువురు సైనికులు మరణించారు, అనేకమంది గాయపడ్డారు, మిగిలినవారు పారిపోయారు. భారీ ఆంగ్ల సైన్యాన్ని చూస్తే, ఈ నష్టం వారికి పెద్దగా పట్టింపు లేదు. ఈ ముద్రణ చర్య ప్రశంసనీయమైనప్పటికీ, ఇది గొప్ప విజయం కాదు. వ్యక్తిగత ఆర్మీ ఆపరేషన్‌లో ఇది అతని మొదటి విజయం కావచ్చు, ఈ విజయం కారణంగా అతను కుప్పిగా మారాడు. కొన్నిసార్లు, అహంకారం యొక్క నియంత్రణలో, ఒక వ్యక్తి తన పనికి అవసరమైన దానికంటే ఎక్కువ ప్రాధాన్యత ఇవ్వడం ప్రారంభిస్తాడు. ఛబీస్ విషయంలో కూడా అదే జరిగింది. ఈ విజయంతో ఇంగ్లీషు సైన్యాన్ని పూర్తిగా నాశనం చేశాడని అర్థమైంది. ఆ పేదవాడు విజయం సాధించిన ఆనందంలో విరగబడి తనదైన రాగంలో బిగ్గరగా చెప్పడం ప్రారంభించాడు - "నువ్వు ఝాన్సీని లూటీ చేసి ఇప్పుడు కల్పి వైపు వస్తున్నావు, సరే, రా, మేము మీ వార్తలను తీసుకోవడానికి సిద్ధంగా ఉన్నాము. . ,

మరోవైపు, తన సైనికుల ఈ ఓటమికి హురోజ్ కలత చెందాడు. మరుసటి రోజే, మే 16న, అతను కొత్త యుద్ధ విధానాన్ని అనుసరించాడు. అతడే భారీ సైన్యంతో దయాపూర్ గ్రామ సమీపంలోకి చేరుకున్నాడు. అతను తన సైన్యానికి ఇది అనువైన ప్రదేశంగా భావించాడు, అందువలన అతను తన సైనిక శిబిరాన్ని అక్కడ ఉంచాడు. అతను మేజర్ R.K కింద రెండవ దళాన్ని పంపాడు. తిరుగుబాటుదారులను ఓడించడానికి మేజర్ ఆర్ దాడి ప్రారంభించాడు. ఇరుపక్షాల నుండి భీకర యుద్ధం జరిగింది. ఈ యుద్ధంలో నష్టం చాలా ఎక్కువ. కల్పి వైపు చాలా మంది సైనికులు మరణించారు మరియు మిగిలిన వారు యుద్ధభూమిని విడిచిపెట్టవలసి వచ్చింది. ఏది ఏమైనప్పటికీ, యుద్ధం యొక్క ఫలితాన్ని విజయం లేదా ఓటమి అని చెప్పడం లాజిక్ కాదు, ఎందుకంటే కల్పిలో బ్రిటీష్ వారి గెలుపు లేదా ఓటమిపై విజయం లేదా ఓటమి నిర్ణయం నిర్ణయించబడుతుంది.

ఝాన్సీ, కాంచ్ మొదలైన పోరాటాలలో బ్రిటిష్ వారు విజయం సాధించారు, దాని కారణంగా వారి ఉత్సాహం పెరిగింది. క ల్పికి వెళ్లాలంటే క ష్ట మైన దారి చూసిన హీరోలు క ల్పిని వెంట నే ఎటాక్ చేయ డం త గ దు అనుకుని గులావ ల్లిలోనే క్యాంప్ పెట్టారు. కల్పి ఈ ప్రదేశానికి

చాలా దూరంలో ఉంది మరియు యమునా మధ్యలో పడేది. మధ్యలో ఎగుడుదిగుడుగా ఉన్న రహదారి గుండా తుపాకులు తీసుకెళ్లడం సాధ్యం కాలేదు. తిరుగుబాటుదారులు బ్రిటిష్ వారిపై దాడి చేయడానికి ఈ ప్రదేశం అనుకూలంగా ఉంది

మరోవైపు, కల్పి సైనికులు పదేపదే ఓడిపోయినప్పటికీ నిరుత్సాహపడలేదు, దీనికి విరుద్ధంగా, బ్రిటిష్ వారి నుండి ప్రతీకారం తీర్చుకోవాలనే భావన మరింత తీవ్రమైంది. కాబట్టి అతను బ్రిటిష్ వారిని నాశనం చేయాలని నిర్ణయించుకున్నాడు. అనుభూతిని వివరించండి ఈ పని చేస్తున్నప్పుడు శ్రీ శాంతినారాయణ ఇలా వ్రాశారు-

అప్పుడు బ్రిటిష్ వారి చేతిలో పదే పదే దెబ్బలు తిన్న తిరుగుబాటు పార్టీ యొక్క కోపం మరియు దుఃఖం దానికి కూడా అంతం లేదు. కల్పి చేరుకున్న వెంటనే, ఏది జరిగినా, ఈసారి బ్రిటీష్ వారి నుండి తన ఓటమికి ప్రతీకారం తీర్చుకుంటానని, వాటిని నాశనం చేయకుండా ఉండనని అతను గట్టి నిర్ణయం తీసుకున్నాడు. ,

అదేవిధంగా, Mr. పార్సిన్స్ కూడా ఇలా వ్రాశారు-

కొంచ్‌లో తిరుగుబాటుదారులు ఎదుర్కొన్న ఓటమి వారికి మరింత సిగ్గు మరియు కోపం తెప్పించింది. ఈ సమయంలో కల్పి సైన్యం మరింత ఉత్సాహంగా ఉంది మరియు యమునా ప్రమాణం చేయడం ద్వారా, వారు ఇప్పుడు ఆంగ్ల సైన్యాన్ని ఓడిస్తాము లేదా మేము మా ప్రాణాలను ఇస్తాం అని నిర్ణయించుకున్నారు. యుద్ధంలో.ఇక్కడ ఈ సైన్యం కోపంతో, గర్వంతో మత్తులో ఉన్న ఆంగ్లేయ సైన్యాన్ని చంపాలని నిశ్చయించుకుంది, మరోవైపు ప్రభుత్వ అధికారులు బ్రిగేడియర్ స్టువర్ట్, లెఫ్టినెంట్ కల్నల్ రాబర్ట్‌సన్ మరియు లెఫ్టినెంట్ గార్డెన్ మొదలైనవారు సైన్యంతో పాటు రంషుర్ పండిట్ వైపు కదిలారు. కల్పి.ఉన్నారు.

ఈ విధంగా రెండు పార్టీలు ఒకరినొకరు కించపరచుకోవాలని పూర్తిగా నిర్ణయించుకున్నాయి. హురోస్ గులావాలిలో ఉన్నాడు మరియు బ్రిగేడియర్ స్టువర్ట్, లెఫ్టినెంట్ కల్నల్ రాబర్ట్‌సన్, లెఫ్టినెంట్ గార్డెన్ మొదలైనవారు అర్హత మరియు అనుభవమున్న బ్రిటిష్ అధికారులు సైన్యంతో పాటు కల్పిని స్వాధీనం చేసుకోవడానికి బయలుదేరారు. ఈ విషయం తెలుసుకున్న కల్పి సైన్యం ఒక్క క్షణం కూడా ఆలస్యం చేయకుండా శత్రువులను చంపడానికి దాడి చేసింది. అతనిలో ఉత్సాహానికి లోటు లేదు, కానీ ఉత్సాహం ఒక భావోద్వేగం, అది మనస్సాక్షి మద్దతు పొందినప్పుడే ఫలవంతమవుతుంది. కల్పి సైన్యం విచక్షణతో వ్యవహరించలేదు. వారు ముందుకు సాగారు మరియు వారి ముందు వెనుకబడి ఉంది.

ముందు సైనికులు కూడా అలా చేయడం ఆత్మహత్యే అని మర్చిపోయారు. బ్రిటీష్ సైన్యం పూర్తిగా సిద్ధంగా ఉంది మరియు దీని కోసం జాగ్రత్తగా వేచి ఉంది. ప్రత్యర్థి సైన్యం తన ఫిరంగుల పరిధిలోకి రావడంతో అతను ఫిరంగులను కాల్చడం ప్రారంభించాడు. ఒకవైపు కల్పి సైనికులు తుపాకులతో పోరాడుతున్నారు. దీని ఫలితం ఎలా ఉంటుందో సులువుగా ఊహించవచ్చు. కల్పి సైన్యం గొప్ప పరాక్రమంతో పోరాడినా, ఫిరంగుల ముందు ఎక్కువ సేపు నిలబడలేకపోయింది.

రాంచండి రూప్

ఈ యుద్ధం యొక్క మొదటి దశలో, కల్పికి అపారమైన ప్రాణనష్టం జరిగింది. సైన్యం ముందు ఈ ఓటమి వార్త విని మిగిలిన సైన్యం ధైర్యం కోల్పోయింది. పేష్వారావు సాహెబ్ మరియు బండా నవాబు కూడా యుద్ధభూమి నుండి పారిపోయారు. మహారాణి లక్ష్మీబాయి ఇంత పెద్ద సహోద్యోగి నుండి ఈ ప్రవర్తనను ఊహించలేదు. ఇది చూసి తీవ్ర మనస్తాపానికి గురయ్యాడు. అయినప్పటికీ, అతను న్యాయంగా ఆ ప్రజలకు వారి కర్తవ్యాన్ని గురించి తెలుసుకుని, వారి ధైర్యాన్ని పెంచాడు. అందుకే ఆ వ్యక్తుల్లో ధైర్య సంప్రదింపులు జరిగాయి మరియు యుద్ధభూమిని విడిచిపెట్టడానికి వారి అడుగులు ఆగిపోయాయి. వారి ధైర్యాన్ని పెంపొందిస్తూ, ఆమె స్వయంగా రాంచండి వంటి తన గుర్రాలతో యుద్ధరంగంలో ముందుకు సాగింది. ఇంగ్లీషు సైన్యానికి కుడివైపునకు వెళ్లి, అతను చాలా తీవ్రంగా దాడి చేశాడు. అతని దాడి చాలా త్వరగా మరియు హఠాత్తుగా జరిగింది, బ్రిటిష్ వారికి కోలుకునే అవకాశం కూడా లేదు. దాంతో అతను వెనక్కి తగ్గాల్సి వచ్చింది. రాణి ఈ దాడిని తీవ్రతతో పాటు చాలా వ్యవస్థీకృత శైలిలో చేసింది. అతని యుద్ధ నైపుణ్యానికి బ్రిటిష్ వారి ఫిరంగులు నిరాశ చెందాయి.

రాణి ధైర్యానికి విగ్రహమని నిరూపించుకుంది. ఆమె ముందుకు కదులుతూనే ఉంది. ఒకసారి ఆమె ఫిరంగుల నుండి 20 అడుగుల దూరంలో మాత్రమే చేరుకుంది. అతని రూపాన్ని చూసి కల్పి సైనికులకు నిద్ర పోయింది. అతను తన గురించి సిగ్గుపడటం ప్రారంభించాడు. రాణి యొక్క ఈ వీరోచిత రూపాన్ని చూసి అతని పౌరుషం మేల్కొంది. కాబట్టి వారు శత్రు సైన్యంపై కూడా దాడి చేశారు. రెండు వైపుల నుండి భయంకరమైన వేసవి వచ్చింది. రాణి

మెరుపువేగంలా శత్రుపక్షాన్ని సంహరిస్తోంది. అతను తన గుర్రం పగ్గాలను తన పళ్ళలో బిగించాడు. మరియు రెండు చేతుల్లో దాహంతో కూడిన కత్తులు మెరుస్తున్నాయి, దాని కారణంగా ఫిరంగిలు నాశనమవుతున్నాయి. అతని ఈ రూపంలో, బ్రిటీషర్లు వారి కాలాలను చూడటం ప్రారంభించారు. అతని ముష్కరులు యుద్ధభూమిని వదిలి పారిపోవడం ప్రారంభించారు. గుర్రాల వెనుక ఉంచిన ఫిరంగి భూమిలో పడిపోయింది. తన గన్నర్లు పారిపోవడాన్ని చూసి, బ్రిగేడియర్ స్టువర్ట్ ఫిరంగిదళానికి వెళ్ళాడు. వారిని అనేక విధాలుగా ప్రోత్సహించాడు. అప్పుడు గన్నర్లు మళ్లీ పని ప్రారంభించారు. బ్రిటీష్ వారు ఖచ్చితంగా ఓడిపోతారని ఈ యుద్ధం నుండి అనిపించింది. మిస్టర్. పార్స్నిస్ రాశారు-అతని భీకర దాడి కారణంగా బ్రిటీష్ సైన్యం పూర్తిగా వెనుదిరిగింది.పెద్ద బ్రిటీష్ యోధులు ముక్కలుగా నరికివేయబడటం ప్రారంభించారు.ఈసారి రాణి చాలా తెలివిగా మరియు చక్కగా వ్యవస్థీకృతంగా పోరాడింది, ఆమె ధైర్యం కారణంగా, 'లైట్ ఫీల్డ్' ఫిరంగుల గుండ్లు వారు కొంత సేపటికి పూర్తిగా ఆగిపోయింది మరియు వారి గన్నర్లు స్తబ్దుగా నిలబడ్డారు.అంతే కాదు, రాణి 20 అడుగుల దూరం వరకు ఆ ఫిరంగులతో కొట్టుకుంటూ వెళ్ళింది.రాణి యొక్క ఈ అసాధారణ ధైర్యాన్ని చూసిన కల్పి ఇతర సైన్యాల ధైర్యం కూడా పెరిగి మళ్లీ ఇంగ్లీషు సైన్యంపై విపరీతంగా దాడి చేశారు.ఇరువైపుల నుంచి భీకర యుద్ధం జరిగింది.ఆ సమయంలో మహారాణి లక్ష్మీబాయి తన చురుకైన గుర్రాన్ని పైకెత్తి తన చేతులతో షంషీర్‌ను చాకచక్యంగా కదిలిస్తూ ఆంగ్లేయ ఫిరంగిదళంపై దాడి చేసింది. సమయం అతని శౌర్యాన్ని, ఉత్సాహాన్ని, ధైర్యాన్ని, శౌర్యాన్ని చూసి, పీష్వాలోని ఇతర సైన్యాధిపతులు కూడా చలించిపోయి, బార్లీ మైదానంలో మిడతల దండులాగా ఆంగ్లేయ సైన్యంపై దాడి చేసారు. తిరుగుబాటుదారులకు చెందినది.రాణి తన పళ్ళతో గుర్రం పగ్గాలను పట్టుకుని రెండు చేతులతో కుళ్ళిన కత్తిని పట్టుకుంది. ,

వీరులు యుద్ధానికి వెళతారు

మహారాణి కల్పి బలగాలతో రణరంగంలో బ్రిటీష్ వారి కాలం నిరూపితమవుతోందని, వారి వల్ల బ్రిటీష్ ఫిరంగులు ఆగిపోయాయని సమాచారం అందడంతో హురోస్ స్వయంగా యుద్ధభూమికి వెళ్లేందుకు సిద్ధమయ్యాడు. అతను తన ఒంటెల సైన్యాన్ని తీసుకొని వెంటనే యుద్ధరంగంలోకి దిగాడు. ఆయన రాగానే బ్రిటిష్ వారి పరిస్థితి మెరుగుపడింది. అతనితో పాటు వచ్చిన ఒంటె రైడర్లు కల్పి సైనికులపై కాల్పులు ప్రారంభించారు. దీని వల్ల కల్పి సైన్యం

బలహీనమై చెల్లాచెదురైంది. కల్పివాల్ గెలుపు గేమ్ హీరోలు రాగానే ఓటమిగా మారడం మొదలుపెట్టారు. కల్పి సైనికుల పాదాలు పెకిలించబడటం చూసి రాణి చాలా బాధపడింది. అయినప్పటికీ, అతను తన ఉత్సాహాన్ని పెంచడానికి ప్రయత్నించాడు మరియు యుద్ధరంగంలో స్థిరంగా నిలబడమని సలహా ఇచ్చాడు, కానీ అతను విజయం సాధించలేదు. మహారాణి గెరిల్లా యుద్ధం ద్వారా ముందుకు సాగుతున్నారు బ్రిటీష్ వారి తప్పించుకునే మార్గాన్ని అడ్డుకోవాలనుకున్నారు, తద్వారా వారిని ఊచకోత కోయవచ్చు, పీష్వా సైనికులకు ధైర్యం లేదు; అతను ముందుకు వెళ్ళడానికి నిరాకరించాడు, కాబట్టి అతను రాణి వద్దకు తిరిగి వెళ్ళవలసి వచ్చింది, ఇది జరిగితే, అక్కడ నిలబడి ఉన్న శత్రు సైన్యం నాశనం అయ్యే అవకాశం ఉంది. జరుగుతుంది. ఈ వాస్తవాన్ని అంగీకరిస్తూ, ఒక ఆంగ్లేయుడు కూడా ఇలా వ్రాశాడు - "మరో 15 నిమిషాలు మాత్రమే దొరికితే, మనమందరం తిరుగుబాటుదారులచే చంపబడ్డాము. ఆ రోజు కేవలం ఒకటిన్నర వందల ఒంటెలు మాత్రమే బ్రిటిష్ వారిని రక్షించాయి."

నిజానికి ఈ యుద్ధంలో మహారాణి లక్ష్మీబాయి రాంచండీ రూపంలో కనిపించింది. వీర్ వినాయక్ దామోదర్ సావర్కర్ తన ఈ సాటిలేని ధైర్యాన్ని వివరిస్తూ '1857 స్వాతంత్ర్య యుద్ధం'లో రాశారు-

"చేతిలో కత్తి పట్టుకుని, రాణి మెరుపు వేగంతో ముందుకు దూసుకుపోయింది మరియు రక్తపు దుస్తులు ధరించిన తన గుర్రంతో పాటు, ఆమె బ్రిటిష్ వారి కుడి పార్శ్వంపై విరిగింది, ఇప్పటివరకు విజయం సాధించిన బ్రిటిష్ వారి కుడి పార్శ్వం పూర్తిగా చల్లబడింది. రాణి యొక్క దాడి చాలా వేగంగా ఉంది, వెనక్కి తగ్గడం కష్టం, ఇరవై ఒక్క ఏళ్ల ధైర్యవంతురాలైన అమ్మాయిని చంపడం, ఆమె గుర్రం చాలా వేగంగా ఎగురుతుంది, ఆమె కత్తిని కొట్టేటప్పుడు శత్రువును పడగొట్టడం తప్ప బ్రిటిష్ వారికి వేరే మార్గం లేదు. కుడి మరియు ఎడమ అవయవాలపై, ఎవరి శరీర స్పృహ ప్రసారం చేయబడదు.బ్రిటీష్ వారి చుట్టూ తిరుగుతున్న ఫిరంగిదళాలు ఒకరి తర్వాత ఒకరు చంపబడటం ప్రారంభించారు.

పీష్వా సైనికుల ప్రవర్తన రాణికి చాలా బాధ కలిగించింది. ఫలితంగా, ఆమె తిరిగి రావలసి వచ్చింది మరియు ఆమె పేష్వారావు సాహెబ్ శిబిరానికి వచ్చింది. యుద్ధరంగం నుండి తిరిగి రాగానే కల్పి సైన్యం నిర్మూలించబడింది. శత్రువులు వారిని చంపడం ప్రారంభించారు, వారు

ఎక్కడ కనిపించినా, వారు చంపబడ్డారు. వేలాది మంది సైనికులు తమ ప్రాణాలను కాపాడుకోవడానికి యమునా నది ఒడ్డున ఉన్న లోయలకు వెళ్లారు

కల్పి కోటపై బ్రిటిష్ అధికారం

యుద్ధభూమి నుండి తిరుగుబాటు వీరులు ఓడిపోయిన తరువాత, కల్పి కోటను బ్రిటీష్ వారు స్వాధీనం చేసుకునేందుకు మిగిలిపోయింది. ఇందుకోసం హీరోలు యాక్షన్ ప్లాన్ వేశారు. ప్రణాళిక ప్రకారం, అతను యమునా తీరం నుండి బ్రిగేడియర్ స్టీవార్డ్‌ను పంపాడు, ఓడిపోయిన తిరుగుబాటుదారులు ఎక్కడ ఆశ్రయం పొందారో, అతను నేరుగా కల్పికి చేరుకున్నాడు

ఈ సమయంలో పీష్వా కల్పి కోటలో అధికారం కలిగి ఉన్నాడు. అక్కడ పెద్ద మొత్తంలో యుద్ధ సామగ్రిని సేకరించారు. పీష్వా యొక్క భారీ సైన్యం కూడా ఉంది, అందులో పై యుద్ధం నుండి పారిపోయిన సైనికులు కూడా ఉన్నారు. మే 24, 1858న బ్రిటిష్ సైన్యం కల్పిలోకి ప్రవేశించింది. ఇంగ్లీషు ఆర్టిలరీ సైన్యానికి చెందిన కల్నల్ మాక్స్‌వెల్ పీష్వారావు సాహెబ్ సైనికులు ప్రవేశించిన వెంటనే ఫిరంగులతో దాడి చేశాడు. పేష్వా సైన్యం ప్రతిస్పందనగా ఫిరంగులను ఉపయోగించింది, కానీ వాటిలో ఏవీ బ్రిటిష్ వారి ముందు పని చేయలేదు. బ్రిటీష్ వారు మొదట తన సైన్యంలోని నాలుగు ఏనుగులను తమ ఆధీనంలోకి తీసుకున్నారు మరియు నగరం ముందు మైదానంలో తమ శిబిరాన్ని ఏర్పాటు చేశారు. దీని తరువాత అతని సైన్యం నగరంలోకి ప్రవేశించింది. ఇది చూసిన కల్పి సైన్యం యుద్ధభూమి నుండి పారిపోవడం ప్రారంభించింది. కల్నల్ గాల్ హైదరాబాద్ ఆగంతుక సైన్యంతో అతనిని అనుసరించాడు. కల్పి సైన్యం తప్పించుకోగలిగింది, కానీ వారి ఏనుగులు, గుర్రాలు, ఒంటెలు మరియు యుద్ధ సామగ్రిని బ్రిటిష్ వారు స్వాధీనం చేసుకున్నారు. మే 24న ఇంగ్లండ్ రాణి పుట్టిన రోజు కూడా కావడంతో రెట్టింపు ఆనందంలో ఉన్న ఈ సందర్భంగా బ్రిటీష్ వారి క్యాంపు గ్రౌండ్ లో ఫిరంగులు పేల్చి అలరించారు.

బ్రిటిష్ వారు కల్పిలో విజయశ్రీని పొందారు; దీనితో పాటు, కోటలో అపారమైన యుద్ధ సామగ్రి కూడా కనుగొనబడింది. బ్రిటీష్ వారు నగరంలోకి ప్రవేశించిన వెంటనే, రావు సాహెబ్, మహారాణి లక్ష్మీబాయి, బండా నవాబ్ మొదలైన మేజర్ జనరల్స్ అందరూ అక్కడి నుండి

పారిపోయారు. కాబట్టి బ్రిటిష్ వారు కల్పి నగరం మరియు దాని కోటను తమ ఆధీనంలోకి తీసుకున్నారు. ఢిల్లీ, మీరట్, ఝాన్సీ మొదలైన అన్ని ప్రాంతాలలో తిరుగుబాటు అణచివేయబడింది. అందువల్ల కల్పిలో మిగిలిపోయిన పీష్వా సైన్యం కూడా ఎలాంటి ప్రతిఘటన చేయకపోవడమే మంచిదని భావించింది. అసలు అర్థంలో, అక్కడ ఉన్న సైన్యాన్ని సైన్యం అని పిలవడం లాజిక్ కాదు. తిరుగుబాటులో, అనేకమంది ధైర్య యోధులు చంపబడ్డారు లేదా ఖైదీ చేయబడతామనే భయంతో ఒక ప్రదేశం నుండి మరొక ప్రదేశానికి తిరుగుతున్నారు. చాలా మంది వేషధారణలతో తిరుగుతుండగా, మరికొందరు వేషధారణలో ఇతర జీవనోపాధిని స్వీకరించారు. ఈ సమయంలో పీష్వారావు సాహెబ్ సైన్యంలో ఉన్న సైనికులు చాలావరకు కొత్తవారు మరియు అనుభవం లేనివారు. అలాంటి వారే అవకాశం దొరికిన వెంటనే దోచుకోవడంలో వెనకడుగు వేయలేదు. ఈ విషయంలో Mr. పరస్నిస్ రాసింది

రిక్రూట్ అయిన కొత్త సైనికులకు యుద్ధ మార్గం తెలియదు.అనుభవం ఉన్న వారు యుద్ధంలో మనుగడ సాగించలేకపోయారు, నిజం ఏమిటంటే కల్పి సైన్యంలో మంచి మరియు నిజమైన హీరోలు లేరు, దొంగలు మరియు దోపిడీదారులు మాత్రమే ఉన్నారు. అతనికి.. వారికి యుద్ధం చేయడంపై అస్సలు ఆసక్తి లేదు, దోపిడీపై ఆసక్తి ఎక్కువ.. కల్పిలో మూడు రోజులు పోరాడి, ఇప్పుడు బ్రిటీష్ వారు గెలిచారని, పీష్వా ఓడిపోయారని తెలిసిన వెంటనే.. అలాగే.. వందలాది మంది సైనికులు యుద్ధాన్ని విడిచిపెట్టి నగరాన్ని దోచుకోవడం ప్రారంభించారు, వారు చక్కెర కర్మాగారాలను మరియు అందరి వస్తువులను గొప్ప దుస్థితితో దోచుకున్నారు. ఇదిలా ఉండగా, మూడవ రోజు, బ్రిటీష్ వారు నగరంలోకి ప్రవేశించారు మరియు వారు దొంగలను చంపారు. వారు దోచుకున్న వస్తువులను స్వాధీనం చేసుకున్నారు ప్రమాదం."

గత ఏడాది కాలంగా, రావు సాహెబ్ మరియు తాత్యా తోపే కోటలో భారీ యుద్ధ సామగ్రిని సేకరించారు. కోటలో దొరికిన యుద్ధ సామాగ్రి విలువ రెండు లక్షల రూపాయల కంటే ఎక్కువగా ఉంటుందని ఒక ఆంగ్లేయుడు స్వయంగా రాశాడు. అందులో రెండు పెద్ద ఫిరంగులతో సహా మొత్తం పదిహేను ఫిరంగులు దొరికాయి. చోద్దార్ విలాసవంతమైన బుల్లెట్ల కుప్పను అందుకున్నాడు. అనేక షెడ్ల క్రింద ఫిరంగి బంతి కర్మాగారాలు మరియు వర్క్‌షాప్‌లు ఏర్పాటు చేయబడ్డాయి. అక్కడ దొరికిన కొలిమి, క్యూబ్, బెల్లు మొదలైన అన్ని ఆయుధ సామగ్రి ఇంగ్లాండ్‌లో తయారు చేయబడింది. మట్టి అచ్చులలో అచ్చు వేసి తయారు

చేసిన అనేక ఇత్తడి బంతులు కూడా అక్కడ దొరికాయి. అక్కడ శరవేగంగా ఆయుధాల తయారీ జరుగుతోందని అన్నింటిని బట్టి స్పష్టమైంది

కల్పి సాధించిన ఈ విజయాన్ని చాలా ముఖ్యమైనదిగా స్వీకరిస్తూ, మే 24న, లై కెనింగ్ సూరోజ్ రచనలను మెచ్చుకుంటూ అతని కోసం ఇలా వ్రాశాడు - "ఇప్పటి వరకు మీరు యుద్ధాలలో పొందిన కీర్తిలో కల్పి విజయం చాలా ముఖ్యమైనది. ఎందుకంటే నేను మీ మరియు మీ వీర సైనికులను. దీని తర్వాత 'కమాండర్-

ఇన్-చీఫ్' కోలిన్ కెబెల్ సైన్యాన్ని రెండు భాగాలుగా విభజించి గ్వాలియర్ మరియు ఝూన్సీలకు హీరోస్‌ను పంపాలనుకున్నాడు. నిరంతర సంఘర్షణలతో హ్యూరోస్ విసిగిపోయాడు.

బొంబాయి వెళ్లాలని నిర్ణయించుకున్నారు. ప్రత్యర్థి పార్టీల ఓటమికి అతిపెద్ద కారణం వారిలో వ్యవస్థ మరియు క్రమశిక్షణ లేకపోవడమేనని, ఆంగ్లేయ సైనికులు పూర్తిగా క్రమశిక్షణతో మరియు వ్యవస్థీకృతంగా ఉన్నారని, అందుకే 1858 జూన్‌లో వారి సైనికుల ఈ లక్షణాలను ప్రశంసిస్తూ హురోజ్ చెప్పారు. - "ఇంగ్లీష్ సైన్యం యొక్క విధేయత మరియు మంచి నిర్వహణ కారణంగా ఈ విజయాలు సాధ్యమయ్యాయి

కల్పిలోని రావు సాహెబ్ సైన్యం వద్ద ఆయుధాల స్టాక్ ఉంది, అతని సైన్యంలో క్రమశిక్షణ ఉంటే, లేదా అతని సైన్యాధిపతుల మధ్య సామర్థ్య సామరస్యం ఉందని చెప్పాలి, అప్పుడు వారి ఓటమి అసాధ్యం. ఈ లక్షణాలు లేకపోవడంతో, అతను ఓడిపోయిన తరువాత కల్పిని విడిచిపెట్టవలసి వచ్చింది. ఇప్పుడు ఈ చర్చలోకి రావడం వల్ల ప్రయోజనం లేదు, ఎందుకంటే చరిత్ర 'అలా ఉంటే' వంటి సంభావ్య పదాలతో నిర్మించబడలేదు; ఇది వాస్తవాల ఖాతా. కల్పి ఓటమికి కూడా మన వీర వీరనారి మహారాణి లక్ష్మీబాయి నిరుత్సాహపడలేదు. తన చివరి శ్వాస వరకు స్వాతంత్ర్య పోరాట జ్వాల రగిలించాడు.

అధ్యాయం.7

గ్వాలియర్‌లో హీరోయిన్ యొక్క చివరి గర్జన

జూన్ 1857 నుండి, దాదాపు ఒక సంవత్సరం పాటు, బ్రిటిష్ సామ్రాజ్యం యొక్క సూర్యుడు కల్పి, బండ, సాగర్ మొదలైన ప్రదేశాలలో అస్తమించాడు. బ్రిటీష్ వారి ఓటమికి కోపం వచ్చింది. అందువల్ల, అతను ఈ స్థలాలను స్వాధీనం చేసుకోవడంలో తన పూర్తి శక్తిని ఉంచాడు. ఫలితంగా, స్వాతంత్ర్యాన్ని ఇష్టపడే తిరుగుబాటుదారుల శక్తి ఈ ప్రదేశాలలో కూడా స్థిరంగా ఉండలేకపోయింది. వారి సమర్థులైన జనరల్స్ - ఉరోస్ మరియు చిత్లక్ బ్రిటిష్ వారి ఈ ప్రాంతాలను తిరిగి స్వాధీనం చేసుకోవడంలో ముఖ్యమైన పాత్ర పోషించారు. హురోస్ నర్మదా మరియు ఝాన్సీ, కల్పి మొదలైన తీరప్రాంతాన్ని స్వాధీనం చేసుకున్నాడు మరియు బండ మరియు కార్వీలను జయించిన తర్వాత హిట్లక్ కూడా కల్పి-విజయానికి దోహదపడింది. అతను స్వాధీనం చేసుకున్న ప్రాంతాలపై తన పూర్తి నియంత్రణను ఏర్పరచుకున్నాడు. కల్పిపై బ్రిటిష్ వారి విజయం తర్వాత, రావు సాహెబ్, లక్ష్మీబాయి, బందా నవాబ్ మొదలైనవారు అక్కడి నుండి సెలవు తీసుకొని మళ్లీ పోరాట మార్గంలో యాత్రికులుగా మారారు.

గోపాల్‌పూర్ స్టాప్

కల్పిపై బ్రిటిష్ వారి హక్కు అనివార్యమని భావించి, రావు సాహెబ్‌తో పాటు, మహారాణి లక్ష్మీబాయి మొదలైనవారు కూడా అక్కడి నుండి పారిపోవడమే సరైనదని భావించారు. పీష్వా మరియు మహారాణి లక్ష్మీబాయి కల్పి నుండి పారిపోయి గ్వాలియర్ నుండి 75 కిలోమీటర్ల దూరంలో ఉన్న గోపాల్పూర్ అనే గ్రామానికి చేరుకున్నారు. కల్పి ఓడిపోయిన సమయంలో, వీర్ శ్రేష్ఠ తాత్యా తోపే తన తండ్రిని కలవడానికి జలౌన్ సమీపంలోని చర్ఖారీకి వెళ్లినట్లు ఇప్పటికే ప్రస్తావించబడింది. , ఇక్కడ అతనికి ఈ సంఘటన మొత్తం తెలిసింది, అందుకే అతను కూడా గోపాల్‌పూర్ వచ్చాడు, కొన్ని రోజులలో బండా నవాబు కూడా అక్కడ ఇక్కడ తిరుగుతూ అక్కడికి చేరుకున్నాడు. కల్పి ఓటమి వారందరికీ చేదు అనుభవం అయినప్పటికీ, వారు ఇంకా నిరుత్సాహపడలేదు. అతని హృదయంలో ఏదో ఒక మూలలో

విజయంపై ఆశ ఇంకా మిగిలి ఉంది. ఈ సమయంలో పరిస్థితులు పూర్తిగా వారికి అనుకూలంగా ఉన్నాయి. పరిస్థితులు ప్రతికూలంగా మారాయి, వనరుల కొరత వంటిది, బలమైన శత్రువు వెనుకబడి ఉన్నాడు, అటువంటి పరిస్థితిలో వారు ప్రశాంతంగా ఉండటం కూడా హానికరం, మొత్తంగా వారికి అనిశ్చిత పరిస్థితి ఏర్పడింది

భవిష్యత్తు ప్రణాళికపై సంప్రదింపులు

మహారాణి లక్ష్మీబాయి, రావ్ సాహెబ్, తాత్యా తోపే, బండా నవాబ్ మరియు వారి ప్రధాన మిత్రులు ఈ విషయాలన్నింటినీ పరిశీలించడానికి ఒకరినొకరు సంప్రదించారు. ఈ సమయంలో బ్రిటీష్ వారితో యుద్ధం చేయడం అంత సులభం కాదని మహారాణి లక్ష్మీబాయికి తెలుసు. తన అభిప్రాయాన్ని నిలుపుకుంటూ నేటి వరకు చరిత్ర సృష్టించిన వీరంతా బలమైన కోటలను ఆశ్రయించాల్సిందేనని స్పష్టం చేశారు. శివాజీ మహారాజ్ దీనికి ప్రత్యక్ష నిదర్శనం." దురదృష్టవశాత్తు, ఆ సమయంలో అతనికి ఏ కోటపై అధికారం లేదు. కాబట్టి రాణి మొదట ఏదైనా కోటను స్వాధీనం చేసుకోవాలని ప్రతిపాదించింది

రాణి ఈ ప్రతిపాదనకు అందరూ అంగీకరించారు. ఆపద సమయంలో ఇలా చేయడం వారికి చాలా అవసరం. అతని తెలివితేటలను ప్రశంసిస్తూ కల్నల్ మల్లేసన్ మాటలు గమనించదగినవి-

తిరుగుబాటుదారుల నాయకులకు ఇది తీవ్ర సంక్షోభం మరియు చాలా ఆందోళన కలిగించే సమయం, కానీ విపత్తు సమయం వచ్చినప్పుడు, పరిష్కారాలు కూడా అర్థం అవుతాయి. ఈ పరిష్కారం తెలివైన రాణికి గుర్తుకు వచ్చింది. ఈ పరిష్కారం గుర్తుకు వస్తుందో లేదో .ఈ నలుగురి గత చర్యలు చూస్తే రావు సాహెబ్ మరియు బండా నవాబు ఈ పరిష్కారం గురించి ఎన్నడూ ఆలోచించలేరని స్పష్టమవుతుంది.అందుచేత, ఈ ఇద్దరి గురించి ఎవరి ప్రవర్తన మరియు విచక్షణ ద్వారా తెలియదు. అతను చేయగలడని అనిపించింది. ఈ భయంకరమైన సంఘటనను పరిష్కరించండి.ఇప్పుడు మిగిలిన ఇద్దరిలో తాత్యా తోపేను కాసేపు వదిలివేయండి. తాత్యా తోపే ఈ పరిష్కారాన్ని కనుగొనలేకపోయారని మేము కాదు, పరిష్కారం గురించి ఆలోచించే తెలివితేటలు ఆయనకు లేవని కూడా మనం అనలేము.

తాత్యా తోపే యొక్క ఆత్మకథ నుండి, ఆ సమయంలో రాణి అక్కడ లేకుంటే, బహుశా మరెవరూ ఈ పరిష్కారాన్ని అర్థం చేసుకోలేరు అని స్వయంగా అంగీకరించారు.

స్వీయ-నీతిమంతులు చేసే ప్రశంసలు లాంఛనప్రాయంగా లేదా అభిమానంతో నిండి ఉంటాయి, కానీ ఎవరైనా వ్యతిరేక పక్షానికి చెందిన ప్రజలను ప్రశంసించినప్పుడు, దానిని విస్మరించలేము. నిజానికి ఇలాంటి టైమ్‌లో కొత్త డైరెక్షన్‌ని చూపించడం ద్వారా రాణి తన డైరెక్షన్‌కి మంచి ఇంట్రడక్షన్ ఇచ్చింది, ఆమె ప్రపోజల్‌ను అందరూ హ్యాపీగా యాక్సెప్ట్ చేశారనడంలో సందేహం లేదు. దీని తర్వాత గ్వాలియర్‌పై దాడి చేయాలని నిర్ణయించారు.

గ్వాలియర్ రాచరిక రాష్ట్రం

ఈ సందర్భంలో, గ్వాలియర్ రాచరిక రాష్ట్రం యొక్క అప్పటి పరిస్థితిని మరియు 1857 తిరుగుబాటులో దాని పాత్రను పరిచయం చేయడం అవసరం. 1844లో గ్వాలియర్‌తో జరిగిన యుద్ధంలో విజయం సాధించిన ఫలితంగా అక్కడ కూడా బ్రిటీష్ వారి అడుగులు స్తంభించిపోయాయి. ఈ యుద్ధం తర్వాత జరిగిన ఒప్పందం ప్రకారం గ్వాలియర్ ఆస్థానంలో బ్రిటిష్ వారి ఆధిపత్యం ఏర్పడి అక్కడి కోట కూడా బ్రిటిష్ వారిచే నియంత్రించబడింది. 1853లో, జయజీరావు సింధియాకు సంస్థానానికి సంబంధించిన అన్ని హక్కులు ఇవ్వబడ్డాయి, అయితే అతను బ్రిటిష్ ప్రభుత్వ రెసిడెంట్‌తో సంప్రదించి అన్ని పనులను చేయాల్సి వచ్చింది. 1858లో ఈ సమయంలో, జయజీరావు కేవలం 23 సంవత్సరాల యువకుడు. దినకర్ రావు రాజ్వాడే తన పనులన్నీ చేసేవాడు. 1857లో ఢిల్లీ మొదలైన ప్రాంతాలలో స్వాతంత్ర్య పోరాటం బహిరంగంగా ప్రారంభమై దాని వార్త గ్వాలియర్‌కు చేరినప్పుడు గ్వాలియర్ మరియు సింధియా కేంద్రంగా ఉన్న బ్రిటిష్ ఆగంతుక సైన్యానికి సొంతంగా పదివేల సైన్యం ఉంది. ఆ సమయంలో లెఫ్టినెంట్ గవర్నర్‌కు సహాయం చేయడానికి సింధియా తన సైన్యాన్ని ఆగ్రాకు పంపాడు మరియు మరాఠా సైన్యంలోని భాగాన్ని ఎటావాకు పంపాడు. కానీ జూన్ 14, 1857న, గ్వాలియర్‌లో ఉన్న ఆగంతుక సైన్యం కంటోన్మెంట్‌లో తిరుగుబాటు చేసింది. శిబిరానికి నిప్పు పెట్టారు. సింధియా బ్రిటీష్ సైనికులను రక్షించడానికి చాలా ప్రయత్నించారు, అయినప్పటికీ చాలా మంది బ్రిటిష్ సైనికులు మరియు అధికారులు చంపబడ్డారు. దీనితో భయపడిన కెప్టెన్ మెక్‌ఫెర్సన్ సింధియా వద్దకు వచ్చి, బ్రిటీష్ వారి

స్త్రీలు మరియు పిల్లలను సైన్యంతో పాటు ఆగ్రాకు పంపాలని ప్రతిపాదించాడు. అందుకే అలా జరిగింది. సైన్యం తిరుగుబాటు కారణంగా జయజీరావు సింధియా కూడా ఆందోళన చెందారు. అతను మెక్‌ఫెర్సన్‌ను ఆగ్రాకు వెళ్లమని కూడా ఆదేశించాడు తిరుగుబాటు సైనికులు చంబల్ కంటే ముందు హింగోనా గ్రామం వద్ద నిలిచిపోయారు. వారి నాయకుడు జహంగీర్ ఖాన్ గ్వాలియర్ రాచరిక రాష్ట్రానికి సేవకుడు. గ్వాలియర్ నుండి ఆగ్రాకు వెళ్తున్న బ్రిటీష్ వారిని చంబల్ లోయలకు తీసుకెళ్లి చంపాలని అతను కోరుకున్నాడు. బ్రిటిష్ వారి భద్రత కోసం సింధియా ఇప్పటికే తగిన భద్రతా ఏర్పాట్లు చేసింది. అందువల్ల, బ్రిటిష్ వారి బృందం సురక్షితంగా ఆగ్రా చేరుకుంది. దీని తర్వాత కూడా చాలా మంది బ్రిటిష్ వారిని సురక్షితంగా ఆగ్రాకు పంపించారు. తిరుగుబాటు సైనికులు జయజీరావు సింధియాను బ్రిటిష్ వారి పక్షం వహించవద్దని మరియు వారికి సహాయం చేయవద్దని పదేపదే అభ్యర్థించారు. సింధియా బ్రిటిష్ వారికి గట్టి భక్తుడు, కాబట్టి అతను తిరుగుబాటుదారులకు ఎలాంటి మద్దతు ఇవ్వలేదు. మరోవైపు, ఆగ్రాలో బ్రిటిష్ వారి స్థానం కూడా అంత బలంగా లేదు. అటువంటి పరిస్థితిలో, తిరుగుబాటుదారులు అక్కడ దాడి చేసి ఉంటే, అప్పుడు బ్రిటిష్ వారి నాశనం ఖాయం. ఈ పరిస్థితిని పరిగణనలోకి తీసుకుని, మేజర్ మెక్‌ఫెర్సన్ సింధియాను అక్కడికి సైన్యాన్ని పంపమని అభ్యర్థించాడు మరియు తిరుగుబాటుదారులను గ్వాలియర్ నుండి ఆగ్రా చేరుకోవడానికి అనుమతించవద్దని ప్రార్థించాడు. సింధియా గ్వాలియర్ తిరుగుబాటుదారులను ఒప్పించడం ద్వారా శాంతింపజేశారు మరియు బ్రిటిష్ వారు ఆగ్రాలో సురక్షితంగా ఉన్నారు

సింధియా ప్రభుత్వ ఆదేశానుసారం, గ్వాలియర్‌లోని ఆగంతుక సైన్యం యొక్క తిరుగుబాటుదారులు కొన్ని రోజులు మౌనంగా ఉన్నారు, కాని వారు సింధియాను వారితో ఏకం చేయడానికి ప్రయత్నించడం ప్రారంభించారు. అతను ఆగ్రాపై దాడి చేయడానికి తనతో వెళ్లాలని లేదా అతనికి ఆర్థిక సహాయం చేయాలని సింధియాతో చెప్పాడు. ఈ సమయంలో సింధియా పరిస్థితి ఆందోళనకరంగా మారింది; దివాన్ దినకర్ రావు మరియు మరో ఇద్దరు సర్దార్లు తప్ప, ప్రజలందరూ తిరుగుబాటుదారులకు మద్దతుదారులుగా మారారు మరియు సింధియాను తమకు అనుకూలంగా మార్చుకోవడానికి అందరూ ప్రయత్నిస్తున్నారు. అలాంటి సమయంలో దివాన్ దినకర్ రావు చాలా తెలివిగా వ్యవహరించారు. తిరుగుబాటుదారులను తనకు వ్యతిరేకంగా ఉండేందుకు ఆయన ఎన్నడూ

అనుమతించలేదు మరియు చర్చల్లో వారిని ఓడిపోయేలా చేశాడు. ఇది మాత్రమే కాదు, సింధియా కోర్టులోని చాలా మంది ముఖ్యులు కూడా సింధియాకు వ్యతిరేకులుగా మారారని తిరుగుబాటుదారులను వెల్లడించడానికి అతను అనుమతించలేదు. అటువంటి సమయంలో అటువంటి గోప్యతను కాపాడుకోవడం చాలా అవసరం. తిరుగుబాటు సైనికులకు కోర్టులో పరిస్థితి గురించి తెలిసి ఉంటే, వారు బహుశా సింధియా ప్రభుత్వంపై కూడా తిరుగుబాటు చేసి ఉండేవారు. కాన్పూర్‌లో పీష్వా నానా సాహెబ్ విజయం సాధించడం వల్ల సింధియా సభికులు కూడా స్వతంత్రం కావాలని కోరుకున్నారు. ఆ ప్రజలందరూ బ్రిటిష్ వారికి వ్యతిరేకంగా సంప్రదింపులు జరిపేవారుఉన్నారు

అటువంటి పరిస్థితిలో, సింధియాపై తిరుగుబాటు చేయని క్రెడిట్ అంతా దివాన్ దినకర్ రావుకే చెందుతుంది, ఎందుకంటే అతను రాష్ట్రానికి నిజమైన కర్త. జయజీ రావు సింధియా అతని చేతిలో కీలుబొమ్మ మాత్రమే. ఆ సమయంలో గ్వాలియర్‌లో కూడా తిరుగుబాటు జెండా రెపరెపలాడినట్లయితే, బహుశా బ్రిటీష్ వారి పాదాలు భారతదేశం నుండే పెకిలించి ఉండేవి, చాలా మంది ఆంగ్ల చరిత్రకారులు కూడా ఈ వాస్తవాన్ని అంగీకరించారు. 'మెమోరియల్ ఆఫ్ సర్వీస్ ఇన్ ఇండియా' రచయిత ఇలా వ్రాశారు-

"గ్వాలియర్ నిజంగా ఒక విధంగా భారతదేశం యొక్క కీలకంగా పరిగణించబడాలి లేదా ఇది భారతదేశానికి సంబంధించిన అటువంటి లింక్ అని చెప్పాలి, దానిలో ఏదైనా భాగం విచ్ఛిన్నమైతే, మేము విధ్వంసం లేకుండా భారతదేశంలోనే ఉండేవాళ్ళం కాదు. గ్వాలియర్ - అయితే రాజు మనకు ద్రోహం చేస్తాడు లేదా తిరుగుబాటు చేస్తాడు, తిరుగుబాటు స్థానిక లేదా సైనిక తిరుగుబాటు మాత్రమే కాదు, ఇది సార్వత్రిక జాతీయ తిరుగుబాటుగా మారేది, ఆ సమయంలో, మనం గంగా నది సులభంగా దాటే ప్రాంతంలో పోరాడాల్సిన అవసరం లేదు, కానీ కష్టంగా ఉంటుంది. ఉత్తర భారతంలోని ప్రాంతాలు.కళలో ప్రావీణ్యం ఉన్న కులాలతో మనం పోరాడాల్సి వచ్చేది.అప్పట్లో సింధియాలు మనపై తిరుగుబాటు జెండా ఎగురవేసి ఉంటే, అంతే కాదు, పూర్తి శక్తితో పోరాడుతూ ఓడిపోతే.. ఈ తిరుగుబాటు రూపం చాలా భీకరంగా ఉండేది, అది మనం ఊహించవచ్చు. అది కూడా సాధ్యం కాదు."

గ్వాలియర్‌లో ఉద్రిక్తత

గ్వాలియర్‌లోని తిరుగుబాటు దేవాన్ దినకర్ రావు ప్రయత్నాల వల్ల కొంతవరకు నివారించబడింది; ఇంకా లోపల టెన్షన్ కొనసాగుతూనే ఉంది. అందుకే ఒక్కసారి రాజ్‌మహల్ దగ్గర ఉద్రిక్త పరిస్థితులు తలెత్తడంతో సింధియా, బ్రిటిష్ ప్రభుత్వం చెవులు కొరుక్కున్నాయి. 1857 తిరుగుబాటు జ్వాలలు ఉత్తర భారతదేశం అంతటా రగులుతున్నాయి. మౌ మరియు ఇండోర్ నుండి తిరుగుబాటు సైనికులు తమ ప్రచారాన్ని వ్యాప్తి చేయడానికి గ్వాలియర్ చేరుకున్నారు. అతను గ్వాలియర్ దళాలను తిరుగుబాటుకు ప్రేరేపించాడు. పీష్వా నానా సాహిబ్ మనుషులు కూడా అతనిని తమ వైపుకు తిప్పుకోవడానికి ప్రయత్నిస్తున్నారు. వీటన్నింటి ఫలితమే గ్వాలియర్ సైన్యానికి చెందిన తిరుగుబాటుదారులు సింధియాతో నేరుగా మాట్లాడడమే సముచితమని సైనికులు భావించారు. అతని ఎన్నికైన 300 మంది ప్రతినిధులు సెప్టెంబరు 7, 1857న సింధియా ప్యాలెస్‌కు చేరుకుని - "మేము ఆగ్రాపై దాడి చేసి తెల్లజాతీయులను తుడిచిపెట్టాలనుకుంటున్నాము. మీరు కూడా ఈ పనిలో మాకు సహాయం చేయండి" అని ప్రతిపాదించారు

దీన్ని సింధియా ఎక్కడ అంగీకరించి ఉండేది? దీనికి తన స్పష్టమైన అసమ్మతిని తెలియజేస్తూ – "మీ ఈ ప్రవర్తన మా ఆదర్శాలకు విరుద్ధం. వర్షాకాలం ముగిసే వరకు మీరు ఏదైనా తప్పు చేస్తే, మీకు మా నుండి ఎటువంటి సహాయం అందదు; అలాగే మీ జీతం కూడా నిలిపివేయబడుతుంది

సింధియా యొక్క బ్రిటిష్ భక్తి తిరుగుబాటుదారుల ముందు కూడా నగ్నంగా వచ్చింది; ఇప్పటి వరకు సింధియా ఎలాంటి స్పష్టమైన సమాధానం ఇవ్వకపోవడానికి కారణమేమిటో ఆయన తెలుసుకున్నారు. తిరుగుబాటుదారుల ప్రతినిధులు వారికి బహిరంగ హెచ్చరికతో తిరిగి వచ్చారు. అప్పుడు ఏమైందో ఏమో, అక్కడ ఉన్న ఆగంతుక సైన్యం సింధియా ప్యాలెస్ మరియు నగరంపై ఫిరంగులతో దాడి చేయాలని నిర్ణయించుకుంది. సింధియాకు కూడా పరిస్థితి క్లిష్టంగా మారింది. అతనికి వార్త తెలిసిన వెంటనే, అతను మరాఠాల కొత్త సైన్యాన్ని ఏర్పాటు చేయాలని నిర్ణయించుకున్నాడు మరియు 5,000 మంది మరాఠాలను నియమించారు. సింధియా స్వయంగా తన సైన్యాన్ని నడిపించాడు మరియు గొప్ప నైపుణ్యంతో నగరాన్ని రక్షించడంలో విజయం సాధించాడు. తిరుగుబాటుదారులు కూడా పోరాడకూడదని నిర్ణయించుకుని వెనక్కి తగ్గారు. దీని వల్ల ఆగ్రాకు చెందిన బ్రిటీష్ వారికి

ఎక్కువ ప్రయోజనం చేకూరింది. అతను వినాశనం నుండి రక్షించబడ్డాడు. జయజీరావు సహాయనిరాకరణతో విసుగు చెందిన గ్వాలియర్‌లోని తిరుగుబాటు దళం తాత్యా తోపేతో కలిసి కాన్పూర్‌కు వెళ్లింది.

గ్వాలియర్‌పై దాడి

ఈ సమయంలో, ఈ ప్రమాదం స్పష్టంగా నివారించబడినప్పటికీ, లోపల మంటలు మండుతూనే ఉన్నాయి, ఈ సంఘటనతో సింధియా కూడా భయపడింది. గ్వాలియర్‌లో చుట్టూ తిరుగుబాటుల కారణంగా బ్రిటిష్ వారి పట్ల ద్వేషం అనే భావన కూడా పుట్టింది. ఈ సంఘటన తర్వాత కొన్ని నెలలు గడిచిపోయాయి, ఝాన్సీ మరియు కల్పిలో బ్రిటీష్ విజయం సాధించిన వార్త గ్వాలియర్‌లోని దాదాపు సర్దార్‌లందరినీ బ్రిటిష్ వారికి వ్యతిరేకంగా మరింత పెంచింది. అందుకే ఒకప్పుడు వీరశ్రేష్ఠ తాత్యా తోపే గ్వాలియర్ కూడా చేరుకున్నారు. అతను సింధియా సైన్యంపై తిరుగుబాటు ప్రారంభించడానికి కూడా వచ్చాడు. దేశ స్వాతంత్ర్యం కోసం జరిగే ఈ పవిత్ర విప్లవ యాగంలో సైన్యాన్ని భాగస్వాములను చేయాలని కోరారు. అందరూ తాత్యా తోపేకు సహాయం చేస్తామని హామీ ఇచ్చారు చెప్పడం యొక్క అర్థం ఏమిటంటే, ఆ సమయంలో గ్వాలియర్ గన్‌పౌడర్ కుప్పగా మారింది, ఇది కేవలం నైపుణ్యం కలిగిన వ్యక్తి స్పార్క్ చూపించడం వల్ల ఆలస్యం అయింది. గ్వాలియర్‌లో తిరుగుబాటు జరిగితే, దాని పర్యవసానాలు తమకు ఊహించలేనంత భయంకరంగా ఉంటాయని బ్రిటీష్ వారు కూడా భయపడ్డారు. గ్వాలియర్‌లోని బ్రిటీష్ నివాసి గ్వాలియర్‌లో కొంత శ్వేత సైన్యాన్ని ఉంచడం మంచిది అని భావించాడు మరియు ఈ విషయంలో లార్డ్ కానింగ్‌కు లేఖ రాశాడు. ఈ మొత్తం సంఘటనల గొలుసుతో బ్రిటీష్ వారు ఎంత భయపడ్డారో, సంధ్య తిరుగుబాటులో పాల్గొంటే, నేను రేపటికే నా మూటలు కట్టుకోవలసి ఉంటుందని గవర్నర్ జనరల్ ఇంగ్లండ్‌కు టెలిగ్రామ్ పంపారనే వాస్తవాన్ని బట్టి సులభంగా అంచనా వేయవచ్చు.

లార్డ్ కెన్నింగ్ ఆదేశానుసారం, గవర్నర్ జనరల్ తెల్లవారి సైన్యాన్ని గ్వాలియర్‌కు పంపమని ఆదేశించాడు. ఈ సైన్యం గ్వాలియర్ చేరుకోకముందే, గోపాల్‌పూర్‌ను విడిచిపెట్టిన తరువాత రావు సాహెబ్, లక్ష్మీబాయి మొదలైన వారి సైన్యం గ్వాలియర్ సరిహద్దుకు చేరుకున్నట్లు సమాచారం. అక్కడి ప్రజలు మరియు ఆస్థాన సర్దార్లు అప్పటికే తిరుగుబాటు వీరులకు

మద్దతుదారులుగా మారారు, కాబట్టి రావు సాహెబ్ సైన్యం అక్కడికి రావడంలో ఎటువంటి వ్యతిరేకత ఎదురుకాలేదు. అతను గ్వాలియర్ కోటను స్వాధీనం చేసుకోవడానికి వస్తున్నాడన్నది నిజం. అయితే తన అభిప్రాయాన్ని బహిరంగంగా వెల్లడించలేదు. ఆయన రాకతో ఆయన మద్దతుదారులు చాలా సంతోషించగా, సింధియా, ఆయన దివాన్ దినకర్ రావు, ఇతర కౌన్సిలర్లు రఘునాథరావు రాజ్‌వాడే తదితరులు ఆందోళనకు గురయ్యారు. బాహాటంగా, రావ్ సాహెబ్ రాకతో రాజ్‌వాడ ఆనందంగా కనిపించింది, కానీ అతని భక్తి బ్రిటిష్ వారిపై మాత్రమే ఉంది. రావు సాహెబ్ జయజీరావు మరియు రాజమాత బైజీబాయికి కూడా ఒక లేఖ రాశారు - "మేము మీ వద్దకు ఆప్యాయతతో వస్తున్నాము. ఈ సంక్షోభ సమయంలో మా పూర్వ సంబంధాలను దృష్టిలో ఉంచుకుని మీరు మాకు సహాయం చేయండి, అప్పుడే మేము దక్షిణం వైపు వెళ్ళగలుగుతాము." సింధియాను తన పక్షాన ఉంచుకోవాలని ఆయన కోరుకున్నట్లు స్పష్టమైంది. రావు సాహెబ్ పేష్వాల వంశస్థుడు మరియు సింధియా రాజవంశం గ్వాలియర్ రాష్ట్రాన్ని పీష్వాల నుండి మాత్రమే పొందింది. సింధియా కూడా పీష్వా ప్రభావంలోకి రాకూడదని, ఇదే ఆలోచన

కర్ దినకర్ రావు చెప్పిన లేఖ తన వద్దకు రానివ్వకుండా వ్రాతపూర్వకంగా రెసిడెంట్‌కు సమాచారం పంపారు. మరోవైపు, సింధియా నుండి రావు సాహెబ్‌కు ఎటువంటి సమాధానం రాకపోవడంతో, అతను ఎక్కువసేపు వేచి ఉండటం సరికాదని భావించి, మే 28, 1858న అమన్ గ్రామ సమీపంలోకి చేరుకున్నాడు. పీష్వాలతో పూర్వపు సంబంధాల కారణంగా జయజీరావు తనకు ఖచ్చితంగా సహాయం చేస్తాడని అతనికి పూర్తి నమ్మకం ఉంది, కానీ అందుకు విరుద్ధంగా జరిగింది, గ్వాలియర్‌లో నాలుగు వందల పదాతిదళం మరియు నూట యాభై మంది అశ్వికదళాలు ఉన్నాయి, వారు అతని మార్గాన్ని అడ్డుకున్నారు. ఇది పీష్వారావు సాహెబ్‌కు కోపం తెప్పించింది. ఆ సైన్యంలోని సుబేదారుతో పెద్ద గొంతుతో అన్నాడు – "మమ్మల్ని ఆపడానికి నువ్వెవరు. సింధియా మరియు దినకర్ రావు ద్వారా మనం ఏమి అర్థం చేసుకున్నాము. అవి ఏమిటి, మమ్మల్ని ఎవరు ఆపుతారు. మేము రావుపంత్ ప్రధాన్ పేష్వా మరియు స్వరాజ్యం మరియు స్వధర్మం కోసం పోరాడుతున్నాము. సింధియా పూర్వీకులు మా పని చేసారు మరియు మేము వారికి రాజ్యాన్ని ఇచ్చాము. అతను మా నుండి మాత్రమే సైన్యాన్ని పొందాడు. ఆర్మీ అధికారుల నుంచి మాకు లేఖలు అందాయి. తాత్యా తోపే అప్పటికే గ్వాలియర్ వెళ్లి అందరినీ కలుసుకుని అక్కడ జరిగిన

సంఘటనలన్నీ తెలుసుకున్నాడు. ఇప్పుడు అన్ని సన్నాహాలు పూర్తయ్యాయి కాబట్టి సైన్యాన్ని తీసుకువస్తున్నాం. మీరు మాతో పోరాడాలనుకుంటున్నారా?"
పేష్వారావు సాహెబ్ యొక్క బలమైన మాటలు విని, సుబేదార్ ఏమీ అనడానికి సాహసించలేదని మరియు అతని భారీ సైన్యాన్ని చూసి, అతను పోరాట ఫలితాన్ని ఊహించాడు; అందుకని పక్కకు తప్పుకుని రావు సాహెబ్ సైన్యంతో ముందుకు సాగాడు. మే 30న పీష్వా సైన్యం బడా గ్రామానికి చేరుకుంది.

సింధియా ఓటమి

తన సన్నాహాలతో, పేష్వా మురార్ కంటోన్మెంట్‌లో విడిది చేసి, ఈ సమాచారాన్ని సింధియాకు తన శ్రేయోభిలాషిగా పంపాడు, అతను మాకు సహాయం చేయడానికి సిద్ధంగా ఉండాలి. కానీ చాలా మంది ధైర్యవంతులు, సహాయం చేయడానికి అనుకూలంగా ఉన్నప్పటికీ, ధైర్యాన్ని కూడగట్టుకోలేకపోయారు. వీరి మధ్యలో దినకర్ రాజ్ వంటి కొందరు ద్రోహులు, ఇద్దరు సర్దార్లు తమ దౌత్యం, చాతుర్యంతో ఒక్కసారిగా పేష్వాజీ సైన్యంపై విరుచుకుపడ్డారు. దీంతో లక్ష్మీబాయి ధైర్యం ముందు నిలవలేకపోయాడు. అతను యుద్ధరంగం నుండి పారిపోవాల్సి వచ్చింది. మళ్లీ రాణి లక్ష్మి బాయి వారి అన్ని ఫిరంగులు మరియు యుద్ధ సామగ్రిని వారి స్వాధీనంలోకి తీసుకున్నారు.
సింధియా నుండి తప్పించుకోవడం మరియు గ్వాలియర్‌పై పీష్వా అధికారం
యుద్ధభూమి నుండి పారిపోయిన తర్వాత జయజీరావు సింధియా గ్వాలియర్‌లో ఉండడం సురక్షితం కాదు, కాబట్టి అతను తనతో పాటు తన దీవాన్ దినకర్ రావు మరియు మరికొంత మందిని తీసుకొని ధౌల్పూర్ మీదుగా ఆగ్రా చేరుకున్నాడు. తిరుగుబాటుదారులను అణచివేసి బ్రిటీష్ వారిని ప్రసన్నం చేసుకోవాలనుకున్న చోట, రాణి లక్ష్మీబాయి నుండి తన ప్రాణాలను కాపాడుకుని అతను పారిపోవాల్సి వచ్చింది.

మిస్టర్. పరస్నిస్ తన రాణి ముందు ఓటమి గురించి రాశారు

వాస్తవానికి, ఆ సమయంలో సింధియా ప్రభుత్వం వారి విధేయతను చాలా చక్కగా పరిచయం చేసింది మరియు వారి స్నేహాన్ని అనుసరించడానికి, వారు తమ ప్రాణాలను పట్టించుకోకుండా పురాతన బంధువులతో పోరాడారు. ఆ సమయంలో ఈ విషయం ఆమెకు గర్వకారణంగా మారినట్లే, ఝాన్సీ మహారాణి లక్ష్మీబాయి తన శక్తితో, స్వరాజ్యాన్ని స్థాపించాలనే కోరికతో సాధించిన కీర్తి కూడా ఎప్పటికీ చెక్కుచెదరకుండా ఉంటుంది. మహారాజ్ జయజీరావు సింధియా మహారాజుగారి శౌర్యాన్ని పెద్ద యూరోపియన్లు మెచ్చుకున్నారని, యుద్ధ సన్నాహాలను చూసి శత్రువుల ఛాతీ వణికిపోతుందని, ఎవరి రథసారధులు, వీర యోధులు, విజయశ్రీ స్వయంగా వర.కుల, రాణి. , ఎటువంటి ప్రత్యేక సహాయం లేనప్పటికీ, ఆమె కత్తి బలంతో, ఆమె యుద్ధం నుండి పారిపోయేలా చేసింది.

ఇప్పుడు పీష్వా పక్షం కోసం మైదానం క్లియర్ చేయబడింది, కాబట్టి వారు విజయోత్సవ ఆనందంలో నగరంలోకి ప్రవేశించారు. దీని కోసం అతను కష్టపడాల్సిన అవసరం లేదు. దీంతో ఆయన మద్దతుదారులు హర్షం వ్యక్తం చేశారు. గ్వాలియర్ యొక్క తిరుగుబాటు అనుకూల దళాలు పీష్వా యొక్క ఆధిపత్యాన్ని సంతోషంగా అంగీకరించాయి మరియు ఫిరంగి ధ్వనితో అతనికి వందనం చేశాయి. రావు సాహెబ్ సింధియా ప్యాలెస్‌ని తన నివాసంగా చేసుకున్నాడు, దానిపై అతని జెండా ఎగురవేయబడింది. మహారాణి లక్ష్మీబాయి నౌలాఖా బాగ్ సమీపంలోని రాజభవనాన్ని తన నివాసంగా చేసుకున్నారు. అదేవిధంగా ఇతర జనరల్స్ కూడా వివిధ రాజభవనాలలో నివసించడం ప్రారంభించారు. వీరోచిత తాత్యా నగరాన్ని తన ఆధీనంలోకి తీసుకున్న వెంటనే

కోటను స్వాధీనం చేసుకోవడానికి తోపే కొంతమంది సైనికులను పంపాడు, వారికి కోటలోని ప్రజలు ఘనంగా స్వాగతం పలికి కోటను వారికి అప్పగించారు. కోటలో భారీ యుద్ధ సామగ్రి దుకాణం ఉంది. వీటన్నింటిని స్వాధీనం చేసుకున్నందుకు విజేతలు చాలా సంతోషించారు

విజయ సంతోషం తర్వాత రెసిడెన్సీపై దాడి చేసే సమయం వచ్చింది. దానిని దోచుకున్న తర్వాత అగ్నిదేవునికి సమర్పించారు. దీని తరువాత, సింధియాలోని పాత రాజభవనాలు మరియు దాని బ్రిటీష్ అనుకూల అధిపతుల భవనాలు కూడా లూటీ చేయబడ్డాయి మరియు నేలమట్టం చేయబడ్డాయి. దీని తరువాత, సైనికులు నగరాన్ని కూడా దోచుకోవాలని ఆలోచించారు, దాని గురించి పేష్వారావు సాహెబ్‌కు సమాచారం వచ్చింది. నగరాన్ని

దోచుకునే దుశ్చర్య ఎవరూ చేయవద్దని, నగరవాసులెవరూ వేధించకూడదని కట్టుదిట్టమైన ఆదేశాలు జారీ చేశారు. ఇది నగరం దోపిడీ నుండి రక్షించబడింది

రావు సాహెబ్ ఆరోహణ

జయజీరావు సింధియా స్వాతంత్ర్యం కోసం తిరుగుబాటుకు మద్దతుదారులైన తన నలుగురు సర్దార్లను జైలులో పెట్టారు. పీష్వా అతన్ని విడిపించాడు. ఈ సమయంలో, గ్వాలియర్ ప్రభుత్వ అధికారం ఈ తిరుగుబాటు వీరుల చేతుల్లోకి వచ్చింది. పీష్వారావు సాహెబ్ వారి నాయకుడు. కాబట్టి అతను (పీష్వా) అధికారానికి నిజమైన యజమాని కావడానికి సింహాసనోత్సవం నిర్వహించాలని భావించాడు. పురాతన సంప్రదాయం ప్రకారం, ఎవరైనా పట్టాభిషేకం చేసే వరకు, అతను చట్టబద్ధమైన రాజుగా పరిగణించబడడు. ఛత్రపతి మహారాజ్ శివాజీ చేతిలో పూర్తి పాలనా అధికారం ఉన్నప్పటికీ - అతను పట్టాభిషేకం చేసే వరకు, ప్రజలు అతన్ని బీజాపూర్ పాలనలో తిరుగుబాటుదారుడిగా భావించారు. పట్టాభిషేకానికి ముందు అతను ఇచ్చిన విరాళాలు మొదలైనవి కూడా చట్టవిరుద్ధంగా పరిగణించబడ్డాయి. బహుశా అందుకే రావ్ సాహెబ్ తన సింహాసనోత్సవానికి ఇది అవసరమని భావించాడు. దీని కోసం, అతను మొదట గ్వాలియర్ సంస్థానానికి చెందిన అన్ని ప్రముఖులు, జాగీర్దార్లు, భూస్వాములు మొదలైన వారిని సంప్రదించాడు. అతని సమ్మతి పొందిన తరువాత, పీష్వా స్వయంగా అతని సింహాసనం రోజును నిర్ణయించాడు. దీనికి హాజరుకావాలని నా స్నేహితులందరినీ

ఆహ్వానించాను. జూన్ 3, 1858న ఫూల్ బాగ్‌లో దర్బార్ జరిగింది సభికులు, సేనాధిపతులు మొదలైన వారందరూ రాజవస్త్రాలు ధరించి హాజరయ్యారు. రావు సాహెబ్ తన సాంప్రదాయ పేష్వాయి దుస్తులను ధరించాడు. అప్పుడు అతను పూర్తి మతపరమైన ఆచారాలతో సింహాసనం పొందాడు. ఈ సంఘటనను వివరిస్తూ మిస్టర్. పరస్నిస్ ఇలా వ్రాశారు - "పేష్వాకు స్నేహపూర్వకంగా ఉన్న సర్దార్లు, రాజకీయ నాయకులు, సిలేదార్లు మొదలైన వారందరూ వారి వారి స్థానాల్లో అలంకరించబడ్డారు. తాత్యా తోపే మరియు అతని క్రింద ఉన్న సైనికులందరూ తమ తమ యూనిఫారాలు ధరించి సమావేశంలో కనిపించారు. రావ్ సాహెబ్ స్వయంగా పేష్వాయి రాజ వేషం ధరించి, తలపై సర్పెంచ్, క్లాంగి ధరించి, చెవుల్లో ముత్యాలు,

మెడలో హారము ధరించి, చోబ్దార్, వండిగాన్‌ల సౌభాగ్య ధ్వనిని వింటూ పూర్ణ వైభవంగా కోర్టుకు వచ్చారు. దీని తరువాత, తజిమ్ మరియు దర్బారీ ప్రజల ముజ్రా ద్వారా పీష్వా పద్ధతి ప్రకారం సింహాసనాన్ని అధిష్టించారు. , దీని తరువాత, జాగీర్దార్లు, తాత్యా తోపే మొదలైన వారందరికీ విలువైన బహుమతులు అందించబడ్డాయి. తాత్యా తోపే కమాండర్-ఇన్-చీఫ్‌గా ప్రకటించబడింది మరియు ఆభరణాలు పొదిగిన ఖడ్గాన్ని బహుకరించారు. అతను రాంరావు గోవింద్‌ను తన ప్రధాన అమాత్య (మంత్రి)గా చేసాడు, అతనికి విలువైన బట్టలు ఇచ్చారు. ఈ ఆస్థానంలో శివాజీ మహారాజ్ ప్రకారం అష్ట ప్రధానులను నియమించాడు. సైనికులకు ఇరవై లక్షల రూపాయలను అవార్డులుగా పంపిణీ చేశారు.

శక్తి యొక్క అంశం

కారణం లేకుండా సాధించిన ఈ విజయం వల్ల రావు సాహెబ్, తాత్యా తోపే మొదలైనవారు తమ కర్తవ్యానికి దూరమయ్యారు. ఈ విధంగా రాష్ట్రాన్ని కోల్పోయిన తర్వాత సింధియా శాంతియుతంగా కూర్చోదని కూడా వారు పట్టించుకోలేదు. స్వర్గారోహణంలో ఏమీ పొందని రాష్ట్రానికి చెందిన పాత సేవకులు కూడా తమను అవమానించారని భావించారు, అయితే కవాతుల్లో మునిగిపోయిన పీష్వా మరియు అతని మిత్రపక్షాలు, అధికారంలో ఉన్నవారు దానిని పట్టించుకోలేదు. అతని ప్రవర్తనకు మహారాణి లక్ష్మీబాయి చాలా బాధపడ్డారు. అందుకు ఆమె పీష్వా దగ్గరకు వెళ్లి ఇలా చెప్పింది - "విజయం పేరుతో ఇలా ముంచడం నీకు తగదు. సింధియా ఖజానా, అతని సైన్యం మీదే అయిపోయినా, దాన్ని సక్రమంగా వినియోగించుకోకుంటే నీ ఆశలన్నీ అడియాసలవుతాయి. బ్రిటీష్ వాళ్ళు చాలా తెలివిగా ఔత్సాహికులు.. ఎప్పుడు మనపై దాడి చేస్తారో ఏమీ చెప్పలేం.. మీరు ఇలా అజాగ్రత్తగా ఉంటే మా ప్రళయంలో ఆలస్యం ఉండదు, కాబట్టి మీరు సంపద యొక్క అను భవాన్ని విడిచిపెట్టి, సైన్యంపై శ్రద్ధ వహించండి. సైనికులకు జీతాలు పెంచి వారిని ప్రోత్సహించండి. ఇది వృధా సమయం కాదు, చాలా కష్టాల తర్వాత, కష్టపడి పనిచేయడానికి అనుకూలమైన అవకాశం ఉంది. అందువల్ల, మీరు పూర్తి శ్రద్ధతో యుద్ధానికి సిద్ధం కావాలి. పీష్వా ఒక చెవి నుండి రాణి యొక్క ఈ పిచ్చి మాటలను విని, మరొక చెవి నుండి వారిని వెళ్లగొట్టాడు.బహుశా బ్రిటీష్

వారు తనకు ఎటువంటి హాని చేయలేదని అతను నమ్మి ఉండవచ్చు.అధికార అంశం నిజంగా చాలా విచిత్రమైనది.దానిని కప్పివేస్తుంది. దాన్ని దాటడం కష్టం

గ్వాలియర్‌కు యూరోలు బయలుదేరడం

రాణి పైన చెప్పిన మాటలు ఎంత నిజమో కాలమే రుజువు చేసింది. కల్పి-హురోస్ విజయం తర్వాత బొంబాయికి సెలవుపై వెళ్లాలనుకున్నారని, అయితే జూన్ మొదటి తేదీన తిరుగుబాటుదారులు గ్వాలియర్‌కు చేరుకున్నారని రాబర్ట్‌సన్ నుండి సమాచారం అందుకున్నట్లు పైన వ్రాయబడింది. అందువల్ల, మునుపటి విజయాల దృష్ట్యా అతన్ని గ్వాలియర్‌కు పంపడం సముచితమని భావించినందున, వెంటనే తిరిగి రావాలని కోరారు. అతను వెంటనే గవర్నర్ జనరల్ లార్డ్ కానింగ్‌కి టెలిగ్రామ్ ద్వారా తెలియజేసాడు - "గ్వాలియర్‌ను స్వాధీనం చేసుకునేందుకు సైన్యాన్ని నడిపించడానికి నేను సిద్ధంగా ఉన్నాను." కెన్నింగ్ అతని ఉత్సాహానికి చాలా సంతోషించాడు. అతన్ని ఈ యుద్ధానికి సేనాధిపతిగా చేశాడు. అతని పదవీ విరమణ తరువాత, జనరల్ నేపియర్ అతని స్థానంలో నియమించబడ్డాడు. ఇప్పుడు నేపియర్‌ను అతని అగ్రగామి అధికారిగా చేశారు

మళ్లీ కమాండర్ పదవిని స్వీకరించిన తర్వాత, రాబర్ట్‌సన్‌కు సహాయం చేయడానికి శ్వేతజాతీయులు మరియు భారతీయుల అశ్వికదళం మరియు ఫిరంగిదళంతో గ్వాలియర్ వైపు కవాతు చేయాలని హురోస్ మేజర్ స్టువర్ట్‌ను ఆదేశించాడు. అతను పంపిన ఈ సైన్యం గ్వాలియర్ చేరకముందే, జూన్ 4న, గ్వాలియర్‌ను పీష్వా ఆక్రమించాడని, జయజీరావు సింధియా ఆగ్రాకు పారిపోయాడని కూడా వార్తలు వచ్చాయి. ఈ వార్తను అందుకున్న హురోజ్ ఒక్కసారిగా తన విజయాలన్నీ తుడిచిపెట్టుకుపోయాయని భావించాడు. ఎక్కడో అతను విజయాల ఆనందంలో ఉబ్బితబ్బిబ్బవుతున్నాడు; ఎక్కడ ఇది కొత్త విపత్తు. ఎక్కడికో సెలవు తీసుకుని బొంబాయి వెళుతున్నాడు, మళ్లీ అక్కడ యుద్ధ క్షేత్రానికి వెళ్లాల్సి వచ్చింది. హ్యూరోస్ నిజంగా ఓపికగల వ్యక్తి, అతను కష్టాలకు తలవంచడం నేర్చుకోలేదు. ఈ సమయంలో వర్షాకాలం ప్రారంభమైంది, కానీ హీరోస్ దాని గురించి పట్టించుకోలేదు, అతని లక్ష్యం అతని ముందు ఉంది.

జూన్ 5, 1858న, గ్వాలియర్-విజయ్ కోసం హురోస్ తన కొత్త వ్యూహాన్ని రూపొందించాడు. అతను తన సైన్యాన్ని వివిధ మార్గాల్లో వివిధ సమూహాలలో పంపడం సముచితమని భావించాడు. అతను గ్వాలియర్‌కు తూర్పున ఐదు మైళ్ల దూరంలో ఉన్న కోటే కి సర్రై వైపు ముందుభాగాన్ని నిర్వహించడానికి రాజ్‌పుతానా ఫీల్డ్ ఫోర్స్ యొక్క కొత్త సైన్యంతో బ్రిగేడియర్ స్మిత్‌ను పంపాడు. హైదరాబాద్ రాజ్యాంగ సైన్యాన్ని మేజర్ ఆర్ కింద ఉంచారు. అతను గ్వాలియర్ యొక్క దక్షిణ భాగంలో నియమించబడ్డాడు. ఆర్టిలరీని కల్నల్ రిడ్డెల్‌తో ఉంచారు మరియు ఆగ్రా గ్వాలియర్ మార్గంలో ఉండమని అడిగారు. జనరల్ నేపియర్ మురార్ కంటోన్మెంట్ సమీపంలో నియమించబడ్డాడు. రెండవ రోజు, జూన్ 6వ తేదీన, గ్వాలియర్ యొక్క భౌగోళిక స్థానం మరియు ముఖ్యమైన ప్రదేశాల గురించి బాగా తెలిసిన మధ్య భారత రాజకీయ ఏజెంట్ రాబర్ట్ హామిల్టన్ మరియు గ్వాలియర్ ఏజెంట్ మెక్‌ఫెర్సన్‌లతో కలిసి హురోస్ స్వయంగా కల్పి వైపు నుండి గ్వాలియర్‌కు వెళ్లాడు. దారిలో కూడా, సూరోజ్ అతని నుండి అక్కడి స్థలం గురించి తగినంత సమాచారం పొందాడు. అందుకే వారిని తన వెంట తీసుకెళ్లాడు.

పీష్వా యొక్క అజాగ్రత్త

సూరోజ్ జూన్ 6న గ్వాలియర్‌కు వెళ్లాడు. జూన్ 11న, మార్గమధ్యంలో ఇందుర్కి గ్రామంలో సైన్యంతో పాటు స్టీవార్డ్ అతన్ని కలిశాడు. అప్పుడు వారిద్దరూ పహుజ్ నదిని దాటి జూన్ 16న గ్వాలియర్ సమీపంలోని బహదూర్‌పూర్ గ్రామానికి చేరుకుని, దుర్మార్గమైన కొండ మార్గాన్ని దాటారు, అక్కడ నుండి జయజీరావు ఓడిపోయి ఆగ్రాకు పారిపోవాల్సి వచ్చింది. అక్కడికి చేరుకున్న తరువాత, హురోస్ భవిష్యత్తులో జరిగే యుద్ధం కోసం భూమిని సూక్ష్మంగా పరిశీలించడం ప్రారంభించాడు. ఈ స్థలం ముందు, మురార్ యొక్క కంటోన్మెంట్ ఈ సమయంలో పీష్వా సైన్యం ఆక్రమించింది. అతను శిబిరం ముందు అశ్వికదళం, ఫిరంగి మరియు పదాతిదళాలను వరుసగా కుడి మరియు ఎడమ వైపున ఉంచడం ద్వారా అందమైన శ్రేణిని తయారు చేశాడు. అది ఇది చూసి హీరోలు కూడా తమ అరేయ్ వేసుకున్నారు. ఈ సమయంలో మురార్ కంటోన్మెంట్‌లో సింధియా యొక్క తిరుగుబాటు సైన్యం ఉంది, అది పీష్వా అధికారంలో ఉంది. ఈ సమయంలో పీష్వా సింధియా యొక్క అన్ని

సైన్యాలు మరియు యుద్ధ సామగ్రిపై హక్కును కలిగి ఉన్నాడు. గ్వాలియర్ ఆగంతుక సైన్యం, రోహిల్‌ఖండ్‌లోని తిరుగుబాటు పఠాన్‌లు మొదలైన వారంతా గ్వాలియర్‌లో అక్కడక్కడ అస్తవ్యస్తంగా ఉన్నారు. ఇక్కడ బ్రిటీష్ సైన్యం మురార్ కంటోన్మెంట్ సమీపంలోకి వచ్చింది, హురోస్ కార్యకలాపాలను పరిశీలిస్తున్నాడు, కానీ పీష్వాకు దీని గురించి ఏమీ తెలియదు. పీష్వా మరియు అతని సహచరులు తమలో తాము మునిగిపోయారు. అతని ఈ అజాగ్రత్తను వివరిస్తూ, Mr. పరాస్నిస్ ఇలా వ్రాశారు- "రావు సాహెబ్ పేష్వా పూర్వీకులు తమ వీర యోధులు మరియు కత్తి బలంతో భారతదేశంలో మహారాష్ట్ర రాష్ట్ర జెండాను ఎగురవేశారు; కానీ రావు సాహెబ్ ఈ విషయాన్ని అప్పట్లో అస్సలు పట్టించుకోలేదు. దాన ధర్మం మరియు బ్రాహ్మణుల ఆహారం మీద మాత్రమే ఈసారి స్వయం పాలన ఏర్పడుతుందని వారు భావించారు. ఇంగ్లీషు సైన్యం తన ఏర్పాట్లన్నీ చక్కగా చేసుకున్నాక, పేష్వా సాహెబ్‌కి ఈ విషయం తెలిసింది. ,

మురార్ కంటోన్మెంట్ పై బ్రిటిష్ అధికారం

బ్రిటీష్ వారు వచ్చిన వెంటనే సైన్యాన్ని సిద్ధం చేయమని పీష్వారావు సాహెబ్ తన కమాండర్ తాత్యా తోపేను ఆదేశించాడు. ఈ సమయంలో తాత్యా తోపే కూడా తన కొత్త పదవిలో మునిగిపోయాడు. ఇప్పుడు పీష్వా పదవిని తిరిగి స్థాపించారని, గతంలో పీష్వాల కాలంలో లాగా అందరూ పరిగెత్తుకుంటూ వచ్చి అతనికి సహాయం చేసేవారని అతను అర్థం చేసుకున్నాడు, కాని అతని భ్రమ త్వరగా చెదిరిపోయింది. అతని సహాయానికి ఎవరూ రాలేదు. అందుకే వెంటనే సైన్యం బయల్దేరడానికి సన్నాహాలు మొదలుపెట్టాడు. సైన్యం మురార్ కంటోన్మెంట్ వైపు బయలుదేరింది. బ్రిటీష్ వారు ఇప్పటికే అన్ని సన్నాహాలు చేశారు. ప్రత్యర్థి సైన్యం వచ్చిన వెంటనే, వారు ఎటువంటి అవకాశం ఇవ్వకుండా దాడి చేసి, ఫిరంగులతో దాడి చేయడం ప్రారంభించారు. తాత్యా తోపే సైనికులకు ఈ అవకాశం లభించలేదు, అయినప్పటికీ వారి సైనికులు కొంత కాలం పాటు ధైర్యంగా పోరాడారు, వారి అనేక మంది వీరులు తమ యుద్ధ నైపుణ్యాలను ప్రదర్శించారు. దీనిపై బ్రిటిష్ వారి తరపున అబాట్

హైదరాబాద్ దళం సైన్యంతో ముందుకు సాగి తాత్యా తోపే సైన్యంపై దాడి చేసింది. తాత్యా తోపే సైనికులు హైలాండర్స్ ప్లాటూన్‌లోని చాలా మంది తెల్ల సైనికులను చంపారు. లెఫ్టినెంట్ ఫౌండేషన్ అనే ఆంగ్ల సైన్యానికి చెందిన అధికారి కూడా గాయపడ్డాడు. శత్రువు కంటే ఎక్కువ సంఖ్యలో ఉన్నారని గుర్తించి, బొంబాయికి చెందిన ఇరవై-ఐదవ స్థానిక పదాతిదళానికి చెందిన లెఫ్టినెంట్ రోజ్ ముందుకు సాగాడు. యుద్ధరంగంలో మంచి పరాక్రమాన్ని ప్రదర్శించాడు. చివరికి పేష్వా పక్షం ఓడిపోయింది మరియు కేవలం రెండు గంటల పోరాటం తర్వాత బ్రిటిష్ వారు మురార్ కంటోన్మెంట్‌ను స్వాధీనం చేసుకున్నారు.

హైదరాబాద్ దళం సైన్యంతో ముందుకు సాగి తాత్యా తోపే సైన్యంపై దాడి చేసింది. తాత్యా తోపే సైనికులు హైలాండర్స్ ప్లాటూన్‌లోని చాలా మంది తెల్ల సైనికులను చంపారు. లెఫ్టినెంట్ ఫౌండేషన్ అనే ఆంగ్ల సైన్యానికి చెందిన అధికారి కూడా గాయపడ్డాడు. శత్రువు కంటే ఎక్కువ సంఖ్యలో ఉన్నారని గుర్తించి, బొంబాయికి చెందిన ఇరవై-ఐదవ స్థానిక పదాతిదళానికి చెందిన లెఫ్టినెంట్ రోజ్ ముందుకు సాగాడు. యుద్ధరంగంలో మంచి పరాక్రమాన్ని ప్రదర్శించాడు. చివరికి పేష్వా పక్షం ఓడిపోయింది మరియు కేవలం రెండు గంటల పోరాటం తర్వాత బ్రిటిష్ వారు మురార్ కంటోన్మెంట్‌ను స్వాధీనం చేసుకున్నారు.

బ్రిటిష్ వారి కుతంత్రం

ఈ యుద్ధంలో పీష్వా సైన్యంలో చాలా మంది ద్రోహులు, పిరికివారు ఉన్నారు. ఈ పీష్వా సైన్యంలోని చాలా మంది సైనికులు జయజీరావు సైన్యానికి చెందినవారే. ఇలాంటి మత భయాందోళనకు లోనైన సైనికులను తమవైపునకు తెచ్చుకునేందుకు బ్రిటీష్ వారు ఓ ట్రిక్ ప్లే చేశారన్నారు. అతను ఆగ్రా నుండి జయజీరావు సింధియాను పిలిచి, సింధియా తరపున మేము (బ్రిటీష్) పోరాడుతున్నామని మరియు సింధియా శత్రువులను గ్వాలియర్ నుండి తరిమికొట్టాలని ప్రచారం చేసాడు. అతని వ్యూహం ఫలించింది. చాలా మంది మతానికి భయపడే సైనికులు తమ యజమానితో పోరాడటాన్ని పాపంగా భావించి యుద్ధం నుండి విడిపోయారు. ఫలితంగా, పీష్వా యొక్క మిగిలిన సైనికులు బ్రిటిష్ వారిచే త్వరగా ఓడిపోయారు.

ఈ ఓటమితో రావు సాహెబ్ నివ్వెరపోయారు, అయితే బండా నవాబ్ మరియు తాత్యా తోపే అసహనాన్ని ప్రదర్శించలేదు. తాత్యా తోపే వెంటనే మళ్లీ సైన్యాన్ని నిర్వహించడంలో బిజీ అయిపోయాడు. అతను ఒక ప్రదేశం నుండి మరొక ప్రదేశానికి ఫిరంగులతో శ్రేణులను సృష్టించాడు మరియు తగిన ప్రదేశాలలో సైన్యాన్ని నియమించాడు.

తాత్యా తోపే రాణి కర్తవ్య భావం

మురార్ కంటోన్మెంట్ పై జరిగిన యుద్ధంలో మహారాణి లక్ష్మీబాయి పాల్గొనలేదు. బహుశా దీనికి కారణం పీష్వా ఏర్పాటుతో ఆయనకున్న అసమ్మతి. పై సైనిక సన్నాహాలు చేసిన తర్వాత, తాత్యా తోపే మహారాణి లక్ష్మీ బాయిని కలవడానికి వెళ్ళాడు. అతను సైనిక కార్యకలాపాలలో పాల్గొనవలసిందిగా రాణిని వినయంగా అభ్యర్థించాడు. దీనిపై రాణి అతనితో ఇలా చెప్పింది.

అలుపెరగని శ్రమతో ఈరోజు వరకు చేసిన శ్రమ ఫలించదనిపిస్తోంది. విజయ వైభవంలో మునిగితేలిన పీష్వా మొండితనం వల్ల మనం సరైన సమయంలో ఇచ్చిన సలహా ఫలించలేదు. శత్రువు సైన్యం తలపైకి వచ్చింది, అయినా మన సైన్యానికి ఎలాంటి ఏర్పాట్లు చేయలేదు. అటువంటి పరిస్థితిలో, వాటిని ఎదుర్కొని మన కీర్తిని ఆశించడం కేవలం కల్పన మాత్రమే. అయితే, ఇలాంటి సమయాల్లో సహనాన్ని విడనాడకూడదు. మీరు మీ సైన్యాన్ని సిద్ధం చేసుకోండి, మీ యోగ్యమైన ప్రభువులు మరియు అధిపతుల సహాయం తీసుకోండి. మీరు మీ కర్తవ్యాన్ని చూసుకోండి, నేను నా డ్యూటీ చేయడానికి సిద్ధంగా ఉన్నాను.

మహారాణి లక్ష్మీబాయి ఈ మాటలు తాత్యా తోపే నిద్రను భంగపరిచాయి. అతను తన విధులను గ్రహించాడు. నిజానికి, తాత్యా తోపే ఒక ధైర్య సేనాధిపతి, కానీ మొదటిసారి అధికార ఆనందాన్ని పొందిన తరువాత, అతను కొంతకాలం తన కర్తవ్యాన్ని మరచిపోయాడు; తన స్వామి రావు సాహెబ్ అసమర్థత వల్లనే అతను కూడా నిరాశలో పడిపోయాడు. దీని తర్వాత, కొత్త ఉత్సాహంతో, అతను సైన్యాన్ని సరైన స్థానాల్లో నియమించడం ప్రారంభించాడు. మహారాణికి గ్వాలియర్ తూర్పు భాగం రక్షణ బాధ్యతలు అప్పగించారు.

గ్వాలియర్‌పై దాడి

బ్రిగేడియర్ స్మిత్ జున్ 14, 1858న సైన్యంతో అంత్రికి చేరుకున్నాడు, అక్కడ అతను మేజర్ ఆర్. అప్పుడు వారిద్దరూ గ్వాలియర్‌కు ఐదు మైళ్ల దూరంలో ఉన్న కోట సత్రానికి తమ బలగాలను తీసుకెళ్లి అక్కడి నుండి గ్వాలియర్‌పై దాడి చేయాలని హురోస్ నుండి ఆదేశాలు పొందారు. యుద్ధం చేయడానికి ముందు, ఈ ఇద్దరు సైనిక అధికారులు గ్వాలియర్ సైన్యం మరియు దాని శక్తిని జాగ్రత్తగా పరిశీలించారు.

చేసాడు. ఇక్కడి నుంచి గ్వాలియర్‌ను రక్షించే బాధ్యత మహారాణి లక్ష్మీబాయిపై ఉంది. ఈ ప్రాంతం చాలా కఠినంగా ఉండేది. బ్రిటీష్ దళాలు అక్కడ ఒక శ్రేణిని ఏర్పాటు చేశాయి

మరోవైపు, తాత్యా తోపే నిష్క్రమించిన తర్వాత, మహారాణి లక్ష్మీబాయి ఒక్క క్షణం కూడా వృధాగా వెళ్లనివ్వలేదు. ఈసారి పీష్వా తన విలువను తెలుసుకున్నాడు; అందువల్ల, ఈ యుద్ధానికి సైన్యాన్ని నిర్వహించే బాధ్యత రాణికి మాత్రమే ఇవ్వబడింది. రాణి తన సైనిక యూనిఫారాన్ని ధరించి, తన చురుకైన గుర్రాన్ని ఎక్కి, కత్తిని దాని నుండి తీసివేసి, తన సైన్యాన్ని యుద్ధానికి రిహార్సల్ చేయడం ప్రారంభించింది. మిస్టర్. పరస్నిస్ మాటల్లో అతని రూపం యొక్క వివరణ-

ఆ సమయంలో అతని గంభీరమైన రూపాన్ని, అతని గాఢమైన స్వరం మరియు స్థిరమైన ఆత్మగౌరవాన్ని చూసి, అతని సైనికుల హృదయాలు వీరశ్రీతో నిండిపోయాయి; మరియు అతను శత్రువులపై దాడి చేయడానికి మరియు వారిని నాశనం చేయడానికి ఉత్సాహంగా ఉన్నాడు. ఆ సమయంలో మహారాణి లక్ష్మీబాయి మిరుమిట్లు గొలిపే రూపం, యుద్ధంలో ప్రతాపాగ్ని కోలాహలంలా ఆమె ఖడ్గ ప్రకాశాన్ని చూసి అందరి హృదయాలు వణికిపోయాయి. అతను తన సైన్యానికి ఛబినా అని పేరు పెట్టాడు. అతను ఫిరంగులను సరైన ముందరికి ఉంచాడు మరియు తన ఎర్రటి యూనిఫారం ధరించిన గుర్రాలను అక్కడక్కడ కొంత దూరంలో నిలబెట్టాడు మరియు పదాతిదళాన్ని కూడా ముందు భాగంలో ఉంచాడు. జున్ 17, 1858న, బ్రిగేడియర్ స్మిత్ బగల్ మోగించిన వెంటనే యుద్ధం ప్రారంభమైంది. బ్రిటిష్ వారు ముందుకు సాగారు. దీనిపై, రాణి తన ఫిరంగులను పని చేయమని ఆదేశించింది. యుద్ధం ప్రారంభంలోనే, బ్రిటీష్ వారి పాదాలు పాతుకుపోతాయని అనిపించింది; రాణి యొక్క ముస్లిం సైనికులు బ్రిటిష్ వారిపై ఆధిపత్యం చెలాయించడం ప్రారంభించారు మరియు బ్రిటిష్ సైన్యం రాణి ఫిరంగుల లక్ష్యానికి చేరుకుంది. ఇది చూసిన బ్రిగేడియర్ స్మిత్ తన పూర్తి

అధికారాన్ని రాణి సైన్యానికి చెందిన వాన్గార్డ్‌పై ఉంచాడు. ఇది అతనికి తగినంత స్థలాన్ని ఇచ్చింది మరియు అతను తన దళాలను ముందుకు సాగమని ఆదేశించాడు. ఆంగ్ల అశ్వికదళం క్వీన్స్ నిర్మాణాన్ని విచ్ఛిన్నం చేయడానికి ముందుకు సాగింది. దీనిపై రాణి సైన్యంలోని తదుపరి భాగంతో భీకర యుద్ధం ప్రారంభమైంది. ఇరు పక్షాల నాయకులు తమ ప్రాణాలను అరచేతిలో పెట్టుకుని పోరాటం ప్రారంభించారు. యుద్ధ రంగంలో కత్తుల ఘర్షణ, ప్రాణనష్టం అరుపులు, గుర్రపు డెక్కలు, బెదిరింపులు వింత దృశ్యాన్ని సృష్టించాయి. చాలా మంది ఆంగ్ల సైనికులు తమ ప్రాణాలను కోల్పోవడాన్ని చూసి, కల్నల్ పెల్లి 95వ ప్లాటూన్ మరియు 10వ స్థానిక పదాతిదళాన్ని ముందుకు వెళ్లి ప్రత్యర్థి సైన్యం వైపు దాడి చేయమని ఆదేశించాడు. 95వ ప్లాటూన్ సైనికులు అప్పటికే చాలా అలసిపోయారు. రాణి సైన్యం అన్ని వైపుల నుండి దాడి చేయడం ప్రారంభించినప్పుడు, వారు వెనక్కి తగ్గవలసి వచ్చింది

మరోవైపు, కల్నల్ రెక్స్ మరియు బ్రిగేడియర్ స్మిత్ రాణి సైన్యం ద్వారా ముందుకు సాగడానికి ప్రయత్నించారు. బ్రిటిష్ వారి సైన్యం రాణి సైన్యం కంటే చాలా రెట్లు ఎక్కువ. రాణి సైన్యంపై తీవ్ర ఒత్తిడి నెలకొంది. ఇదంతా చూసిన రాణి చేతిలో కత్తి పట్టుకుని మెరుపులాంటి చురుకుదనంతో తన సైన్యం ముందుకి వచ్చి వారిని ప్రోత్సహించడం ప్రారంభించింది. రాణి యొక్క ఈ ప్రవర్తనను చూసి, అతని సైనికులలో కొత్త ఉత్సాహం వ్యాపించింది, వారు తమ జీవితాల అనుబంధాన్ని విడిచిపెట్టి శత్రువులపై విరుచుకుపడ్డారు.

ఇంగ్లీషు సైన్యంలోని మరో భాగం కోటే కి సరాయ్ నుండి లష్కర్‌కు దారితీసే మార్గంలో దాడి చేయడం ప్రారంభించింది. ఇది చూసిన రాణి అతనిని ఎదుర్కోవాలని తన సైన్యాన్ని ఆదేశించింది. ఆర్డర్ ఇవ్వగానే సైనికులు వారితో పాటు అక్కడికి వెళ్లారు. అక్కడ కూడా భీకర యుద్ధం జరిగింది. ఈ యుద్ధం రోజంతా సాగింది. రాణి యొక్క అద్భుతమైన ధైర్యసాహసాలు మరియు పోరాట నైపుణ్యాల కారణంగా బ్రిటిష్ వారు తిరిగి రావాల్సి వచ్చింది

ఈ సమయంలో రాణితో ఉన్న సింధియా సైనికులు యుద్ధంలో ఎటువంటి ధైర్యసాహసాలను ప్రదర్శించలేదని ఇక్కడ ప్రస్తావించడం అప్రస్తుతం. బాహ్యంగా, అతని ఉత్సాహం కనిపించింది, కానీ యుద్ధరంగంలో అతని వ్యవస్థ చాలా తక్కువగా ఉంది.

రాణి యొక్క చివరి యుద్ధం

బ్రిటీష్ వారు యుద్ధాన్ని నిలిపివేసిన తరువాత తిరిగి రావాల్సి వచ్చింది, కాబట్టి రెండవ రోజు, జూన్ 18, 1858 న, అతను నిర్ణయాత్మక యుద్ధంలో పోరాడాలనే ఉద్దేశ్యంతో యుద్ధరంగంలోకి ప్రవేశించాడు. ఈ రోజు అతను అనేక వైపుల నుండి ప్రతిపక్ష శక్తులపై దాడి చేయాలనుకున్నాడు. ఈ పని కోసం అతనితో పాటు హుర్జాస్ పల్టాన్ నుండి గుర్రపు సైనికులు కూడా ఉన్నారు. యుద్ధం ప్రారంభానికి ముందు రెండు వైపులా వారి పదాతిదళాన్ని లోయలో దాచారు. ఈ రోజు బ్రిటిష్ వారు తమ ప్రత్యర్థులకు రక్షణ కోసం ఎలాంటి అవకాశం ఇవ్వకూడదని నిర్ణయించుకున్నారు. ఈ ప్రయోజనం కోసం, కల్నల్ హిక్స్ మరియు కెప్టెన్ హెనేజ్ యుద్ధభూమికి పంపబడ్డారు. ఇంగ్లీషు సైన్యానికి చెందిన ఈ అధికారులు సైనికులకు అవసరమైన సూచనలు ఇస్తూ యుద్ధ సాధన చేస్తూ ముందుకు సాగారు.

బ్రిటీష్ వారిని ఓడించడానికి వారి స్థాయి ఉత్తమంగా ప్రయత్నిస్తున్నారు, కానీ రాణి కూడా రాణి; ఇరువైపులా పోరు హోరాహోరీగా సాగినా ప్రత్యర్థిని ఎవరూ ఓడించలేకపోయారు. మరోవైపు, మురార్ నుండి హురోస్ దాడి చేశాడు. అక్కడ అతను పీష్వా సైన్యంతో తలపడ్డాడు. పీష్వా సైనికులు ధైర్యంగా నిరూపించుకోలేదు; శత్రువు అతని రెండు సరిహద్దులను తక్కువ వ్యవధిలో స్వాధీనం చేసుకున్నాడు. ఈ వార్త తెలిసిన వెంటనే పీష్వారావు సాహెబ్ భయపడిపోయాడు, కానీ రాణి బ్రిటిష్ వారిని ముందుకు వెళ్లనివ్వలేదు. ఈ సమయంలో అతని సైనికులు చాలా మంది ప్రాణాలు కోల్పోయారు, ఫిరంగులు కాల్పులు జరుపుతున్నాయి, అయినప్పటికీ రాణి దాని గురించి ఆందోళన చెందలేదు. అతను తన ఫిరంగిదళంపై ఆశను కూడా వదులుకున్నాడు. ఆమెకు ఈ సమయంలో కత్తి యొక్క శక్తి మాత్రమే ఉంది మరియు ఆశక్తితో ఆమె శత్రువులను యమలోకానికి తీసుకువెళుతోంది

మరోవైపు, బ్రిగేడియర్ స్మిత్, రాణి పదాతిదళం మరియు ఫిరంగులను తన లక్ష్యంగా చేసుకున్నాడు, రాణి యొక్క భీకర శక్తికి లోటు లేదని, బ్రిటిష్ వారు ఇందులో విజయం సాధించారు; వారు రాణి యొక్క రెండు ఫిరంగులను మరియు మరికొన్ని యుద్ధ సామగ్రిని స్వాధీనం చేసుకున్నారు. బ్రిటీష్ వారిపై ఈ కోపం చూసి - రాణి ఉత్సాహం రెట్టింపు అయింది. వారి ముందు ఒక లక్ష్యం మాత్రమే మిగిలి ఉంది - శత్రువును చంపండి, దీని కోసం మీ జీవితాన్ని త్యాగం చేయవద్దు.

బ్రిటిష్ వారిచే ముట్టడించబడింది

రాణి తన సాటిలేని ధైర్యసాహసాలను ప్రదర్శిస్తోంది, ఆమె ఫిరంగిని శత్రువులు ఓడించారు, అప్పుడు హురోస్ ఒంటెల సైన్యంతో వచ్చాడు. దీని కారణంగా రాణి యొక్క సైన్యం చెల్లాచెదురైపోయింది; అతని శ్రేణి విచ్ఛిన్నమైంది. బ్రిటిష్ సైన్యం అన్ని వైపుల నుండి ముందుకు సాగుతూనే ఉంది; ఇప్పటికీ రాణి హీరోలు తమ శౌర్యాన్ని ప్రదర్శిస్తారు ప్రదర్శించేవారు. మరోవైపు, పేష్వా రావ్ సాహెబ్ యొక్క సైనిక ఆపరేషన్ పూర్తిగా ప్రాణాంతకం. బ్రిటీష్ ఫిరంగులు వారిపై వర్షం పడటం ప్రారంభించాయి. పీష్వా స్వయంగా భయాందోళనకు గురయ్యాడు, కాబట్టి అతని సైన్యానికి ధైర్యం లేదు మరియు అది పారిపోయింది. రావ్ సాహెబ్ యొక్క ఈ అసమర్థత గురించి Mr. పరాస్నిస్ రాశారు-

"తమ సైన్యం నిర్వాకం వల్ల ఉపయోగం లేదు, వారికి యుద్ధ శాస్త్రం తెలియదు, బ్రిటీష్ వారి భారీ దాడి ముందు నిలబడలేకపోయారు, అలాంటప్పుడు అలాంటి సైన్యం బలంపై ఎవరైనా తమ శౌర్యాన్ని ఎలా చూపిస్తారు? కళలో ప్రవీణుడు, తన తెలివితేటలు, విధానం మరియు విధేయత కారణంగా అతను ఎల్లప్పుడూ గెలిచాడు.శౌర్యం ద్వారా సాధించలేని కీర్తి, అతను దానిని ఉపాయంతో పొందాడు

అన్ని వైపుల నుండి బ్రిటిష్ వారి చుట్టూ, మహారాణి లక్ష్మీ బాయి పోరాటం కొనసాగించింది. రెండవ రోజు, జూన్ 19, 1858న కూడా యుద్ధం కొనసాగింది. రాణి మగ బట్టలతో గుర్రపు స్వారీ చేస్తూ పోరాడుతోంది. అతని శరీరం ధూళిగా మారిపోయింది. ఈ కారణంగా, బ్రిగేడియర్ స్మిత్, కెప్టెన్ హెనెజ్ మరియు అతని హుర్జాస్ పల్టన్ సైనికులు అతనిని గుర్తించలేకపోయారు. రాణితో పాటు, ఆమె ఇద్దరు పరిచారికలు ఎప్పుడూ ఒకే దుస్తులలో ఆమెతో ఉండేవారు. బహుశా అందుకే అతను రాణిని గుర్తించలేకపోయాడు. వారిని ఎలాగైనా ఓడించి గ్వాలియర్ రాజభవనాన్ని తమ ఆధీనంలోకి తీసుకోవాలని శత్రు సైన్యం నిశ్చయించుకుంది.

విరిగిపోవటం

జూన్ 19న, ఆ విధంగా శత్రువులతో పోరాడుతూ, చివరకు మహారాణి లక్ష్మీబాయిని పూర్తిగా వారి బలగాలు చుట్టుముట్టాయి. ఈ సమయంలో అతనితో కేవలం ఇద్దరు-ముగ్గురు పనిమనుషులు, ఇద్దరు అత్యంత విశ్వసనీయ సేవకులు మరియు కొంతమంది గుర్రపు సైనికులు మాత్రమే మిగిలారు. అటువంటి పరిస్థితిలో, పోరాటానికి ఒకే ఒక అర్థం ఉంది; మరణం లేదా బ్రిటీష్ ఖైదీగా ఉండటం మరియు దాని ఫలితం కూడా మరణం; ఉరిపై వేలాడుతున్నాడు రాణి పక్షాన ఉన్న ఇతర సైన్యం చెల్లాచెదురుగా ఉంది లేదా ఇతర ప్రదేశాలలో పోరాడుతోంది. అటువంటి పరిస్థితిలో, రాణి ఎలాగైనా ఈ చుట్టుముట్టు నుండి తప్పించుకొని తన ఇతర సైన్యంతో వెళ్లాలని కోరుకుంది. హుర్జాస్ పల్టాన్ సైనికులు అతని ఉద్దేశాన్ని అర్థం చేసుకున్నారు

అతని ప్రతి ప్రయత్నాన్ని వారు అడ్డుకున్నారు. రాణికి ఆ వృత్తం నుండి బయటపడటం చాలా కష్టంగా మారింది. అందుకే జీవితం అనే అనుబంధాన్ని వదిలేసి మళ్లీ పోరాటం మొదలుపెట్టింది. బ్రిటీష్ సైనికుల తుపాకులు ఆపడం అనే పేరు లేదు. రాణి కత్తి కూడా విశ్రమించనని ప్రతిజ్ఞ చేసింది. ఎందరో శత్రువుల రక్తంలో స్నానం చేయడం ద్వారా ఆమె ప్రతి క్షణం కొత్త శక్తిని పొందుతోంది. అప్పుడే అతనికి ఒక్క క్షణం అవకాశం వచ్చింది; అతను తన గుర్రానికి జీను వేసి, సిగ్నల్ అందిన వెంటనే, గుర్రం మెరుపు వేగంతో పారిపోయింది. రాణి బ్రిటిష్ వారి వలయాన్ని బద్దలు కొట్టి అక్కడి నుండి వెళ్లిపోయింది. వారు పరిగెత్తడం చూసి, స్మిత్ హుర్జాస్ యొక్క కొంతమంది ప్లాటూన్‌లను వారిని అనుసరించమని ఆదేశించాడు.

ఈ యుద్ధం మహారాణి లక్ష్మీబాయి జీవితంలో చివరి యుద్ధం అని నిరూపించబడింది, ఈ యుద్ధంలో ఆమె గర్జన చివరి గర్జన మరియు ఆమె కత్తి చివరిసారిగా శత్రువుల రక్తం తాగి సంతృప్తి చెందింది.

వీరోచిత వేగం

రాణి చుట్టుపక్కల నుండి పారిపోతున్నప్పుడు, బ్రిటీష్ వారి హుర్జాస్ పల్టాన్‌లోని తెల్లవారు ఆమె కాల్పుల తుపాకీని వెంబడించారు. తుపాకీ బుల్లెట్లను ఎలాగోలా తప్పించుకుంటూ, రాణి పెరుగుతూనే ఉంది, కానీ దురదృష్టవశాత్తు ఆమెకు బుల్లెట్ తగిలింది. దీంతో ఆమె

వదులైంది. ఫలితంగా గుర్రం వేగంగా పరిగెత్తలేకపోయింది. అతడిని వెంబడిస్తున్న సైనికులతో అతని యుద్ధం మళ్లీ మొదలైంది. బ్రిటీష్ సైనికులు ఎక్కువ సంఖ్యలో ఉన్నారు, అయినప్పటికీ రాణి వారిని కోరుకుతూ ముందుకు

సుందర్ మరియు కాశీ అనే ఇద్దరు సేవకులు మరియు ఇద్దరు సేవకులు రామచంద్రరావు దేశ్‌ముఖ్ మరియు రఘునాథ్ సింగ్ రాణికి నిజమైన భక్తులు మరియు అత్యంత విశ్వసనీయులు. రాణి బ్రిటీష్ చుట్టుముట్టి బయటకు వచ్చినప్పుడు వారు కూడా వచ్చారు మరియు గుర్రం మీద కూర్చున్న రాణిని అనుసరిస్తున్నారు. రామచంద్రరావుతోపాటు మహారాణి దత్తపుత్రుడు ఏడెనిమిదేళ్ల దామోదర్ రావు కూడా గుర్రంపై కూర్చున్నాడు. నేను చంపబడితే, నా మృతదేహాన్ని ఫిరంగులు తాకలేని విధంగా అమర్చండి అని రాణి అప్పటికే తన సేవకులకు చెప్పింది. మీరు నా ఈ కోరికను నెరవేర్చినట్లయితే, మీరు మాత్రమే నిజమైన భక్తునిగా పరిగణించగలరు.

అర్థం చేసుకోండి. ఈ నమ్మకమైన సేవకులందరితో ముందుకు వెళుతున్నప్పుడు, రాణి హుర్జాస్ పల్టాన్ సైనికులతో పోరాడుతోంది మరియు ఆ శత్రువులు కూడా వెనుక నుండి దాడి చేస్తున్నారు. ఈ క్రమంలో రాణి తన కత్తిని ప్రయోగిస్తూ గుర్రాన్ని ముందుకు కదుపుతోంది. అకస్మాత్తుగా ఆమె సేవకులలో ఒకరి కరుణతో కూడిన ఏడుపు ఆమె చెవులలో మ్రోగింది - “బాయి సాహిబ్! చనిపోయాడు! చనిపోయాడు! ,

రాణి వెనక్కి తిరిగి చూసింది, ఆమె పనిమనిషిలో ఒకరిని వెంబడిస్తున్న బ్రిటిష్ సైనికుడు కాల్చి చంపాడు. తన సేవకుని ఈ దయనీయమైన ముగింపును చూసిన రాణి మెరుపులా ఆ ఆంగ్లేయుడిపైకి దూసుకెళ్లి ఒక్క కత్తితో అతని తలను నరికి నేలపై పడేసింది. దీని తరువాత, అతను అదే సమయంలో గుర్రాన్ని ముందుకు నడిపించాడు. గుర్రం కాల్చడానికి ముందే గాయపడింది, అయినప్పటికీ అది ఏదో ఒకవిధంగా ముందుకు కదులుతోంది, కానీ అప్పుడు ఒక కాలువ వచ్చింది. గుర్రం ప్రవాహాన్ని చూడటం మానేసింది; సహజంగానే, దానిని దాటడం తన నియంత్రణలో లేదని అతను తన శక్తిని అంచనా వేసుకున్నాడు. గుర్రం ఆగిపోవడం చూసి, రాణికి ప్రతిదీ అర్థమైంది, అయినప్పటికీ ఆమె దానిని దూకమని ప్రేరేపించింది మరియు ప్రోత్సహించింది, కానీ ఫలితం లేదు, గుర్రం కూడా బలవంతం చేయబడింది మరియు మూడు రోజుల యుద్ధం తర్వాత రాణి కూడా అలసిపోతుంది మరియు పగిలిపోయింది. శత్రు సైనికులు వెనుక నుండి కదిలారు. రాణిని సజీవంగా

బంధించడం మంచి అవకాశంగా భావించి అతి సమీపంలోకి వచ్చి కలిసి రాణిపై దాడి చేశారు. గాయపడిన సింహంలా రాణి తన కత్తిని ఇంకా పట్టుకుంటూనే ఉంది, ఆమె తన కత్తితో అతనిపై పిడుగులా విరుచుకుపడింది. అలాంటి స్థితిలో కూడా కత్తి పట్టడం శత్రువులు చూసేసరికి జాగ్రత్త పడ్డాడు. ఈ సమయంలో శత్రువులు కూడా కత్తితో ఎదుర్కోవడం ప్రారంభించారు. ఇరువైపులా మెరుపుదాడి, ఎదురుదాడులు జరిగాయి. కత్తులు కత్తులతో ఢీకొన్నాయి. అప్పుడు ఒక సైనికుడి కత్తి రాణి తలకి తగిలి, అది ఆమెకు తగిలిన వెంటనే, ఆమె తన కత్తి దెబ్బతో ఆ సైనికుడి తల భూమిపై పడేలా చేసింది మరియు వెంటనే ఆమె స్వయంగా కింద పడిపోయింది. ఆ సైనికుడి దాడికి రాణి కుడి నుదురు తెగిపోయి, ఒక కన్ను తెగిపోయింది. అతను నేలపై పడినప్పుడు, మరొక తెల్లవాడు అతనిని బయోనెట్‌తో పొడిచాడు. ముగింపు సమీపించింది, అయినప్పటికీ ఆమె పూర్తిగా స్పృహలో ఉంది. అతను తన సేవకుడు రామచంద్రరావు దేశ్‌ముఖ్‌ని సిగ్నల్ ద్వారా తన వద్దకు పిలిచాడు.
రామచంద్రరావు తన సతీమణి వద్దకు వచ్చి ఆమె పరిస్థితిని చూడగానేఏడ్చింది. అతను అదే గాయపడిన స్థితిలో ఉన్న రాణిని ఎత్తుకుని సమీపంలోని సన్యాసి గంగాదాస్ గుడిసెకు తీసుకెళ్లాడు. రాణి దాహంతో విలవిలలాడుతోంది. అక్కడ అతనికి నీళ్లు ఇచ్చి గంగాజల్ కూడా ఇచ్చారు. అతని శరీరమంతా రక్తంతో తడిసిపోయింది. అతను భరించలేని బాధలో ఉన్నాడు, అయినప్పటికీ అతని ముఖంలో అతీంద్రియ కాంతి ఉంది. దీని తరువాత అతను ఒకసారి తన దత్తపుత్రుడు దామోదర్ రావును చూసి శాశ్వతంగా కళ్ళు మూసుకున్నాడు. ఆ రోజు 1915 సంవత్ జ్యేష్ఠ మాసంలోని శుక్ల పక్ష సప్తమి. రాత్రి పన్నెండు గంటల తర్వాత రాణి చనిపోయి ఉండాలి; అందుకే ఇంగ్లీషు నెల ప్రకారం ఎక్కడో జూన్ 19, ఎక్కడో జూన్ 20, 1858 అని రాస్తారు.
దీని తరువాత, రామచంద్రరావు, చనిపోయిన తన సతీమణి యొక్క చివరి కోరికను గౌరవించి, ఆమెను సమీపంలో దహనం చేశాడు, దాని సమాచారం బ్రిటిష్ వారికి అందలేదు. అలా చరిత్రలో స్ఫూర్తిదాయకమైన అధ్యాయంగా నిలిచిన వీరవనిత రమణి తన వెలుగును చూపుతూ కనుమరుగైంది.

రాణి మరణంపై భిన్నాభిప్రాయాలు

మహారాణి లక్ష్మీబాయి మరణానికి సంబంధించిన పై వర్ణన వీర్ వినాయక్ దామోదర్ సావర్కర్ యొక్క అమర రచన 'ది ఇండిపెండెన్స్ వార్ ఆఫ్ 1857' మరియు శ్రీ దత్తాత్రేయ బల్వంత్ పార్స్నిస్ పుస్తకం 'ఝాన్సీ కి రాణి లక్ష్మీ బాయి' ఆధారంగా రూపొందించబడింది, శ్రీ పార్స్నిస్ ప్రకారం, ఇది రాణి సేవకుడిపై ఆధారపడింది. రామచంద్రరావు దేశ్‌ముఖ్.. ఇచ్చిన వివరణ ఉంది, కానీ అతని మరణం గురించి చరిత్రకారులలో భిన్నాభిప్రాయాలు ఉన్నాయి. కొన్ని అభిప్రాయాలు ఇక్కడ చర్చించబడుతున్నాయి. 'డల్హౌసీస్ అడ్మినిస్ట్రేషన్ ఆఫ్ బ్రిటీష్ ఇండియా'లో, మహారాణి లక్ష్మీబాయి బ్రిటీష్ వారి వలయాన్ని ఛేదించుకుని తప్పించుకున్నప్పుడు, బ్రిటిష్ అశ్వికదళ సిబ్బంది ఆమెను వెంబడించినట్లు ప్రస్తావించబడింది. ఆ సైనికులు ఆమె మెడలో పడి ఉన్న ముత్యాల దండను చూశారు, దాని కారణంగా వారు దురాశతో రాణిని చంపారు.

మాక్‌ఫెర్సన్ ఇలా వ్రాశాడు 'ఆమె తన గుర్రం మీద నుండి పడి గాయపడి మరణించింది' - "ఝాన్సీ రాణి తన గుడారంలో కూర్చుని షర్బత్ తాగుతోంది. ఆ సమయంలో అతనితో పాటు నాలుగు వందల మంది సైనికులు ఉన్నారు. బ్రిటీష్ వారు వచ్చారని సమాచారం అందగానే అక్కడి నుంచి పరుగు ప్రారంభించింది. రాణి గుర్రం ప్రవాహాన్ని దాటలేకపోయింది అదే సమయంలో, ఆమె శరీరంలో బుల్లెట్ మరియు ఆమె తలపై కత్తి గాయం ఉంది, కానీ ఆమె అదే స్థితిలో వెళ్లిపోయింది. చివరికి గుర్రం మీద నుంచి కిందపడి చనిపోయాడు.

రాణి చనిపోవడాన్ని ఆంగ్లేయులెవరూ చూడలేదని మరియు ఆమె అంత్యక్రియల గురించి ఏ ఆంగ్లేయుడికి తెలియజేయలేదని మార్టిన్ అభిప్రాయపడ్డాడు - "ఆమె చనిపోవడాన్ని ఆంగ్లేయుడు చూడలేదు. బ్రిటీష్ గుర్రపు సైనికులకు తాము ఎవరిని అనుసరిస్తున్నామో కూడా తెలియదు. బలమైన సూర్యకాంతి మరియు అలసట కారణంగా అతను గుర్రంపై ఎక్కువసేపు కూర్చోలేకపోయాడు. అందుకే పెద్దగా శ్రమ పడకుండానే తిరిగి వచ్చారు. దీనిపై రాణి నమ్మకమైన సేవకులు ఆమెను మరియు ఆమె సోదరి మృతదేహాలను చితిలో కాల్చారు. అతని సోదరి కూడా మనిషి వేషంలో అతనితో గొడవపడుతుండగా, అతనితో పాటు ఆమె కూడా కాల్చి చంపబడింది. ఇక్కడ మార్టిన్ రాణి యొక్క పనిమనిషిని తన సోదరిగా తప్పుగా భావించాడు.

కాగా రాణికి సోదరి లేరు. గొప్ప

వ్యక్తుల జీవితాల గురించి అనేక రకాల ఇతిహాసాలు కూడా ప్రాచుర్యం పొందాయి. అలానే మహారాణి లక్ష్మీబాయి మరణం కూడా పురాణగాథలకి కారణమైంది, రాణి తనకు అంతం లేదని చూసినప్పుడు, ఆమె గడ్డి కుప్పలోకి దూకి, పురిబెట్టు ముక్కతో కాల్చివేసి, అందులో చనిపోయిందని ఎవరో రాశారు.

అతని అంత్యక్రియలను పేష్వారావు సాహెబ్ ఏర్పాటు చేసినట్లు కూడా చెబుతారు. చేసాడు, కానీ రామచంద్రరావు ఈ అభిప్రాయాన్ని ఖండించారు.

రాణిని ఫ్రాన్స్‌కు చెందిన గొప్ప కథానాయిక జోన్ ఆఫ్ ఆర్క్‌తో పోలుస్తూ కొందరు రచయితలు ఇలా వ్రాశారు - "ఆమె ఇండియన్ జోన్ ఆఫ్ ఆర్క్ రెడ్ జాకెట్ 46 మరియు తలపై తెల్లటి పట్టు తలపాగా ధరించింది. అతని మెడలో గ్వాలియర్ రాష్ట్రానికి చెందిన ప్రసిద్ధ ఉచిత నెక్లెస్ ఉంది, దానిని అతను గ్వాలియర్ ఖజానా నుండి పొందాడు. ఆమె గాయపడి మరణశయ్యపై పడుకున్నప్పుడు, ఆమె ఆభరణాలన్నింటినీ ఆమె తోటి సైనికులకు పంచాలని ఆదేశించాడు.

,

అధ్యాయం: 8

కాంప్లిమెంటరీ సందర్భం

ఈ పుస్తకంలోని ప్రధాన అంశం మహారాణి లక్ష్మీబాయి యొక్క అశేష జీవన చరిత్ర వర్ణన, అయితే ఈ పుస్తకం ఆమె మరణంతో ముగిస్తే, ఆమె యుద్ధం మరియు ఆమె దత్తపుత్రుడు దామోదర్ రావు గురించి సాధారణ పాఠకులకు ఉత్సుకత మిగిలి ఉంటుంది. కాబట్టి, ఈ అధ్యాయంలో చాలా క్లుప్తంగా వెలుగులోకి వస్తుంది. రాణి జీవిత కథ యొక్క ఈ అనుబంధ ఎపిసోడ్‌లపై విసిరివేయబడుతోంది

జయజీరావ్ సింధియా తిరిగి ఆరోహణ

రాణి మరణం తరువాత, రావు సాహెబ్ పూర్తిగా నిరుత్సాహానికి గురయ్యాడు. అతని ఆధిపత్యాన్ని అంగీకరించిన సింధియా సైనికులు, పాచికలు తిరగడం చూసి, మళ్లీ సింధియాకు మద్దతుదారులుగా మారారు. ఫలితంగా, రావు సాహెబ్, తాత్యా తోపే మరియు బందా నవాబు మొదలైనవారు ఓడిపోయారు. బ్రిటిష్ వారు గ్వాలియర్‌ను స్వాధీనం చేసుకున్నారు. జయజీరావు విపత్తు సమయాల్లో బ్రిటిష్ వారిని రక్షించారు మరియు తరువాత వారి పట్ల తనకున్న విధేయతను చక్కగా పరిచయం చేశారు. అందువల్ల, గవర్నర్ జనరల్ లార్డ్ కానింగ్ ఆయనను తిరిగి ఆరోహణకు అనుమతించారు.

జులై 16, 1858న జయజీరావు సింధియా మళ్లీ సింహాసనాన్ని అధిష్టించాడు

ఆ రోజు ప్రత్యేక కోర్టును అలంకరించారు. బ్రిటిష్ ప్రభుత్వం ఆయనను 'రాజాధిరాజ్' బిరుదుతో సత్కరించింది. దీపావళిని గ్వాలియర్ అంతటా, ముఖ్యంగా గ్వాలియర్ కంటోన్మెంట్ - లష్కర్‌లో అలంకరించారు. జయజీరావు తన స్నేహితుడైన బ్రిటిష్ వారిని విందుకు ఆహ్వానించాడు. బ్రిటిష్ వారి పట్ల భక్తితో స్వాతంత్ర్య ప్రియులను ఓడించి సింధియా 'రాజాధిరాజ్' అయ్యాడు

రావు సాహెబ్

మహారాణి లక్ష్మీబాయి యొక్క గొప్ప ప్రయాణం తర్వాత కొన్ని రోజులకు పేష్వా రావు సాహెబ్, తాత్యా తోపే మరియు బండా నవాబులు బ్రిటిష్ వారితో పోరాడుతూనే ఉన్నారు. జవ్రా, అలీపూర్‌లో ఘోర పరాజయం తర్వాత, ముగ్గురూ అనిశ్చిత భవిష్యత్తు మార్గంలో సంచరించేవారు. బండా నవాబ్ కొన్ని రోజుల తర్వాత కంపెనీని విడిచిపెట్టాడు, కాని మిగిలిన ఇద్దరు విప్లవ జ్వాలని మోస్తూ అక్కడక్కడ తిరుగుతూనే ఉన్నారు

గ్వాలియర్ సంస్థానాల రాజ్యాధికారాన్ని కొద్దిరోజులు అనుభవిస్తూ పీష్వారావు సాహెబ్ చేసిన ఈ పోరాటం ఎక్కువ కాలం కొనసాగలేదు. ఓటమి తర్వాత బంధించబడి ఉరి తీయబడటం ఖాయం మరియు పోరాడటానికి స్తోమత లేదు; తాత్యా తోపే పట్టుబడిన తరువాత, అతను సన్యాసిగా మారి పంజాబ్ అడవులలో అక్కడక్కడ తిరగడం ప్రారంభించాడని చెబుతారు. అదేవిధంగా, అతను కొంత సమయం గడిపాడు, కానీ దురదృష్టవశాత్తు అతను అలా చేయడానికి అనుమతించబడలేదు, అతను 1862లో పట్టుబడ్డాడు, తర్వాత జైలులో ఉన్న తర్వాత, అతన్ని కాన్పూర్ సమీపంలోని అతని స్వస్థలమైన బితూర్‌కు తీసుకువచ్చి ఆగస్టు 30, 1862న ఉరితీశారు.

తాత్యా తోపే

తాత్యా తోపే నిజమైన అర్థంలో హీరో. బండా నవాబు బ్రిటిష్ వారి ఆశ్రయానికి వెళ్ళాడు మరియు రావు సాహెబ్ కూడా ఉదాసీనంగా ఉన్నాడు

కానీ తాత్యా తోపే బ్రిటీష్ వారికి లొంగిపోలేదు, లేదా క్వీన్ విక్టోరియా క్షమాపణ ప్రకటన నుండి ప్రయోజనం పొందలేదు, కానీ అతను చేయగలిగినంత ఒంటరిగా పోరాడాడు. బ్రిటిష్ వారికి సవాల్‌గా మారాడు. బ్రిటీష్ వారు అతనిని చూసి ఎలా భయపడ్డారో, దాని పరిచయం 1858 లో లండన్ వార్తాపత్రికలలో ప్రచురించబడిన కథనాలను బట్టి బాగా తెలుసు.

గ్వాలియర్‌లో బ్రిటీష్ వారి చేతిలో ఓడిపోయిన తరువాత, వీర తాత్యా తోపే నర్మదాను దాటి మహారాష్ట్రకు వెళ్లాలనుకున్నాడు, తద్వారా అతను మహారాష్ట్రలోని వీరులను ఏకం చేసి బ్రిటిష్ వారితో మళ్లీ పోరాడాడు. బ్రిటీష్ వారి తర్వాత ఉన్నారు. అందువల్ల, వారిని మోసం చేయడానికి, తాత్యా తోపే నేరుగా మార్గం గుండా వెళ్ళకుండా భరత్‌పూర్ వైపు వెళ్ళాడు.

మహారాణి లక్ష్మీబాయి మరణానంతరం తాత్యా తోపే ఒక్కరే బ్రిటీష్ వారికి విపత్తు కలిగించగలరన్న విషయం వీరులకు బాగా తెలుసు. అందువల్ల, అతను అనుమానాస్పద ప్రదేశాలన్నింటిలో తన గూఢచారుల ఉచ్చును విస్తరించాడు. తాత్యా తోపే భరత్‌పూర్‌కు వెళ్తున్నప్పుడు

వారు అక్కడ ఉన్నప్పుడు, బ్రిటిష్ వారి కార్యకలాపాలను థాలీ చాట్ భక్తులు పర్యవేక్షిస్తున్నారని వారు అనుమానించారు. అందుకే వెంటనే జైపూర్ వెళ్లాడు. అక్కడ కూడా అతనికి అదే సందేహం ఉంది, కాబట్టి అతను టోంక్ రాచరిక రాష్ట్రం వైపు వెళ్ళాడు, కాని టోంక్ రాజుకు అతని రాక గురించి అప్పటికే సమాచారం అందింది, కాబట్టి అతను తన రాజ్యంలోకి ప్రవేశించకుండా సైన్యాన్ని పంపాడు.

ఈ విధంగా, అతను ఒక ప్రదేశం నుండి మరొక ప్రదేశానికి తిరుగుతూనే ఉన్నాడు, కానీ చాలా మంది బ్రిటీష్ జనరల్స్ అతన్ని పట్టుకోవాలని నిర్ణయించుకున్న తర్వాత కూడా విజయవంతం కాలేదు. ఏడాదిన్నర పాటు కళ్లు చెదిరే తీరు ఇలాగే కొనసాగింది. తాత్యా తోపే మహారాష్ట్రకు వెళ్లడానికి బ్రిటిష్ వారు అనుమతించరని నమ్మాడు. అందుకే ఉత్తర భారతదేశం వైపు మళ్లాడు. బ్రిటీష్ వారికి ఈ సమాచారం తెలియగానే, వారు కూడా దక్షిణాదిని విడిచిపెట్టి, ఉత్తరాన తమ శ్రేణిని ఏర్పాటు చేయడం ప్రారంభించారు. అందివచ్చిన అవకాశాన్ని సద్వినియోగం చేసుకున్న తాత్యా తోపే బెత్వా దాటి దక్షిణం వైపు దూసుకెళ్లాడు. అక్కడ కెప్టెన్ సదర్లాండ్‌ను ఎదుర్కొన్నప్పుడు అతను బెత్వాలోకి దూకాడు. అనంతరం ఛోటా ఉదయపూర్ చేరుకున్నారు. అక్కడి నుండి బరోడా వైపు వెళ్లింది, కానీ దారిలో సంచరించడం వల్ల పార్క్ ఉదయపూర్ చేరుకుంది. అక్కడ బండా నవాబు అతన్ని విడిచిపెట్టాడు. తాత్యా తోపే రావ్ సాహెబ్‌తో ఉదయపూర్ సమీపంలోకి చేరుకున్నప్పుడు, ఆంగ్ల సైన్యంతో మళ్లీ ఘర్షణ జరిగింది. బ్రిటీష్ వారి కళ్లలో దుమ్ము రేపుతూ, అక్కడి నుంచి బన్స్వారా అడవికి చేరుకున్నాడు, అక్కడ అతను తిరుగుబాటుదారుడైన గ్వాలియర్ సర్దార్ మాన్‌సింగ్ మరియు మొఘల్ రాజవంశ యువరాజు ఫిరోజ్ షాను కూడా కనుగొన్నాడు.

మాన్‌సింగ్‌ని కలవడం ఈ హీరోకి శ్రేయస్కరం కాదు. అతని ద్రోహం కారణంగా, ఏప్రిల్ 4, 1859 న, అతను రాత్రి నిద్రిస్తున్నప్పుడు బ్రిటిష్ వారిచే బందీ అయ్యాడు

వెళ్లిన. దీని తరువాత, ఏప్రిల్ 18, 1859 న, అతను సిప్రిలో ఉరితీయబడ్డాడు. అతని మరణం భారతదేశం యొక్క మొదటి స్వాతంత్ర్య పోరాటంలో చివరి జనరల్ మరణం; ఇది చరిత్రలో సువర్ణాధ్యాయానికి ముగింపు పలికింది.

బండా నవాబు

బండా నవాబ్ పీష్వా బాజీరావు I వంశస్థుడు, ఈ పుస్తకంలోని రెండవ అధ్యాయంలో చర్చించబడింది. బహుశా అదే వంశానికి చెందిన వ్యక్తి కావడంతో, అప్పటి బండా నవాబు 1857 స్వాతంత్ర్య పోరాటంలో పీష్వా నానా సాహెబ్‌కు మద్దతు ఇచ్చి ఉండవచ్చు. నానా సాహెబ్ నేపాల్ వెళ్లిన తర్వాత కూడా అతను తన సోదరుడు రావు సాహెబ్ వద్దనే ఉన్నాడు, కానీ ఏ యుద్ధంలోనూ అతని విశేష కృషి గురించి ప్రస్తావించలేదు. గ్వాలియర్‌లో ఓటమి తరువాత, అతను తాత్యా తోపే మరియు రావు సాహెబ్‌లతో కలిసి వెళ్ళాడు. బ్రిటిష్ వారి మొదటి స్వాతంత్ర్య యుద్ధంలో విఫలమైన తరువాత, నవంబర్ 1858 లో, ఇంగ్లాండ్ రాణి విక్టోరియా తిరుగుబాటుదారులందరికీ క్షమాపణ ప్రకటించింది. ఈ సమయంలో బండా నవాబు తాత్యా తోపేతో ఉన్నాడు. నిరంతర పోరాటంతో అతను నిరుత్సాహపడ్డాడు. అతను విక్టోరియా ప్రకటన గురించి విన్నప్పుడు, అతను 'ఉదయ్‌పూర్ పార్క్' వద్ద తాత్యా తోపేను విడిచిపెట్టి బ్రిటిష్ వారి ఆశ్రయానికి వెళ్ళాడు. ఫలితంగా, అతను క్షమాపణ పొందాడు మరియు సంవత్సరానికి రూ.4,000 పింఛను పొందుతున్నాడు

దామోదర్ రావు

రాణి మరణించే సమయానికి, ఆమె దత్తపుత్రుడు దామోదర్ రావు సాధారణంగా ఏడు-ఎనిమిదేళ్ల పిల్లవాడు. ఈ దశలో తల్లి చనిపోవడంతో అనాథ అయ్యాడు. అప్పుడు రామచంద్రరావు దేశ్‌ముఖ్ మరియు కాశీబాయి అతని స్వామిధర్మాన్ని అనుసరిస్తూ అతనికి రక్షకులుగా మారారు. వారిద్దరూ బాల దామోదర్ రావు గురించి పేష్వారావు సాహెబ్, తాత్యా తోపే మొదలైన వారిని వెతకడానికి ప్రయత్నించారు, కానీ విజయం సాధించలేదు. అయినా దామోదర్ రావును తమతో పాటు అక్కడికి ఇక్కడకు తీసుకెళ్లి దాచిపెట్టారు. గ్వాలియర్ నుంచి బయలుదేరే సమయంలో అతని వద్ద సుమారు 75 వేల రూపాయలు ఉన్నట్లు సమాచారం. పిల్లల గోప్యతను కాపాడుకోవడానికి చాలా మంది నోరు విప్పారు\

మూసివేయవలసివచ్చింది,అందులోఅతనిడబ్బులయిపోయింది.

అటువంటి దుస్థితిలో, అనేక ప్రదేశాలలో తిరుగుతూ, పోషకులిద్దరూ చివరకు బాల దామోదర్ రావుతో ఆగ్రా చేరుకున్నారు. అక్కడ అతనికి ఒక ఆంగ్ల అధికారి ఫ్లీక్‌తో పరిచయం ఏర్పడింది. క్రమంగా, ఫ్లేక్‌తో అతని సాన్నిహిత్యం పెరిగింది. మహారాణి లక్ష్మీ బాయి యొక్క ధైర్యసాహసాలకు ఫ్లీక్ చాలా ముగ్ధుడయ్యాడు మరియు మెచ్చుకున్నాడు. అతను నమ్మదగినవాడని తెలుసుకున్న కాశీ బాయి మరియు రామచంద్రరావు అతనికి బాల దామోదర్ రావు యొక్క నిజమైన పరిచయాన్ని అందించారు. దయామూర్తి ఫ్లీక్ నిజమైన స్నేహితుడని నిరూపించుకున్నాడు. ఇండోర్ రాజకీయ ఏజెంట్ షేక్స్పియర్ ద్వారా రామచంద్రరావు దేశ్‌ముఖ్, కాశీ బాయి మరియు దామోదర్ రావులను ప్రభుత్వం నుండి క్షమించి, ఈ ఇద్దరు మహానుభావుల కృషి ఫలితంగా, గవర్నర్ జనరల్ దామోదర్‌కు సంవత్సరానికి పద్దెనిమిది వందల రూపాయల పెన్షన్ కూడా ఇచ్చారు. రావు అంగీకరించారు.

షేక్స్పియర్ కూడా దయ యొక్క విగ్రహంగా మారాడు. అతను తన సంరక్షకులతో పాటు దామోదర్‌ని తన వద్దకు పిలిచాడు. అంతే కాదు, దామోదర్ రావుకు హిందీ, ఉర్దూ, మరాఠీ, ఇంగ్లీషు మొదలైన వాటిని బోధించడం ప్రారంభించిన మున్షీ ధర్మ నారాయణ్‌ని విద్య కోసం నియమించాడు. దామోదర్ రావు పేరిట ఇంగ్లీష్ ఫండ్ లో పెట్టిన ఆరు లక్షల రూపాయలను పొందలేకపోయాడు.

దామోదర్ రావు అత్త, అతని జీవసంబంధమైన తండ్రి సోదరుని భార్య, అతనికి వివాహం చేసింది. ఈ భార్య మరణం తరువాత, అతని రెండవ వివాహం శివదే కుటుంబంలో జరిగింది. 1904 లో, దామోదర్ రావు ఒక కొడుకు తండ్రి అయ్యాడు, అతనికి లక్ష్మణరావు అని పేరు పెట్టారు. దీని తరువాత అతని వారసులు ఇండోర్‌లో మాత్రమే నివసించడం ప్రారంభించారు.

SELF HELP

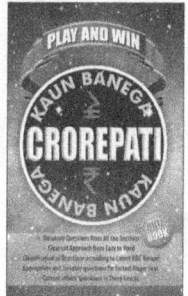

 **DIAMOND BOOKS** X-30, Okhla Industrial Area, Phase-II New Delhi-110020
Tel : 011-40712200 email : sales@dpb.in
Shop online at www.diamondbook.in

NEW PUBLICATIONS

Biswaroop Roy Chowdhury
Dynamic Memory Computer
Course **(Updated & Revised)**

Dr. Ujjwal Patni
Power Thinking

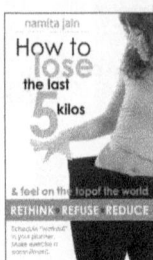

Namita Jain
How to Lose the last
5 Kilos

Tarun Engineer
Aim High For Bigger Win

Joginder Singh
Mind Positive Life Positive

Yaggya Dutt Sharma
The Lord of New Hopes
Akhilesh Yadav....

Ashu Dutt
Master the Stock Market

Ashu Dutt
Stop Losing Start Winning

Renu Saran
101 Hit Films of Indian Cinema

Renu Saran
History of Indian Cinema

O.P. Jha
**Shirdi Sai Baba: Life Philosophy
and Devotion**

Dr. Sunil Vaid
Why Does My Child Misbehave

Biswaroop Roy Chowdhury
India Book of Records

Biswaroop Roy Chowdhury
Heal Without Pill

Surya Sinha
Perfect Mantras For Succeeding
in Network Marketing

OSHO
The Osho Upanishad

OSHO
Sermons in Stones

OSHO
Tantric Transformation

Subhash Lakhotia
Golden Key to Become
Super Rich

Subhash Lakhotia
Your Money My Advice

DIAMOND BOOKS X 30, Okhla Industrial Area, Phase-II New Delhi-110020
Tel : 011-40712200 email : sales@dpb.in
Shop online at www.diamondbook.in

www.ingramcontent.com/pod-product-compliance
Lightning Source LLC
LaVergne TN
LVHW092355220825
819400LV00031B/380